ஸ்ரீதர் ரங்கராஜ்

மதுரையைச் சேர்ந்தவர். கல்லூரியில் விரிவுரையாளராகப் பணிசெய்தவர். தற்போது வசிப்பது மலேசியாவில். 2006 முதல் மொழிபெயர்ப்புத் துறையில் இயங்கி வருகிறார். சிறுகதைகள், கட்டுரைகள், நேர்காணல்கள், கவிதைகள் ஆகியவற்றை மொழிபெயர்த்துள்ளார். அவை பல்வேறு சிறுபத்திரிகைகளில் வெளியிடப்பட்டுள்ளன. இவரது மொழிபெயர்ப்பில் ஹருகி முரகாமியின் சிறுகதைகள் அடங்கிய 'நீர்க்கோழி' என்ற தொகுப்பு வெளிவந்துள்ளது. 'பயணம்' என்கின்ற சிரியப் போர் குறித்த மொழிபெயர்ப்பு நூலையும் ஹருகி முரகாமி சிறுகதைகளின் தொகுப்பான 'கினோ', கார்லோஸ் ஃபுயந்தஸின் 'ஆர்தேமியோ க்ரூஸின் மரணம்' மற்றும் மிலோராத் பாவிச்சின் 'கசார்களின் அகராதி' ஆகியவற்றை 'எதிர் வெளியீடு' வெளியிட்டுள்ளது.

கரடிகள்
நெருப்பைக்
கண்டுபிடித்துவிட்டன

உலகச் சிறுகதைகள்

தொகுப்பும் மொழியாக்கமும்

ஸ்ரீதர் ரங்கராஜ்

எதிர்
வெளியீடு

கரடிகள் நெருப்பைக் கண்டுபிடித்துவிட்டன
உலகச் சிறுகதைகள்
தொகுப்பும் மொழியாக்கமும்: ஸ்ரீதர் ரங்கராஜ்

முதல் பதிப்பு: ஜனவரி 2020
எதிர் வெளியீடு,
96, நியூ ஸ்கீம் ரோடு, பொள்ளாச்சி – 642 002
தொலைபேசி: 04259 226012, 99425 11302

விலை: ரூ. 220

Karadigal Neruppai Kantupidithu Vitana
Ulaga Sirukathaikal
Compiled and Translated by Sridhar Rangaraj
Tamil Translation Copyright© Sridhar Rangaraj

First Edition: January 2020
Published by
Ethir Veliyeedu, 96, New Scheme Road, Pollachi- 642 002.
email: ethirveliyedu@gmail. com
www. ethirveliyedu. in
Price: ₹ **220**

ISBN: 978-93-87333-76-5
Cover Design: Vijayan
Printed at Jothy Enterprises, Chennai.

All rights reserved. No part of this book may be reprinted or reproduced or utilised in any form or by any electronic, mechanical or other means, now known or hereafter invented, including photocopying and recording, or in any information storage or retrieval system, without permission in writing from the Publisher.

பொருளடக்கம்

1. ஆக்கிரமிக்கப்பட்ட வீடு ... 7
2. விலங்கியல் விளக்க ஏடு ... 17
3. புறா ... 41
4. கரடிகள் நெருப்பைக் கண்டுபிடித்து விட்டன ... 57
5. குரல் ... 75
6. ஆயிரம் வருடங்களின் நற்பிரார்த்தனைகள் ... 91
7. செய்யச் செய்தல் ... 115
8. தெரேசா என்று கத்திய மனிதன் ... 118
9. ஒளித்தெறிப்பு ... 121
10. நட்சத்திரம் ... 123
11. காதலுக்கான நெறிமொழிகள் ... 135
12. லாட்டரி ... 163
13. தி லாஸ்ட் பிக்சர் ஷோ ... 179
14. பழிதீர்த்தல் ... 195

ஹூலியோ கொர்த்தசார்

1914 இல் பெல்ஜியத்தில் பிறந்த அர்ஜென்டீனிய எழுத்தாளர். 1960-70 களில் நிகழ்ந்த லத்தீனமெரிக்க இலக்கியச் செழிப்பு *(The Latin American Boom)* உருவானதற்குக் காரணமாக இருந்தவர்களில் ஒருவர். இவரது *Hopscotch* எனும் நாவல் மற்றும் *Blow-up and Other Stories* எனும் சிறுகதைத் தொகுப்பு ஆகியவை இவரது ஆக்கங்களில் முக்கியமானவை. 1951 முதல் ஃபிரான்ஸில் வாழ்ந்த இவர் 1984இல் மறைந்தார்.

ஆக்கிரமிக்கப்பட்ட வீடு

இந்தவீடு எங்களுக்கு விருப்பமாக இருக்கக் காரணம், பழைய விசாலமான வீடு என்பதைத் தவிர (ஒருநாள், இதன் பழைய கட்டுமானப் பொருட்களுக்காகவே நல்ல லாபமான விலைக்குப் போகும்), எங்கள் மூத்த-முதுபெற்றோர், தந்தைவழித் தாத்தா, எங்களின் பெற்றோர் மற்றும் எங்கள் மொத்தக் குழந்தைப் பருவத்தின் ஞாபகங்களை வைத்திருக்கிறது என்பதுதான்.

ஐரீனும் நானும் இந்தவீட்டில் தனியாக இருப்பது வழக்கம். அது ஒருவகையில் அபத்தமானதுதான், இந்தவீட்டில் எட்டுப்பேர் வரை ஒருவருக்கொருவர் இடையூறில்லாமல் இருக்கமுடியும். காலையில் ஏழுமணிக்கு எழுந்து சுத்தம்செய்ய ஆரம்பிப்போம், பதினோரு மணிக்கு எத்தனை அறைகள் மிச்சமிருக்கிறதோ அதை முடிக்கச்சொல்லி ஐரீனிடம் விட்டுவிட்டு, சமையலறைக்குள் நுழைவேன். சரியாக மதியநேரத்தில் உணவு; அதற்குப்பிறகு சிலபாத்திரங்களை சுத்தம் செய்வதைத் தவிர வேறுவேலை எதுவும் இருக்காது. மதியஉணவை இந்தப் பெரிய வெறுமையான, நிசப்தமான வீட்டில் உண்டு இதனோடு உரையாடலில் இருப்பதும் இனிமையாகத்தான் இருந்தது. இதைச் சுத்தமாக வைத்துக்கொள்வதே எங்களுக்குப் போதுமானது. அதுதான் எங்களைத் திருமணத்திலிருந்து விலக்கி வைத்திருக்கிறதோ என்று சிலசமயம் நாங்கள் யோசிப்பதுண்டு. ஐரீன், குறிப்பிட்ட

காரணங்கள் ஏதும் இல்லாமலேயே அவளைத் திருமணம் செய்யத்தயாராக இருந்த இருவரை மறுத்துவிட்டாள். திருமணத்தை நிச்சயம் செய்யும் முன்னரே மரியா எஸ்தர் என்னைப்பிரிந்து விலகிப்போனாள். சகோதரனும் சகோதரியும் இணைந்து, அமைதியான மற்றும் எளிமையானதொரு வாழ்க்கையை வாழ்வதென்பது எங்களது மூதாதையர்களால் நிலைநிறுத்தப்பட்ட தலைமுறை வரிசையின் தவிர்க்கவியலாத முடிவென்ற, வெளிப்படுத்தப்படாத கருத்தோடு நாங்களிருவரும் நாற்பதுகளுக்குள் நுழைந்துகொண்டிருந்தோம். ஒருநாள், இங்கே நாங்கள் இறந்துபோவோம். யாரென்றே தெரியாத தூரத்து உறவான ஒருவருக்கு இதன் பாத்தியதை போய்ச்சேரும். வீட்டை இடித்துத் தரைமட்டமாக்கி செங்கலை விற்றுவிட்டு இந்நிலத்தின் மூலமாக பணக்காரர் ஆவார் அல்லது அநேகமாக, சொல்லப்போனால் இன்னும் அனுகூலமானதாக, காலம் கடக்கும்முன்பு நாங்களே அதைச் செய்யலாம்.

ஐரீன், எப்போதும் யாரையும் தொந்தரவு செய்ததில்லை. காலையில் வீட்டுவேலைகள் முடிந்தபின் அவளது படுக்கையறையிலுள்ள தவிசணையில் அமர்ந்தவாறு பின்னல் வேலைகளில் நாளைக் கழிப்பாள். ஏன், அவ்வளவு பின்னல் வேலைகளைச் செய்தாள் என்று என்னால் சொல்லமுடியவில்லை. அநேகமாக, எதுவும் செய்யாமல் தப்பிக்கப் பெண்கள் கண்டுபிடித்த வசதியான காரணம் பின்னல் வேலை என்று நினைக்கிறேன். ஆனால் ஐரீன் அப்படியல்ல. தேவையானவற்றைப் பின்னினாள், குளிர்காலத்திற்கான கம்பளி மேலாடை, எனக்கான காலுறை, வசதியான காலை ஆடைகள், அவளுக்கான இரவுநேரத்து ஆடைகள். சமயத்தில் மேலாடை ஒன்றைப் பின்னி முடிப்பாள், அடுத்த கணமே அதை அவிழ்ப்பாள், அதில் ஏதோ ஒன்று அவளுக்குப் பிடித்திருக்காது; அவளுக்கருகில் இருக்கும் கூடையில் பின்னிக்கிடக்கும் கம்பளிக் குவியல்கள் தங்கள் வடிவத்தைக் காப்பாற்றிக்கொள்ள தோல்வியடையும் போராட்டமொன்றை சிலமணி நேரங்கள் நடத்துவதைப் பார்க்கச் சுவாரசியமாக இருக்கும். சனிக்கிழமைகளில், கம்பளிநூல் வாங்க நகரத்துக்குச் செல்வேன். ஐரீனுக்கு என் ரசனையில் நம்பிக்கை உண்டு. நிறங்களைப் பார்த்ததும் சந்தோஷமடைவாள், ஒருபோதும் அவற்றைத் திருப்பித் தரும்படி ஆனதில்லை. இந்தப் பயணங்களை நான் எனக்காகப் பயன்படுத்திக்கொள்வேன். புத்தகக்கடைகளில் நுழைந்து ஃப்ரெஞ்சு இலக்கியத்தில் புதிதாக

என்ன வைத்திருக்கிறார்கள் என்று பயனின்றிக் கேட்பேன். 1939க்குப் பிறகு அர்ஜெண்டினாவுக்கு உருப்படியாக எதுவும் வந்ததில்லை.

ஆனால் நான் பேசவிரும்புவது வீட்டைப் பற்றி; வீடு மற்றும் ஐரீன் பற்றி. நான் அவ்வளவு முக்கியமல்ல. இந்தப் பின்னல் வேலைகள் மட்டும் இல்லாமலிருந்தால் ஐரீன் என்ன ஆகியிருப்பாள் என்று யோசிக்கிறேன். புத்தகத்தை நீங்கள் மறுவாசிப்பு செய்யலாம், ஆனால் ஒரு மேலாடையைப் பின்னி முடித்தபின் மீண்டும் அதைப் பின்னக்கூடாது, அது ஒருவிதத்தில் அந்த ஆடைக்குச் செய்யும் மரியாதைக்குறைவு. ஒருநாள், அலமாரியின் இழுப்பறையில் போதுமான அளவு அந்துருண்டைகளோடு வெள்ளை, பச்சை, வெளிர்ஊதா என சால்வைகள் நிரம்பியிருப்பதைப் பார்த்தேன். கற்பூர மணத்துக்கிடையில் கட்டுக்கட்டாக - கடைகளில் இருப்பதுபோல இருந்தது; அதை என்ன செய்யப்போகிறாய் என்று அவளிடம் கேட்கும் தைரியம் எனக்கில்லை. வாழ்க்கைக்கென எதுவும் சம்பாதிக்கவேண்டிய தேவையில்லை, மாதந்தோறும் பண்ணையிலிருந்து கணிசமான வருமானம் வந்துகொண்டிருந்தது, சொல்லப்போனால் தேவைக்கதிகமாகவே. ஆனால் ஐரீனுக்கு பின்னுவதில் மட்டுமே விருப்பம், அவளது கைத்திறமும் அற்புதமானது. எனக்கோ, அவளைப் பார்த்துக் கொண்டிருப்பதிலேயே நேரம் போனது. வெள்ளி நிறமுடைய கடல் முள்ளெலி போன்ற அவள் கரம், மின்னுகின்ற ஊசி, தரையில் ஒன்றிரண்டு பின்னல் கூடைகள், அவற்றில் குதித்துக்கொண்டிருக்கும் பந்துகள். ரம்மியமான காட்சி.

அவ்வீட்டின் அமைப்பை எப்படி நினைக்காமலிருப்பது. உணவறை, சித்திர வேலைப்பாடுகளுடன் அமைந்தவரவேற்பறை, நூலகம், ரோட்ரிக்ஸ் பெனா சாலையை நோக்கியமைந்த உள்ளடங்கிய பகுதியில் மூன்று பெரிய படுக்கையறைகள். மிகப்பெரிய ஓக் மரக் கதவையுடைய நடைபாதை முன்பகுதியை அதிலிருந்து பிரித்தது. இங்குதான் குளியலறை, சமையலறை, எங்களின் படுக்கையறைகள் மற்றும் கூடம் ஆகியவை இருந்தன. மின்னும் கற்கள் பதிக்கப்பட்ட நடைபாதைவழிவீட்டிற்குள் நுழைந்துஇரும்புக் கம்பிகளாலான கதவைத் திறந்ததும் வரவேற்பறை. நடைபாதைவழியாக வந்து கம்பிக்கதவைத் திறந்துதான் வரவேற்பறைக்கு வரமுடியும்; எங்களது படுக்கையறைக்கான கதவு இதன் இருபுறமும் இருக்கும். இதன் எதிரே பின்பகுதிக்குச் செல்லும் பாதை; அதன் வழியாகச்சென்று ஓக் மரத்தாலான கதவைத் திறந்தால் வீட்டின் மற்றொரு பகுதி

அல்லது கதவுக்கு முன் இடப்புறம் திரும்பினால்இருக்கும் குறுகலான பாதைவழியாக சமையலறைக்கும் குளியலறைக்கும் செல்லலாம். அந்தக்கதவு திறந்திருந்தால் உங்களுக்கு வீட்டின் விஸ்தீரணம் புரியும்; அது மூடப்பட்டுள்ளபோது இந்நாட்களில் கட்டப்படுகின்ற, நடமாடுவதற்குச் சிறிதளவே இடமிருக்கும் அடுக்குமாடிக் குடியிருப்பு போன்ற தோற்றம் இருக்கும். ஐரீனும் நானும் முன்பகுதியில் மட்டுமே இருப்போம். எப்போதாவது சுத்தம் செய்வதற்காக அன்றி ஓக் மரக்கதவின் அந்தப்பக்கம் செல்வதில்லை. பொருட்களில் எவ்வளவு தூசி சேர்கிறது என்பது அதிசயமானது. ப்யூனஸ் எய்ரெஸ் சுத்தமான நகரமாக இருக்கலாம். ஆனால் அவள், தன் மக்கள்தொகையைத்தான் இதற்குக் காரணம் சொல்லமுடியும். காற்றில் ஏகப்பட்ட தூசி இருக்கிறது. லேசாக வீசினால்போதும் - உத்தரக் கட்டைகள்மீதும் மேசைகள்மீதும் படியும். இறகுத்தூவியால் அவற்றைத் துடைப்பதென்பது சிரமமான காரியம். தூசியானது, காற்றில் பறந்து ஒரு நிமிடத்திற்குப் பின்னால் மீண்டும் பியானோக்கள் மற்றும் பொருட்கள்மீது படியும்.

அந்நிகழ்வைப் பற்றிய தெளிவான நினைவு எனக்கு எப்போதுமிருக்கும். ஏனெனில் அது அவ்வளவு எளிமையாக, தடங்கலின்றி நடைபெற்றது. ஐரீன், தன் அறையில் பின்னிக்கொண்டிருந்தாள், இரவு எட்டு மணி. திடீரென, மதே[1]-வுக்காக நீரைக் கொதிக்கவைக்க முடிவுசெய்தேன். நடைபாதையில் சற்றுத் தொலைவிலிருந்தஓக் மரக்கதவு வரை நடந்துசென்று சமையலறை நோக்கித் திரும்பியபோது, நூலகத்திலிருந்து அல்லது உணவறையிலிருந்து சத்தம் வந்தது. தெளிவின்றி மிக மெதுவாக, நாற்காலியொன்று தரைவிரிப்பில் விழும் அல்லது கிசுகிசுவென்ற உரையாடலின் சத்தம். அதேநேரம் அல்லது ஒரு நொடிக்குப் பின்னால், அவ்விரு அறைகளிலிருந்து கதவைநோக்கிச் செல்லும் பாதையின் முடிவில் கேட்டது. வேகமாக கதவைநோக்கிப் பாய்ந்து நிலைமை கைமீறுவதற்குமுன் அதை மூடி, என் உடலை அதன்மீது அழுத்திச் சாய்ந்துகொண்டேன். அதிர்ஷ்டவசமாக, சாவி இந்தப்பக்கம் இருந்தது. மேலும் பாதுகாப்பிற்காக பெரிய தாழ்ப்பாளையும் பூட்டினேன்.

சமையலறைக்குச் சென்று கெண்டியைச் சூடுபடுத்தி, மதே-வோடு திரும்பியபோது ஐரீனிடம் சொன்னேன்:

“நடைபாதைக் கதவை மூடவேண்டியதாகிவிட்டது. அவை பின்பகுதியை ஆக்கிரமித்துவிட்டன.”

பின்னிக்கொண்டிருந்ததைக் கீழே விட்டுவிட்டுத் தனதுகளைத்த, தீவிரமான கண்களால் என்னைப் பார்த்தாள்.

"உறுதியாகத் தெரியுமா?"

ஆமோதிப்பாக தலையசைத்தேன்.

"அப்படியென்றால்" என்றபடி, கீழேவிழுந்த ஊசியைக் கையில் எடுத்துக்கொண்டு, "நாம் இந்தப்பக்கம்தான் இருக்க வேண்டும்" என்றாள்.

மதே-வைக் கவனமாக உறிஞ்சினேன், மீண்டும் பின்னுவதைத் தொடங்கச் சிறிதுநேரம் எடுத்துக்கொண்டாள். அவள் பின்னிக்கொண்டிருந்தது சாம்பல் நிறமுடைய உள்சட்டை என்பதை நினைவில் வைத்திருக்கிறேன். அந்த உள்சட்டை எனக்குப் பிடித்தமானது.

※ ※ ※

முதல் சிலநாட்கள் வலி நிறைந்தவை. ஏனென்றால் இருவருமே நிறையப் பொருட்களை வீட்டின் எடுத்துக்கொள்ளப்பட்ட பகுதியில் வைத்திருந்தோம். உதாரணமாக, என்னுடைய ஃப்ரெஞ்சு இலக்கிய நூல்கள் இன்னமும் நூலகத்தில்தான் இருந்தன. ஐரீன் நிறைய எழுதுபொருட்களை, குளிர்காலத்தில் அடிக்கடி பயன்படுத்தும் செருப்பை அங்கே வைத்திருந்தாள். நான், என்னுடைய ப்ரியர் புகைக்குழாய்க்காக வருந்தினேன். அநேகமாக, ஐரீன் புராதனமான ஹெஸ்பெரிடின் புட்டியொன்றை இழந்ததற்காக வருந்தினாள் என்று நினைக்கிறேன். இது, மீண்டும் மீண்டும் நிகழ்ந்துகொண்டிருந்தது. (ஆனால் முதல் சிலநாட்களுக்குத்தான்) இழுப்பறைகளை, பெட்டிகளை மூடிவிட்டு ஒருவரையொருவர் வருத்தத்தோடு பார்த்துக்கொள்வோம்.

"அது, இங்கே இல்லை"

வீட்டின் அந்தப் பக்கத்தில் வைத்து இழந்த பலவற்றோடு இன்னுமொரு பொருள். ஆனால் அதில் நன்மைகளும் இருந்தன. சுத்தம் செய்வது இப்போது குறைந்து விட்டது. நேரம்கழித்து எழுந்தாலும் உதாரணமாக, காலை ஒன்பதரை மணிக்கு எழுந்தாலும் பதினொரு மணிக்கெல்லாம் கையைக்

கட்டிக்கொண்டு உட்கார்ந்திருந்தோம். ஐரீன் இப்போது சமையலறைக்கு வந்து மதிய உணவு தயாரிப்பதில் எனக்கு உதவும் பழக்கத்தைத் தொடங்கியிருந்தாள். இதைப்பற்றி யோசித்து ஒரு முடிவுக்கு வந்தோம்: நான் மதிய உணவைச் சமைத்துக் கொண்டிருக்கும்போது, ஆறினாலும் மாலையில் சாப்பிடக்கூடிய உணவுகளை ஐரீன் தயாரிப்பாள். இந்த முடிவு எங்களுக்கு சந்தோஷம் தரக்கூடிய ஒன்றுதான். ஏனென்றால் மாலைவேளையில், படுக்கையறையை விட்டு வெளியே வந்து சமைக்க ஆரம்பிப்பது தொந்தரவாகவே இருந்தது. இப்போது ஐரீனின் அறையிலேயே மேசை மற்றும் ஆறிய இரவுணவுகளுக்கான பாத்திரங்களைவைத்துவிட்டோம். அது இன்னும் வசதியாக இருந்தது.

இது, பின்னல் வேலைகளுக்கு அதிக நேரத்தைத் தந்ததால் ஐரீன் அதிலேயே மூழ்கியிருந்தாள். புத்தகங்கள் இல்லாமல் என்ன செய்வதென்று எனக்குத் தெரியவில்லை. இருந்தாலும் என் சகோதரியின்மீது என்னைச் சுமத்தாமலிருக்க அப்பாவின் தபால்தலை சேகரிப்பை மறுஒழுங்குபடுத்த முனைந்தேன். அது சிறிதுநேரத்தை எடுத்துக்கொண்டது. அவரவருக்கான விஷயங்கள் மூலம் எங்களை நாங்களே போதுமான அளவு மகிழ்ச்சிப்படுத்திக் கொண்டோம். அநேகமாக, ஐரீனின் படுக்கையறையில் சந்தித்துக்கொள்வோம், அதுதான் சற்று வசதியானது. அவ்வப்போது, ஐரீன் சொல்வாள்: “நான் இப்போது உண்டாக்கிய இந்த உருவமைப்பைப் பாரேன், தீவனப்புல் மாதிரியே இல்லை?”

சிலசமயம், நான்யூபென் மால்மெடி[3]யின் தபால்தலை அல்லது வேறுவடிவங்கள் அடங்கிய சதுர காகிதத் துண்டுகளை, அதன் நேர்த்தியைத் தெரிந்துகொள்ளும் பொருட்டு அவளிடம் தருவேன். நன்றாகவே இருந்தோம், சிறிது சிறிதாக சிந்திப்பதை நிறுத்திவிட்டோம். சிந்திக்காது உங்களால் வாழமுடியும்.

(ஐரீன் தூக்கத்தில் பேசும்போதெல்லாம் உடனே விழித்துக்கொண்டு பின் தூங்காமல் இருப்பேன். என்னால் இந்தச் சிலை அல்லது கிளியிடமிருந்து வரும் குரலுக்குப் பழகிக்கொள்ள முடியவில்லை. கனவிலிருந்து வரும் குரல், தொண்டையிலிருந்து வருவதல்ல. ஐரீன், ‘நான் தூக்கத்தில் மிக அதிகமாகப் புரண்டு போர்வையை உதறித் தள்ளிவிடுகிறேன்’ என்றாள். இருவருக்குமிடையில் வரவேற்பறை இருந்தது என்றாலும், இரவுநேரத்தில் வீட்டின்

அனைத்து சத்தங்களையும் உங்களால் கேட்கமுடியும். மற்றவர் சுவாசிப்பது, இருமுவது கேட்கும், மற்றவர் விளக்கின் பொத்தானை நெருங்குவதைக்கூட உணரமுடியும். அடிக்கடி இது நடந்ததால் இருவராலுமே உறங்க முடியவில்லை.

இரவுநேரத்துச் சத்தங்களைத் தவிர வீடு அமைதியாக இருந்தது. பகல்நேரத்தில் வீட்டின் ஒலிகள், பின்னல் ஊசிகள் உரசும் உலோகச்சத்தம் மற்றும் தபால்தலை திரட்டின் பக்கங்களைத் திருப்பும் சரசரப்பு. அந்த ஓக்மரக் கதவு மிகப்பெரியது. இதை ஏற்கெனவே சொல்லிவிட்டேன் என்று நினைக்கிறேன். ஆக்கிரமிக்கப்பட்ட பகுதியை ஒட்டியுள்ள சமையலறையில் அல்லது குளியறையில் சத்தமாகப் பேசிக்கொண்டோம் அல்லது ஐரீன் தாலாட்டுப் பாடல்களைப் பாடுவாள். சமையலறை என்றால் எப்போதும் சத்தம் அதிகமாக இருக்கும். தட்டுகள், கண்ணாடிப் பாத்திரங்களின் சத்தம் மற்ற சத்தங்களுக்கு இடையூறாக இருக்கும். ஆனால் சிலசமயம், அங்கேயும் எங்களுக்குள் அமைதியை அனுமதித்தோம். ஆனால் எங்கள் அறைக்கோ அல்லது வரவேற்பறைக்கோ சென்றதும் வீடு அமைதியாகிவிடும். பாதி வெளிச்சம், ஒருவரையொருவர் தொந்தரவு செய்யக்கூடாது என்பதற்காக மெதுவாக நடப்போம். இதனால்தான் ஐரீன், தூக்கத்தில் பேசத் தொடங்கியதும் சரிசெய்ய முடியாதவகையில் உடனே எழுந்துவிடுகிறேன் என்று நினைக்கிறேன்.)

விளைவுகள் மாறும் என்பதைத் தவிர்த்து, இது ஒரே காட்சி மீண்டும் மீண்டும் தொடர்வதுதான். அந்தஇரவு தாகமாக இருந்தேன். தூங்கச் செல்வதற்குமுன் ஐரீனிடம், தண்ணீர் குடிக்க சமையலறைக்குச் செல்கிறேன் என்றேன். படுக்கையறையின் கதவருகில் வரும்போது (அவள் பின்னிக்கொண்டிருந்தாள்) சமையலறையில் அந்தச் சத்தம் கேட்டது; சமையலறை இல்லையென்றால் குளியலறையாக இருக்கும். வழிநடை அந்தக் கோணத்தில் ஒலியின் அளவைக் குறைக்கிறது. ஐரீன், நான் உறைந்துநிற்பதைப் பார்த்து என்பின்னால் எதுவும் பேசாமல் வந்து நின்றாள்.

அந்தச் சத்தம் வளர்ந்துகொண்டே வருவதைக் கேட்டபடி, நிச்சயம் அவை எங்கள் பகுதி ஓக்மரக் கதவின் பக்கமிருந்துதான் கேட்கிறது என்பதை உறுதிப்படுத்திக் கொண்டு நின்றிருந்தோம். சமையலறை இல்லையென்றால் குளியலறையாக இருக்கும்

அல்லது திரும்பியவுடன் கூடத்திலேயே இருக்கலாம் - கிட்டத்தட்ட எங்களுக்கு அடுத்து இருக்கிறது.

ஒருவரையொருவர் பார்ப்பதற்காகக்கூட காத்திருக்கவில்லை. ஐரீனின் கையைப் பிடித்து என்னுடன் வருமாறு இழுத்துக்கொண்டு இரும்புக் கதவை நோக்கி ஓடினேன், திரும்பிப் பார்க்கக்கூட நிற்கவில்லை. குழப்பமான ஆனால் பலமான ஒலி, எங்கள் பின்னாலேயே அந்தச் சத்தத்தைக் கேட்கமுடிந்தது. இரும்புக்கதவை அறைந்து மூடிவிட்டு நடைபாதையில் நின்றுகொண்டிருந்தோம். இப்போது எந்தச் சத்தமும் கேட்கவில்லை.

"அவை நமது பகுதியையும் ஆக்கிரமித்துவிட்டன" என்றாள், ஐரீன். அவள் கையிலிருந்த பின்னலாடை அவிழ்ந்து, அதன் நூல் கதவுக்கடியில் ஓடி மறைந்தது. கம்பளிநூல் உருண்டைகள் அந்தப்பக்கம் இருக்கின்றன என்பதைப் பார்த்தவுடன் கையிலிருந்ததைப் பாராமல் பின்னலாடையைக் கீழே விட்டாள்.

"எதையாவது எடுத்துவர நேரமிருந்ததா உனக்கு?" என்று நம்பிக்கையில்லாமல் கேட்டேன்.

"இல்லை, எதுவுமில்லை."

போட்டிருந்த உடைகள்தான் மிச்சம். என் படுக்கையறை அலமாரியில் பதினைந்தாயிரம் பெசோக்கள் வைத்திருந்தேன். காலம் கடந்துவிட்டது.

கையில் கடிகாரம் இருந்தது, இரவு மணி பதினொன்று. ஐரீனை இடுப்பைச் சேர்த்து அணைத்துக்கொண்டேன் (அவள் அழுதுகொண்டிருந்தாள் என்று நினைக்கிறேன்). அப்படியே வீதிக்கு வந்தோம். கிளம்புவதற்குமுன் நடுக்கத்தை உணர்ந்தேன்; முன்கதவைப் பூட்டி சாவியை சாக்கடைக்குள் எறிந்தேன். ஏனென்றால், அந்நேரத்தில் ஆக்கிரமிக்கப்பட்ட நிலையிலுள்ள வீட்டில் யாரேனும் ஏழை வீட்டைக் கொள்ளையடிக்கலாம் என்று முடிவெடுத்து உள்ளே நுழைந்துவிடக்கூடாது.

1. பாரம்பரிய தென்னமெரிக்க பானம். யெர்பா இலைகளால் தயாரிக்கப்படுவது.
2. ஜீரணத்திற்காக அருந்தப்படும், ஆரஞ்சுத் தோலிலிருந்து தயாரிக்கப்பட்ட மதுவகை.
3. கிழக்கு பெல்ஜியப் பகுதி.

விலங்கியல் விளக்க ஏடு

ஸ்பானிய மொழியிலிருந்து ஆங்கில
மொழியாக்கம்:
பால் பிளாக்பர்ன்

பால் சேர்த்த அரிசிப்புட்டின் (மிகக் குறைவான அளவில் இலவங்கப்பட்டை, வெட்ககரமானது) கடைசிக் கரண்டிக்கும் படுக்கைக்குச் செல்லுமுன் நல்லிரவுக்கு வாழ்த்தி இடும் முத்தங்களுக்கும் இடையே தொலைபேசி அறையில் கணகணவென்ற ஒலி, இனெஸ் அதற்குப் பதிலளித்து முடித்து வெளியே வந்து அவர்களது அம்மாவின் காதில் ஏதோ கூறும்வரை இஸபெல் அங்கேயே சுற்றிக்கொண்டிருந்தாள். இருவரும் ஒருவரையொருவர் பார்த்துக் கொண்டனர், பிறகு இருவரும் சேர்ந்து, உடைந்த பறவைக்கூண்டு பற்றியும், நீண்ட வகுத்தல் கணக்குகள் குறித்தும் பள்ளியிலிருந்து திரும்பி வரும்போது வாயில்மணியை ஒலிக்கச் செய்ததற்காக முதியவள் லுஸேரா தன்மீது கோபமாக இருப்பது குறித்து சிறிதுநேரமும் சிந்தித்துக்கொண்டிருந்த இஸபெல்லை பார்த்தனர். அவள் ஒன்றும் அவ்வளவு வருத்தமாக இல்லை. இனெஸ்ஸும் அவளது அம்மாவும் அவளைத் தாண்டி எங்கேயோ பார்ப்பதுபோல பார்த்துக் கொண்டிருந்தனர் - அவள் ஒரு காரணம் மட்டுமே என்பதாக. ஆனால் அவளைத்தான் பார்த்துக் கொண்டிருந்தனர்.

"இவள் அங்கே செல்லவேண்டும் என்ற யோசனையில் எனக்குத் துளியும் விருப்பமில்லை" என்றாள், இனெஸ். "புலி இருக்கிறது என்பதால் மட்டும் சொல்லவில்லை. அந்தவகையில், அவர்கள் மிகவும் கவனமாகத்தான் இருக்கிறார்கள். ஆனால் அந்த வீடே உளச்சோர்வை அளிப்பது. மேலும் அந்தச் சிறுவன் மட்டுமே இவளோடு விளையாட இருக்கிறான்..."

"எனக்குமே அந்த யோசனை பிடிக்கவில்லை" என்று, அவளது தாய் கூறுகிறாள். இது பனிச்சறுக்குப் பலகையில் இருப்பதுபோல என்று இஸபெல்லுக்குத் தெரியும். கோடைகாலத்திற்கு ஃபூனிஸ்ஸின் வீட்டிற்கு நிச்சயமாக அனுப்பத்தான் போகிறார்கள். அச்செய்திக்குள் தன்னைச் செலுத்திக்கொண்டாள், தடைகள் அத்தனையும் விலகப்போகும் அப்பெரும் அலைக்குள்ளே, ஃபூனிஸ், ஃபூனிஸ், நிச்சயம் அவளை அனுப்பத்தான் போகிறார்கள். அவர்களுக்குப் பிடிக்கவில்லை, ஆனாலும் அதுதான் வசதியானது. மென்மையான நுரையீரல்கள், மார் தெல் ப்ளாதாவுக்கு மிகச் செலவாகும். இப்படி கெட்டுத்திரியும் குழந்தையைக் கையாள்வது சிரமம், முட்டாள், அற்புதமான திருமதி. தானியாவிடம் அவள் எப்போதும் நடந்துகொள்ளும்விதம், அமைதியற்ற உறக்கம்கொண்டவள், கால்களுக்குக் கீழே எங்கும் இறைந்துகிடக்கும் பொம்மைகள், கேள்விகள், பொத்தான்களை மீண்டும் மீண்டும் தைக்க வேண்டியிருக்கிறது, அசுத்தமான முழங்கால்கள். அச்சம்கொண்டாள், மகிழ்ந்தாள், வில்லோ மரங்களின் வாசனையும் ஃபூனிஸ்ஸில் இருக்கும் ப-வும் அரிசிப் புட்டோடு கலந்துகொண்டிருந்தன. வெகுநேரமாக விழித்திருக்கிறாய், படுக்கைக்குச் செல், உடனே.

முத்தங்களோடு இனெஸ் மற்றும் அவர்களது தாயின் கவலைகொண்ட பார்வைகளால் பொதியப்பட்டு விளக்கை அணைத்துவிட்டுப் படுத்திருக்கிறாள். முழுவதுமாக முடிவெடுக்கவில்லை என்றபோதிலும் அவளை அனுப்புவதைத்தவிர மற்ற அனைத்தையும் ஏற்கெனவே முடிவுசெய்தாயிற்று. முன்கூட்டியே திறந்த சாரட் வண்டிப் பயணத்திற்காக மகிழ்கிறாள், முதல் காலையுணவுக்கு, நினோவின் மகிழ்ச்சிக்கு, அவன் கரப்பான்பூச்சி வேட்டைக்காரன், நினோ எனும் தேரைக்கு, நினோ எனும் மீனுக்கு (மூன்று வருடங்களுக்கு முந்தைய நினைவு, நினோ அவளிடம் சில வெட்டி ஒட்டிச் சேகரித்த படங்களைக் காட்டித் தீவிரமான குரலில் கூறுகிறான், "இது-ஒரு-தேரை, இது-ஒரு-மீன்"). இப்போது பூங்காவில்

இருக்கும் நினோ வண்ணத்துப்பூச்சி பிடிக்கும் வலையோடு அவளுக்காகக் காத்திருக்கிறான். மேலும் ரெமாவின் மிருதுவான கைகள்—அவை இருளிலிருந்து வெளிவருவதைப் பார்த்தாள், அவளது கண்கள் திறந்திருந்தன, நினோவின் முகத்துக்குப் பதிலாக விரைந்து! ரெமாவின் கைகள், ஃபூனிஸ்ஸின் இளைய மகள். "ரெமா அத்தை என்னை மிகவும் நேசிக்கிறாள்" நினோவின் கண்கள் பெரியதாக, ஈரமாக மாறுகின்றன, மீண்டும் நினோவை மகிழ்வமைதியோடு அவளைப் பார்த்தபடி படுக்கையறையின் மங்கலான ஒளியில் இயைபற்று மிதக்கக் கண்டாள். நினோ எனும் மீன். அன்றைய இரவிலேயே அந்த வாரம் முடிந்துவிட வேண்டும், அதன்பிறகு விடைபெறல்கள், ரயில் வண்டி, பின் அரைமைல் தூரத்திற்கான திறந்த சாரட் வண்டிப் பயணம், வாயிற் கதவு, வீடு வரை செல்லும் சாலையில் உள்ள கற்பூரத் தைல மரங்கள் என அத்தனையும் என்ற விழைவுடன் உறங்கத் துவங்குகிறாள். உறக்கத்திற்குள் வீழ்வதற்குச் சற்றுமுன்பாக ஒருவேளை, தான் இவற்றைக் கனவு கண்டுகொண்டிருக்கலாம் என்ற கற்பனை அவளுக்குள் அச்சத்தின் கணங்களை உருவாக்குகின்றன. கைகால்களை நீட்டி நெளிக்கும்போது, கட்டில் காலில் உள்ள பித்தளைக் கம்பிகளில் பாதம் மோதுகிறது. போர்வையைத் தாண்டியும் வலி, உணவறையில் அம்மாவும் இனெஸ்ஸும் பேசிக்கொள்வதைக் கேட்டாள். பயணப் பை, முகப்பருக்களுக்காக மருத்துவரைச் சந்திக்கவேண்டும், காட்-லிவர் எண்ணெய் மற்றும் விட்ச் ஹாஸெல்[1] செறிவு. அது கனவல்ல, அது கனவல்ல.

அது கனவல்ல. காற்றுவீச்சுமிக்க காலையொன்றில் கான்ஸ்திதியூஷன் ரயில் நிலையத்திற்கு அழைத்துச் சென்றனர். மையத்தில் இருந்த தள்ளுவண்டிகளில் சிறு கொடிகள் அசைந்துகொண்டிருந்தன. ரயில் நிலைய உணவகத்தில் ஒரு துண்டு அப்பம், 14ஆம் நடைமேடையின் மிகப்பெரிய நுழைவாயில். இனெஸ்ஸுக்கும் அவளது தாய்க்கும் இடையே, எந்தளவு முத்தமிட்டனர் என்றால் கன்னத்தில் யாரோ நடந்துசென்றதுபோல் உணர்ந்தாள். மென்மை மற்றும் விரும்பத்தகாத வாடை, சிவப்புச்சாயம் மற்றும் ஒப்பனைப் பொடி, வாயைச் சுற்றிலும் ஈரம், ஊத்தையின் குமட்டல் உணர்வை மிகப்பெரிய வீச்சொன்றில் காற்று அழித்துச்சென்றது. தனியாகப் பயணிக்க அவளுக்குப் பயமேதுமில்லை. ஏனெனில் அவள் இப்போது வளர்ந்த பெண், கைப்பையில் வெறும் இருபது பெசோக்கள், சான்சியனா நிறுவனத்திலிருந்து உறைந்த இறைச்சிகளின்

இனிமையான வீச்சம் ஜன்னலுக்குள் கசிகிறது, ரயில்பாதை மஞ்சளோடையின் மேலுள்ள சாய்காலில் கடக்கிறது, இப்போது இஸபெல் நிலையத்தின் ஏற்றேயாகவேண்டிய அழுகைகளிலிருந்து இயல்புநிலைக்குத் திரும்பியிருக்கிறாள். மகிழ்ச்சி, அச்சம்தரும் பதட்டம், சுறுசுறுப்பு, ஜன்னலுருகே அமைந்துள்ள இருக்கையை முழுவதுமாகப் பயன்படுத்துகிறாள். அநேகமாக, பெட்டியின் அந்தப் பகுதியில் இருந்துகொண்டு அனைத்து வெவ்வேறு பகுதிகளைப் பார்க்கக்கூடிய, சிறுசிறு கண்ணாடிகளில் தன்னைப் பார்த்துக்கொள்ளும் வாய்ப்புள்ள ஒரே பயணி அவள்தான். ஒருமுறை அல்லது இரண்டுமுறை தன் அம்மாவை நினைத்துக்கொண்டாள். இனெஸ்ஸைப் பற்றியும் — அவர்கள் இந்நேரம் கான்ஸ்திதியூஷனை விட்டுச்செல்லும் 97ஆம் எண் வண்டியிலேறிச் சென்றுகொண்டிருப்பார்கள் — புகை பிடிக்காதீர்கள் என்பதைப் படித்தாள், எச்சில் துப்புவது சட்டவிரோதம், பயணியர் இருக்கைகளின் எண்ணிக்கை 42, அவர்கள் பான்ஃபீல்ட் நகரத்தைக் கடந்து முழுவேகத்தில் சென்றுகொண்டிருந்தனர், அற்புதம்! கிராமம் மேலும் கிராமம் மேலும் கிராமம் மில்கிவே சாக்லேட் மற்றும் மென்த்தால் துளிகளின் சுவையில் பின்னிப் பிணைகிறது. இனெஸ் அவளிடம் பச்சைக் கம்பளியாடையைப் பின்னுவது குறித்து நினைவூட்டிக் கொண்டேயிருந்த விதத்தால் இஸபெல், அதைப் பெட்டியில் அவ்வளவு சுலபத்தில் கைக்கெட்டாத இடத்தில் வைத்துப் பொதிந்திருந்தாள். பரிதாபமான இனெஸ், எவ்வளவு முட்டாள்தனமான யோசனை அவளுடையது.

நிலையத்தில் இறங்கியபோது சற்று கவலையோடிருந்தாள். ஏனெனில் ஒருவேளை சாரட் வண்டி... ஆனால் அது அங்கேயிருந்தது, மிகச் சிவப்பான, மிக மரியாதையான தோன் நிகனோருடன். ஆமாம் செல்வி, இது செல்வி, அது செல்வி, பயணம் சுகமாக இருந்ததா, அம்மா எப்போதும்போல நலமாக இருக்கிறாரா, ஆமாம் நிச்சயமாக மழை பெய்தது — ஓஹ், சென்றமுறை லாஸ் ஹார்னெராஸ்ஸிற்கு வந்த பயணம் எனும் மீன்தொட்டிக்குள் அவளைச் செலுத்தும் சாரட்டின் ஊஞ்சலாட்டம். அனைத்தும் சிறியதாக இருந்தன, இன்னமும் பளிங்குத்தன்மையோடு மற்றும் இளஞ்சிவப்பாக, அப்போது புலியில்லாமல் இருந்தது. தோன் நிகனோர் குறைவான நரையுடன் இருந்தார், மூன்றே வருடங்கள்தான் ஆகின்றன. நினோ எனும் தேரை, நினோ எனும் மீன் மற்றும் ரெமாவின் கைகள், அழவைக்கவும் எப்போதும் தலைமீது இருக்கவேண்டும் என்று

விரும்பவும் வைக்கும் கைகள். கிட்டத்தட்ட, மரணத்தை ஒத்த அந்த வருடலும் வெனிலா பாலேட்டுடன் சேர்ந்த மாவுப் பண்டங்களும் பூமியிலுள்ள இரண்டு சிறப்பான விஷயங்கள்.

மேல்தளத்தில் இருப்பதிலேயே அழகான அறையொன்றை முழுவதுமாக அவளுக்கென்றே கொடுத்தனர். வளர்ந்தவர்களுக்கான அறை (இது நினோவின் யோசனை, கருத்த சுருட்டைமுடிகள் மற்றும் கண்கள், நீலநிற ஒற்றையாடையில் அழகாயிருப்பான்; மதிய நேரங்களில் நிச்சயம் லூயிஸ் அவனை ஆடையணியச் செய்வார், இளம் பசுநீல நிறச் சூட்டும் சிவப்புநிற டையும் அணிந்துகொள்வான்) உள்ளே மிகப்பெரிய வனவகைக் கர்தினால்[2] கொண்ட மற்றுமொரு சிறிய அறை. குளியலறை இரண்டு கதவுகள் தாண்டியிருக்கும் (ஆனால் பக்கக்கதவுகள் வழியாக அறைகளினூடே செல்லலாம் என்பதால் முன்னதாக புலி எங்கிருக்கிறது என்று சோதித்துக்கொள்ள வேண்டியதில்லை), முழுவதும் பீப்பாய்கள் மற்றும் உலோகப் பொருட்களால் நிறைந்திருக்கும் அவை, இஸபெல்லை அவ்வளவு எளிதாக ஏமாற்றமுடியாமல் பார்த்தவுடனேயே கிராமப்புறத்தின் குளியலறை என்று சொல்லும் வகையிலிருக்கும், நகரத்துக் குளியலறைகள் அளவுக்குக் கச்சிதமாக இருக்காது. மேலும் அதற்குப் பழமையின் மணம், இரண்டாவது காலையில் நீர் வண்டொன்று கைகழுவும் தொட்டியின் விளிம்பில் நடைபோட்டுக் கொண்டிருக்கக் கண்டாள். தொட முயற்சி செய்யும்போதே தன்னை மிகச்சிறிய பந்தாக உருட்டிக் கொண்டு களகளவென ஒலிக்கும் வடிகாலில் சென்று மறைந்தது.

அன்புள்ள அம்மா, நான் எழுதும் — அவர்கள் உணவறையில் சரவிளக்கொன்றை ஏற்றிவைத்து உணவு உண்டார்கள். ஏனெனில் குளிராக இருந்தது. கிட் ஒவ்வொரு நிமிடமும் வெப்பம்குறித்துப் புகார் சொல்லியபடி இருந்தான். லூயிஸ் எதுவும் பேசவில்லை. ஆனால் அவ்வப்போது அவருடைய நெற்றி அல்லது தாடையில் வியர்வையின் துளிகளைக் காணமுடிந்தது. ரெமா மட்டுமே அமைதியாக, எப்போதும் அவ்வேளையின் உணவு ஒரு பிறந்த நாள் விருந்து என்பதுபோல, மனமார்ந்த மற்றும் அழகானவிதத்தில் உணவுத் தட்டுகளை நிதானமாக எடுத்துக் கொடுப்பாள். (அவள் இறைச்சியைத் துண்டுபோடும் முறை மற்றும் வேலையாட்களைப் பணிக்கும் விதங்களை ரகசியமாக இஸபெல் கவனித்துக்கொண்டிருந்தாள்.) லூயிஸ் பெரும்பகுதி நேரம் படித்துக்கொண்டேயிருப்பார், கை நெற்றியின்மேல் இருக்க

புத்தகம் வடிகுழாயின் ஒன்றின்மீது சாய்த்துவைக்கப்பட்டிருக்கும். உணவுத்தட்டை அவரிடம் கொடுக்கும் முன்பு ரெமா மெதுவாக அவர் கையைத் தொடுவாள். கிட் அவரை தத்துவவாதி என்று அழைக்கும்பொருட்டு அவ்வப்போது இடைஞ்சல் செய்வான். ஒருவேளை, லூயிஸ் தத்துவவாதியாக இருக்கக்கூடும் என்பது இஸபெல்லை வருத்துகிறது. அவர் அவ்வாறு இருப்பதல்ல, கிட்டின் காரணமாக, அவரை அப்படி அழைப்பதற்கும் பகடி செய்வதற்குமான காரணம் அவனுக்குக் கிடைத்துவிடுகிறது.

அவர்கள் உணவின்போது இவ்வகையில் அமர்ந்தனர்: லூயிஸ் மேசையின் தலைப்பகுதியில், ரெமாவும் நினோவும் ஒருபக்கத்தில், கிட்டும் இஸபெல்லும் அதற்கு எதிர்ப்பக்கம், இதன்மூலம் முனையில் வயதில் மூத்தவர் ஒருவர் அமர்ந்திருக்க, இரண்டு பக்கங்களிலும் சிறார் மற்றும் வளர்ந்தவர் அமர்ந்திருப்பர். நினோ அவளிடம் முக்கியமான எதையாவது கூறவேண்டும் என்றால் முழந்தாளில் தனது காலணியால் உதைப்பான். ஒருமுறை, இஸபெல் விட்டாள் என்பதற்காக கிட் கோபம்கொண்டு அவள் மோசமான முறையில் வளர்க்கப்பட்டிருப்பதாகக் கூறினான். உருளைக்கிழங்கு கறிச்சாற்றுடன் சேர்ந்து, தனது பார்வையும் இஸபெல்லுக்கு ஆறுதல் அளிக்கும்வரை ரெமா அவளைத் தொடர்ந்து பார்த்துக் கொண்டிருந்தாள்.

அம்மா, உண்ணச் செல்வதற்குமுன்பும் மற்ற நேரங்களைப் போலத்தான், நாங்கள் கவனமாகப் பார்க்கவேண்டும், ஒருவேளை — படிகத்தினாலான சரவிளக்கு இருக்கும் உணவறைக்குச் செல்லலாமா எனச் சோதிப்பது அநேகமாக எப்போதும் ரெமாதான். இரண்டாவது நாள் கூடத்திற்கு வந்து நாம் காத்திருக்கவேண்டியுள்ளது என்றாள். வெகுநேர காத்திருப்புக்குப்பின் பண்ணையில் வேலைசெய்யும் ஒருவர் புலி தீவனப்புல் வளர்க்கப்படும் தோட்டத்தில் உள்ளது என்றபிறகு ரெமா குழந்தைகளின் கையைப் பிடித்து அழைத்துக்கொள்ள அனைவரும் உணவருந்தச் சென்றோம். அன்று காலை வறுத்த உருளைக்கிழங்கு ஈரப்பதமின்றி இருந்தாலும் நினோ, கிட் இருவர் மட்டும் அதைக் குறைகூறினார்கள்.

நீங்கள் என்னிடம் ஏற்கெனவே கூறியிருந்தீர்கள் நான் எப்போதும்போல — ஏனெனில் ரெமா தன்னுடைய சுருங்கக்கூறும் இன்னயப்பண்பினால் அனைத்துக் கேள்விகளையும் நிறுத்திவிடுகிறாள் என்று தோன்றுகிறது. இந்த அமைப்பு

மிகச்சிறப்பாக வேலைசெய்தது என்பதால் அறைகளின் நிலைகுறித்து கவலைகொள்ளத் தேவையில்லை. உண்மையில், அது மிகப்பெரிய வீடு. மோசமான நிலையென்றாலும் ஒரேயொரு அறைக்குத்தான் அவர்களால் செல்லமுடியாது இருக்கும்; எப்போதுமே ஓர் அறைக்கு மேற்பட்டு அமைந்ததில்லை. எனவே, அது பொருட்டாக இல்லை. இரண்டு நாள்களில் இஸபெல்லுக்கும் நினோவைப்போல அது பழகிப்போனது. காலையிலிருந்து மாலைவரை வில்லோ மரச்சோலையில் விளையாடினர், வில்லோ மரச்சோலையில் விளையாடமுடியாமற்போனால் இருக்கவே இருக்கிறது தீவனப்புல் தோட்டம், வலையூஞ்சல்கள்கொண்ட பூங்கா, மற்றும் ஓடைக்கரை. வீட்டிலும் அதேபோலத்தான், அவர்களுக்கு அவர்களது படுக்கையறை உண்டு, கீழே மையப்பகுதியில் உள்ள கூடம், கீழ்த்தளத்திலுள்ள நூலகம் (அவர்களால் நூலகத்திற்குள் செல்லமுடியாத ஒரு வியாழக்கிழமை தவிர) மற்றும் சரவிளக்குடன் இருக்கும் உணவறை. அவர்கள் லூயிஸ்ஸின் படிப்பறைக்குச் செல்லமுடியாது. ஏனெனில் அவர் எந்நேரமும் படித்துக்கொண்டிருப்பார், எப்போதேனும் ஒருமுறை, தன் மகனை அழைத்து சித்திரங்கள் நிறைந்த புத்தகங்களைக் கொடுப்பதுண்டு. ஆனால், நினோ அவற்றை எப்போதும் வெளியில் எடுத்துச்செல்வான், கூடத்திற்கோ அல்லது முன்பகுதியிலுள்ள தோட்டத்திற்கோ சென்றுதான் அதைப் படிப்பார்கள். எப்போதும் கிட்டின் படிப்பறைக்குச் செல்வதில்லை ஏனென்றால் அவன் கோபம்கொள்ளக்கூடும். அப்படியிருப்பதே நல்லது என்றாள் ரெமா. அதை எச்சரிக்கும் தொனியில் கூறினாள்; அவர்கள் ஏற்கெனவே அவளது மௌனங்களைப் படிக்கவும் கற்றுக்கொண்டுவிட்டனர்.

இவையனைத்தையும் தாண்டி அதுவொரு சோகம் நிரம்பிய வாழ்வு. ஒருநாள் இரவில் இஸபெல் ஏன், தன்னை ஃபூனிஸ்ஸின் குடும்பம் கோடை விடுமுறைக்கு அழைத்தது என்று சிந்தித்தாள். அது அவளுக்காக இல்லை நினோவுக்காக என்பதைப் புரிந்துகொள்ளும் வயது அவளுக்கு இல்லை. நினோவை மகிழ்ச்சியாக வைத்திருக்க ஒரு கோடைகால விளையாட்டுப் பொருள். அவளால் அவ்வீட்டிலுள்ள சோகத்தை, ரெமா எப்போதும் களைப்பாக இருப்பதை, அரிதாகவே மழைபெய்தது என்பவற்றைத்தான் கவனிக்கமுடிந்தது, இவற்றோடு பொருள்களில் இருக்கும் ஈரம் மற்றும் கைவிடப்பட்டதன் வாடையை. சில நாள்களுக்குப்பிறகு வீட்டின் விதிமுறைகளுக்கும் அதிகச் சிக்கலில்லாத லாஸ்

ஹார்னெராஸ்ஸின் கோடைகால ஒழுங்கிற்கும் பழகிவிட்டாள். நினோ, லூயிஸ் அவர்களுக்குக் கொடுத்த நுண்ணோக்கியை பயன்படுத்தும்விதத்தை கற்றுக்கொள்ளத் தொடங்கியிருந்தான்; நீர் தேங்கி, அல்லி இலைகள் வளர்ந்திருந்த கழுநீர்த் தொட்டியொன்றில் பூச்சிகளை வளர்ப்பதும் நுண்ணுயிரிகளைப் பார்ப்பதற்காக கண்ணாடிச்சில்லில் நீர்ச்சொட்டை விடுவதுமாக அற்புதமான ஒரு வாரம் கழிந்தது. "அவை கொசுவின் வளர்புழுக்கள், அந்த நுண்ணோக்கியால் நுண்ணுயிரிகளைப் பார்க்கமுடியாது" என்றார், லூயிஸ். அவரிடம் சற்றே வலிநிறைந்த மற்றும் ஒட்டுதலில்லாத புன்னகை. துறுதுறுவென நெளியும் அப்பயங்கரம் நுண்ணுயிரி அல்ல என்று அவர்களால் நம்பவே முடியவில்லை. ரெமா, தன்னுடைய அலமாரியிலிருந்து கலைடாஸ்கோப் ஒன்றை எடுத்துத் தந்தாள். ஆனாலும் அவர்களுக்கு நுண்ணுயிரிகளைக் காண்பதும் அவற்றின் கால்களை எண்ணுவதும்தான் பிடித்திருந்தது. இஸபெல், ஒரு நோட்டுப் புத்தகத்தில் அவர்களது சோதனைகள்பற்றிய குறிப்புகளை எழுதிவைத்தாள். உயிரியலை வேதியியலோடு இணைத்து மருந்துப்பெட்டகம் ஒன்றை உருவாக்கிக் கொண்டிருந்தாள். மொத்த வீட்டையும் சூறையாடி அதற்கான பொருள்களைச் சேகரித்தபின் நினோவின் அறையில் வைத்து அதை உருவாக்கினர். இஸபெல், லூயிஸ்ஸிடம், "எல்லாவற்றிலிருந்தும் சிறிது வேண்டும்: பொருள்கள்" என்றாள். ஆண்ட்ரூ இருமல் மாத்திரைகள், இளஞ்சிவப்புப் பஞ்சு மற்றும் ஒரு சோதனைக் குழாய் ஆகியவற்றை லூயிஸ் அவர்களுக்குக் கொடுத்தார். ஒரு ரப்பர் பை, விபரங்கள் அழிந்துபோயிருந்த பச்சைநிற மாத்திரைகள் அடங்கிய புட்டி ஆகியவை கிட்டுக்குக் கிடைத்தன. ரெமா, மருந்துப் பெட்டியைப் பார்வையிட வந்தாள். நோட்டுப் புத்தகத்திலுள்ள பொருள்களின் பட்டியலைப் பார்த்தபின், அவர்கள் நிறைய பயனுள்ள தகவல்களை கற்றுக்கொண்டிருப்பதாகக் கூறினாள். அவளுக்கோ அல்லது நினோவுக்கோ (அவன் எப்போதுமே உற்சாகம்கொண்டவனாக, ரெமாவின் முன்பாக தன்னை முன்னிறுத்திக்கொள்பவனாக இருந்தான்) ஒரு தாவரத்தொகுப்பை உருவாக்க வேண்டுமென்று தோன்றியது. அன்று காலைநேரத்தில் தீவனப்புல் வளர்க்கப்படும் தோட்டத்திற்குப் போகமுடிந்தது என்பதால் அவர்கள் சில மாதிரிகளைச் சேகரித்தனர். இரவு கவிந்தபின் இருவரது படுக்கையறையின் தரையும் காகிதங்களில் வைக்கப்பட்ட இலைகள் மற்றும் பூக்களால் நிறைந்திருந்தது, கால் வைக்கக்கூட இடமில்லை. படுக்கைக்குச் செல்லுமுன்

இஸபெல் குறித்துக்கொண்டாள்: "இலை #74: பச்சை, இதய வடிவிலானது, பழுப்புநிறப் புள்ளிகள் கொண்டது." அனைத்து இலைகளும் அநேகமாக பச்சையாக, கிட்டத்தட்ட அனைத்தும் வழுவழுப்பானதாக, ஈட்டி வடிவிலானதாக இருப்பது அவளைத் தொந்தரவு செய்தது.

அவர்கள் எறும்பு-வேட்டைக்குச் சென்ற நாளில் பண்ணை வேலையாட்களைப் பார்த்தாள். மேற்பார்வையாளரையும் மேலாளரையும் அவளுக்குத் தெரியும். ஏனென்றால் அவர்கள்தான் வீட்டிற்கு வந்து அறிக்கைகள் அளிப்பவர்கள். ஆனால் மற்ற இளம்வேலையாள்கள் மதியத்தூக்கத்தின் காற்றைக் கொண்டிருந்த கொட்டகையின் எதிர்ப்பக்கம் நின்று, அவ்வப்போது கொட்டாவி விட்டபடி குழந்தைகள் விளையாடுவதைப் பார்த்துக் கொண்டிருந்தனர். அவர்களில் ஒருவன், "ஏன், இந்தப் பூச்சிகளையெல்லாம் சேகரித்துக்கொண்டிருக்கிறீர்கள்?" என்று கேட்டபடி, இரண்டு விரல்களால் சுருட்டைமுடி நிறைந்த நினோவின் தலையைத் தட்டினான். அப்போது, தான் முதலாளியின் மகன் என்று காட்டும்விதமாக நினோ தனது கோபத்தை வெளிப்படுத்தியிருந்தால் இஸபெல் மகிழ்ந்திருப்பாள். அவர்களிடம் ஏற்கெனவே எறும்புகள் ஊர்ந்துகொண்டிருக்கும் கண்ணாடிப்புட்டி இருந்தது. ஓடைக்கரையில் மிகப்பெரிய கனத்த ஓட்டுடனிருந்த வண்டு அவர்களது பார்வையில் பட்டது. என்ன நடக்கிறது என்று பார்ப்பதற்காக அதையும் எடுத்து புட்டிக்குள் அடைத்துக்கொண்டனர். எறும்புப் பண்ணை அமைக்கலாம் என்பது 'தி ட்ரெஷர் ஆஃப் யூத்' எனும் கலைக்களஞ்சியத்திலிருந்து கிடைத்த யோசனை. லூயிஸ் அவர்களுக்கு பெரிய, ஆழமான கண்ணாடித் தொட்டியொன்றை கடன் கொடுத்திருந்தார். அதைச் சுமந்து செல்லும்போது அவர் ரெமாவிடம் கூறியதை இஸபெல் கேட்டாள்: "இது நல்லதுதான், அமைதியாக வீட்டிற்குள்ளேயே இருப்பார்கள்." மேலும் ரெமா பெருமூச்சு ஒன்றை வெளிப்படுத்தியதாகவும் அவளுக்குத் தோன்றியது. தூக்கத்தில் ஆழ்வதற்குமுன், இருளில் முகங்கள் தோன்றும் நேரத்தில், மீண்டும் கிட் புகைபிடிப்பதற்காக தாழ்வாரத்திற்குச் சென்றதை நினைவுகூர்ந்தாள். ஒல்லியான உருவம், வாய்க்குள் பாடிக்கொண்டு, ரெமா அவனுக்காக வெளியே காஃபி கொண்டுவருவதைப் பார்க்கிறான். கோப்பையை வாங்கும்போது கவனமின்றி ரெமாவின் விரல்களைப் பற்றுகிறான், ரெமா, தன் கைகளை பின்னுக்கு இழுத்துக் கொள்வதை

இஸபெல் உணவறையிலிருந்து பார்த்துக்கொண்டிருந்தாள். கிட்கையிலிருந்து கோப்பை கிட்டத்தட்ட நழுவிவிட, இந்தக் குழப்பத்தைக் கண்டு சிரிக்கிறான். கருப்பு எறும்புகள் சிவப்பு எறும்புகளைவிட மேலானவை: அளவில் பெரியது, அதிக மூர்க்கமானது. பிறகு, ஒரு குவியல் சிவப்பு நிறங்கொண்டவற்றை உள்ளேவிடுவோம், கண்ணாடிக்கு வெளியேயிருந்து நடக்கும் சண்டையைக் கவனிக்கலாம், அனைத்தும் பாதுகாப்பானதே. ஆனால் அவை சண்டையிடவில்லை. கண்ணாடித் தொட்டியின் இரண்டு மூலைகளில், தனித்தனியே இரண்டு எறும்புப் புற்றுகளை உருவாக்கின. ஒவ்வொரு வகை எறும்புக்கும் தனிப்பட்ட நோட்டுப் புத்தகம் ஒன்றைப் ஏற்படுத்தி அவற்றின் தனித்துவமான பழக்கவழக்கங்களைக் குறிப்பதன்மூலம் இருவரும் ஒருவரையொருவர் தேற்றிக் கொண்டனர். ஆனால் அவை கண்டிப்பாக சண்டையிடக்கூடும். இரக்கம் காட்டாமல் எதிரிகள் கொன்று குவிக்கப்படும் அப்போரை ஒரேயொரு நோட்டுப் புத்தகத்துடன் கண்ணாடி வழியே பார்க்கலாம்.

ரெமா அவர்கள் இருவரையும் வேவு பார்ப்பதை விரும்புவதில்லை. சிலசமயம் படுக்கையறைகளைக் கடந்து செல்லும்போது அவர்கள் சன்னலுக்கு அருகே வைக்கப்பட்டுள்ள எறும்புப் பண்ணையுடன் உணர்ச்சி ததும்ப, பெருமையுடன் இருப்பதைக் காண்பாள். புதிய மாடங்களை உடனடியாக அடையாளம் கண்டு சுட்டுவதில் நினோ தேர்ந்தவனாக இருந்தான். இஸபெல், இரண்டுபக்கத் தாளில் மையினால் படியெடுக்கப்பட்ட வரைபடத்தை விரிவுபடுத்துவாள். லூயிஸ் அறிவுறுத்தியபடி அவர்கள் கறுப்பு எறும்புகளையே சேகரித்தனர், எறும்புப் பண்ணை மிகப்பெரிய அளவில் வளர்ந்திருந்தது. எறும்புகள் சீற்றம் மிக்கனவாக இரவு வரை உழைப்பனவாக இருந்தன. ஆயிரம் உத்திகள் மற்றும் திறத்தோடு பூமியைத் தோண்டுவதும் அகற்றுவதுமாக இருந்தன. உணரிகள் மற்றும் கால்களைக் கவனமாக உரசிக்கொள்ளும், திடீரென சீற்றம் அல்லது கடும்தீவிரத்தை வெளிப்படுத்தும், காரணமின்றி குழுமிக் கலையும். எதைக் குறிப்பெடுத்துக்கொள்வதென இஸபெல்லுக்குத் தெரியவில்லை. சிறிதுசிறிதாக நோட்டுப் புத்தகத்தைக் கைவிட்டு மணிக்கணக்கில் அவற்றைக் கவனிப்பதில், அறிந்துகொண்டதை மறப்பதில் நேரம் சென்றது. நினோ, மீண்டும் தோட்டத்திற்குச் செல்வதை விரும்பத் துவங்கியிருந்தான். வலையூஞ்சல்கள் மற்றும் குதிரைக்குட்டிகளைக் குறிப்பிட்டான். இஸபெல் அதைப் பொறுத்தவரை அவன்மீது ஏளனத்தோடு

இருந்தாள். எறும்புப் பண்ணை மொத்த லாஸ் ஹார்னெராஸ்ஸிற்கு ஈடானது, மேலும் எந்தப் புலி குறித்தும் அச்சமின்றி எறும்புகள் வருவதும்போவதுமாக இருக்கின்றன எனும் சிந்தனையே அவளுக்கு அளவுகடந்த மகிழ்ச்சியை அளித்தது. சிலநேரங்களில் அழிப்பான் அளவிலான மிகச்சிறு புலியொன்று எறும்புப் பண்ணைக்குள்ளே சுற்றிவருவதாகக் கற்பனை செய்துகொள்வாள்; ஒருவேளை, அதனாலேகூட கலைவதும் குழுமுவதும் இருக்கலாம். ரெமா கூறும்வரை கீழே உணவறைக்குச் செல்வது தடைசெய்யப்பட்டிருப்பதால் அவள் சற்று கைதியைப்போல உணர்ந்தாள். எனவே, உண்மையான உலகை அக்கண்ணாடிகள் ஒன்றினுள் நிகழ்த்திப் பார்க்க விரும்பினாள்.

பக்கக் கண்ணாடி ஒன்றில் தனது மூக்கை அழுத்தினாள். உடனடியாக அவற்றின் கவனம் திரும்பும். ஏனெனில் அவை தன்னைப் பார்க்கவேண்டும் என்பது இவள் விருப்பம். ரெமா வந்து வாசலருகே நின்ற ஒலி இவளுக்குக் கேட்டது, அமைதியாக இவளைப் பார்த்துக்கொண்டிருந்தாள். ரெமா எனும்போது இவள் இதுபோல விஷயங்களை மிகக் கூர்மையான துல்லியத்துடன் கவனிப்பவள்.

"நீ இங்கே தனியாக இருக்கிறாயா? ஏன்?"

"நினோ, வலையூஞ்சல் இருக்குமிடத்திற்குச் சென்றுவிட்டான். இந்தப் பெரியதுதான் ராணியாக இருக்கவேண்டும், எவ்வளவு பெரிதாக இருக்கிறாள்."

கண்ணாடியில் ரெமா அணிந்திருக்கும் சமையலுடையின் பிரதிபலிப்பு. இஸபெல், அவளுடைய கைகளில் ஒன்று சற்றே உயர்ந்திருக்கக் கண்டாள். பிரதிபலிப்பில் அது எறும்புப்புற்றின் உள்ளேயிருப்பதுபோல் தெரிந்தது; திடீரென இதே கைகள் கிட்டுக்கு காஃபி கொடுத்ததை நினைத்தாள். ஆனால் இப்போது அவளது விரல்கள்வழியே எறும்புகள் ஓடிக்கொண்டிருக்கின்றன, கோப்பைக்குப் பதிலாக எறும்புகள், கிட்டின் கைகள் விரல் நுனியை அழுத்துகின்றன.

"உன் கையை அங்கிருந்து எடு, ரெமா."

"என் கையையா?"

“இப்போது சரியாகிவிட்டது. அதன் பிரதிபலிப்பு எறும்புகளை அச்சுறுத்தியது.”

“ஆஹ், உணவறையில் நிலைமை சீராகிவிட்டது, நீ கீழே செல்லலாம்.”

“பிறகு செல்லலாம். கிட், உன்மீது கோபமாக இருக்கிறானா, ரெமா?”

கண்ணாடியினூடே கை சன்னல்வழி பறக்கும் பறவையென அசைந்தது. இம்முறை எறும்புகள் மிகவும் அச்சமடைந்துவிட்டதாக இஸபெல்லுக்குத் தோன்றியது, அவை பிரதிபலிப்பிலிருந்து விலகியோடின. இப்போது உங்களால் எதையும் பார்க்கமுடியாது. ரெமா சென்றுவிட்டாள், எதிலிருந்தோ தப்பித்துச் செல்பவள்போல கீழே கூடத்திற்குச் சென்றாள். அந்தக் கேள்விகுறித்து இப்போது இஸபெல்லுக்கு அச்சம் உருவானது. மெல்லியதொரு அச்சவுணர்வு, காரணம் தெரியாதது. ஒருவேளை, அது கேள்வியினாலன்றி ரெமா அப்படி விரைந்துசென்ற விதத்தினால் அல்லது இப்போது மீண்டும் வெற்றுக்கண்ணாடியில் தெரியும் புற்றின் வெறுமையாக்கப்பட்ட மாடங்கள் மணல்வெளிக்குள் வெட்டியிழுத்துக்கொள்ளும் விரல்களைப் போல முறுக்கிக் கொண்டிருப்பதால் இருக்கலாம்.

ஒரு நண்பகற் சிறுதுயில், ஓடையை மறைத்துநிற்கும் சுவரில் சாய்ந்தபடி குமட்டிப்பழம், கைப்பந்து விளையாட்டு, நினோ அற்புதமாக விளையாடினான், சாத்தியமில்லை என்று தோன்றும் தருணங்களில்கூட பந்தை பிடித்துவிடுவான். மேலும் கூரையில் இரண்டு ஓடுகளுக்கிடையே மாட்டிக்கொண்ட பந்தை எடுக்க படர்ந்திருக்கும் கொடிவழியாக மேலேறுவான். வில்லோ மரங்களுக்கிடையிலிருந்து வந்த பண்ணையாள்களில் ஒருவரது மகன் இவர்களோடு சேர்ந்து விளையாடினான். மந்தமாக, திறமையற்ற முறையில்தான் விளையாடினான். எறிவுகள் அவனிடமிருந்து தப்பிச் சென்றன. இஸபெல், சரள மர இலைகளின் வாசனையை நுகர்ந்தாள். நினோவின் வஞ்சகமான தாழ்ந்த எய்வொன்றைப் பின்கைப்புறமான அசைவில் திருப்பியனுப்பிய கணமொன்றில், கோடையின் மகிழ்வை தன்னுள்ளே வெகுஆழத்தில் உணர்ந்தாள். முதல்முறையாக லாஸ் ஹார்னெராஸ்ஸில், விடுமுறையில், நினோவுடன் இருப்பதைப் புரிந்துகொண்டாள். மேலேயிருக்கும் எறும்புப் பண்ணையை நினைத்துப் பார்த்தாள், அது ஓர் இறந்து கசியும் பொருள்,

வெளியேற முயற்சி செய்துகொண்டிருக்கும் கால்களின் பயங்கரம், செயற்கையான காற்று, நச்சுத்தன்மை வாய்ந்தது. கோபத்தோடு பந்தை அடித்தாள், மகிழ்ச்சியுடன் சரளமர இலையொன்றைத் தன் பற்களால் கடித்தாள். கசப்பு, வெறுத்து உமிழ்ந்தாள். உண்மையில், முதன்முறையாக மகிழ்ச்சியோடு இருக்கிறாள். கடைசியில், ஒருவழியாக கிராமப்புறச் சூரியனுக்குக் கீழே.

கிட்டின் படிப்பறையில் உள்ள சன்னலின் கண்ணாடி ஆலங்கட்டியைப்போல நொறுங்கி விழுந்தது. தடித்த, கருப்புநிறக் கண்ணாடி, முழுக்கைச் சட்டை அணிந்து கிட் எழுந்து வருவதைப் பார்த்தனர்.

“அருவருப்பான, குதவலிகளே!”

வேலைக்காரச் சிறுவன் பறந்தோடிவிட, நினோ இஸபெல்லுக்கு அருகில் தன்னை நிறுத்திக்கொண்டான். காற்றில் ஆடும் வில்லோ மரத்தையொத்து அவன் நடுங்கிக் கொண்டிருப்பதை உணர்ந்தாள்.

“நாங்கள் அதைச் செய்யவேண்டுமென்று செய்யவில்லை, மாமா.”

“சத்தியமாக கிட், நாங்கள் வேண்டுமென்றே செய்யவில்லை.” அதற்குமேல் அவன் அங்கேயில்லை.

ரெமாவிடம் எறும்புப் பண்ணையை அங்கிருந்து அகற்றிவிடும்படி கேட்டதும் அதைச் செய்துதருவதாக வாக்களித்திருந்தாள். சிறிதுநேரம் பேசிக்கொண்டேயிருந்து ஆடைகளை மாற்றி படுக்கை உடைக்குள் நுழைந்ததும் அவர்கள் அதை மறந்தனர். ரெமா விளக்கை அணைத்தவுடன் இஸபெல் எறும்புகளின் இருப்பை உணரமுடிந்தது. இன்னமும் மனம் வருந்தி, அழுதுகொண்டிருக்கும் நினோவுக்கு நல்லிரவு கூறுவதற்காக ரெமா கீழே கூடத்திற்கு இறங்கிச் சென்றாள். அவளை மீண்டும் அழைக்கும் துணிவு இவளிடம் இல்லை. ரெமா, இவளை குழந்தையென்று நினைத்திருக்கலாம். உடனடியாகத் தூங்கிவிடுவதென முடிவெடுத்தாள். ஆனால் எப்போதையும்விட விழிப்பு கூடியிருந்தது. அந்தக் கணம் வந்தபோது, இருளில் முகங்கள் தெரியத் தொடங்குகையில், அம்மாவும் இனெஸ்ஸும் ஒருவரையொருவர் பார்த்து கூட்டாளிகள்போலச் சிரித்தபடி ஒளிமினுங்கும் மஞ்சள்நிறக் கையுறையை அணிந்துகொண்டனர். நினோ தேம்புவதைப் பார்த்தாள், கையுறைகள் அணிந்த அம்மாவும் இனெஸ்ஸும் இப்போது ஊதாநிற கேசக்கௌவி அணிந்திருக்க

அவை அவர்களது தலையை சுற்றிச் சுழன்றுசுழன்று சென்றன. மிகப்பெரிய, உள்ளீடற்ற கண்களுடன் நினோ — அளவுக்கதிகமாக அழுததனால் இருக்கலாம் — தான் அடுத்து பார்க்கப்போவது ரெமா மற்றும் லூயிஸ்சை என்று நினைத்தாள். அவர்களைப் பார்க்க விரும்பினாலும் கிட்டைப் பார்க்க விரும்பவில்லை. ஆனால் அதே இறுகிய முகத்துடன் கண்ணாடி அணியாமல் இருக்கும் கிட்டைப் பார்த்தாள். அவன் நினோவை அடிக்கத் துவங்கியபோது இருந்த அதே முகம். நினோ பின்பக்கமாக நகர்ந்து சுவரில் மோதிக்கொண்டதோடு அது முடிந்துவிடும் என்ற எதிர்பார்ப்பில் அவனைப் பார்த்தான். ஆனால் கிட், அவன் முகம்முழுக்க முன்னும்பின்னுமாக அறைந்தான். கட்டுப்பாடின்றித் தொடர்ச்சியாக, ஈரத்தில் அறைந்தாற்போல ஒலி, ரெமா இடையிட்டு நினோவுக்கு முன்பாக நின்றுகொண்டதும் கிட் சிரித்தான். அவன் முகம் கிட்டத்தட்ட ரெமாவின் முகத்தைத் தொட்டுக்கொண்டிருந்தது. பிறகு அவர்கள் லூயிஸ் அங்கே வருவதையும் தொலைவிலிருந்தபடி இப்போது உணவருந்தும் அறைக்குச் செல்லமுடியும் என்று கூறுவதையும் கேட்டனர். அனைத்தும் மிகவேகமாக நடந்து முடிந்துவிட்டது. ஏனெனில் நினோ அங்கிருந்தான். ரெமா, அவர்களிடம் புலி எந்த அறையில் இருக்கிறது என்று லூயிஸ் தெரிந்து சொல்லும்வரை வசிப்பறையை விட்டுச் செல்லவேண்டாம் என்று கூறவந்தவள் செக்கர்[3] விளையாட்டைப் பார்க்க அவர்களோடு இருந்துகொண்டாள். நினோ வெற்றிபெற்றதும் ரெமா அவனைப் பாராட்டினாள். பிறகு நினோ மிகவும் மகிழ்ச்சியுற்று அவளது இடுப்பை அணைத்துக்கொண்டு, அவளை முத்தமிட விரும்பினான். ரெமா சிரித்தபடி குனிந்ததும் அவளது மூக்கிலும் கண்களிலும் முத்தமிட்டான். அவர்கள் இருவரும் சிரித்துக் கொண்டனர், இஸபெல்லும்தான். அவர்கள் மகிழ்ச்சியோடு விளையாடிக் கொண்டிருந்தனர். கிட் வருவதை கவனிக்கவில்லை, அருகில் வந்ததும் நினோவைப் பிடித்திழுத்து கடிந்துகொண்டான். பந்து அவன் அறைக்கண்ணாடியை உடைத்தது குறித்து ஏதோ கூறி அவனை அடிக்கத் துவங்கினான். அடிக்கும்போது அவன் பார்வை ரெமா மீதிருந்தது, அவன் ரெமாவிடம் கோபமாக இருப்பதுபோல் தோன்றியது. ரெமாவின் கண்களில் ஒருகணம் அவனுக்கான எதிர்ப்பு. அச்சத்தில் நடுங்கிக் கொண்டிருந்த இஸபெல், ரெமாவின் முகம் அவனுக்கருகில் செல்வதைக் கண்டாள். பிறகு ரெமா, நினோவை பாதுகாக்கும்விதமாக இருவருக்குமிடையே நின்றுகொண்டாள். அன்றைய மாலை

உணவென்பதே ஏமாற்று, ஒரு பொய், நினோ அழுவதற்குக் காரணம் அவன் கீழே விழுந்துவிட்டதுதான் என்று லூயிஸ் கருதிக் கொண்டிருந்தார். கிட், ரெமாவை வாயை மூடிக்கொண்டிரு என்று உத்தரவிடுவதுபோலப் பார்த்தான். இஸபெல் இப்போது அவனது, இறுக்கமான, நேர்த்தியாக அமைந்த வாயைப் பார்த்தாள், மிகச் சிவந்த உதடுகள்; மங்கலான ஒளியில் அவை இன்னமும் ஒண்சிவப்பாகத் தெரிந்தன. லேசாக வெளித்தெரிந்த, மினுங்குகிற அவனது பற்களைக் காணமுடிந்தது. அவனது பற்களிலிருந்து பருத்த மேகமொன்று வெளிப்பட்டது, பச்சைநிற முக்கோணம், இஸபெல் கண்களை இமைத்து அச்சித்திரங்களை அழிக்க முயன்றாள், மீண்டும் இனெஸ்ஸும் அம்மாவும் மஞ்சள் கையுறையணிந்து தோன்றினர்; ஒருகணம் அவர்களைக் கூர்ந்து பார்த்துவிட்டு எறும்புப்பண்ணை குறித்து நினைத்தாள்: அது அங்கேதான் இருக்கிறது என்றாலும் அதைக் காணமுடியாது; மஞ்சள் கையுறைகள் அங்கே இல்லையென்றாலும் நல்ல பகல்வெளிச்சத்தில் காண்பது போல் அவற்றைக் கண்டாள். ஒருவகையில் இது அவளுக்கு விநோதமாகத் தோன்றியது, எறும்புப் பண்ணையை இல்லாமலாக்க முடியவில்லை, ஆனால் அதனை எடையொன்று அங்கிருப்பதுபோல் உணர்கிறாள், உயிரோட்டமுள்ள பரப்பின் கனத்த பாளம். அதன் இருப்பை அவ்வளவு தீவிரமாக உணர்ந்தவள் தீப்பெட்டியை, படுக்கையறை விளக்கைத் தேடுகிறாள். உருமாறுகின்ற நிழலில் பொதியப்பட்டு ஒன்றுமற்றதிலிருந்து வெளிப்பட்டது எறும்புப் பண்ணை. இஸபெல் விளக்கை உயர்த்திப் பிடித்தவாறு நெருங்கி வந்தாள். பரிதாபமான எறும்புகள் சூரியன் உதித்ததென்று நினைத்துக்கொள்ளப் போகின்றன. பக்கங்களில் ஒன்றைப் பார்த்தபோது நடுங்கிப்போனாள்; எறும்புகள் அத்தனை இருளிலும் வேலை செய்துகொண்டு இருந்திருக்கின்றன. அவை மேலும்கீழுமாக ஊர்ந்துசெல்வதைக் கவனித்தபடி இருந்தாள். அமைதியாக, மிகப் புலப்படும்விதமாக, உணரக்கூடியவிதமாக வெளியேற முடியும் என்ற நம்பிக்கையை இன்னமும் இழக்காதவைபோல உள்ளே வேலை செய்துகொண்டிருந்தன.

புலியின் நடமாட்டங்கள் குறித்து அவர்களுக்கு அறிவுறுத்துவது பெரும்பாலும் மேற்பார்வையாளராகத்தான் இருக்கும்; லூயிஸ்ஸுக்கு அவர்மீது அளவிறந்த நம்பிக்கை. கிட்டத்தட்ட முழுநாளையும் தன் படிப்பறையில் வேலைசெய்தபடி செலவிடுவதால், தோன் ரோபெர்தோ தனது அறிக்கையை

அனுப்பும்வரை அவரும் வெளிவரமாட்டார். அடுத்த தளத்திலிருந்து யாரும் கீழேவருவதையும் அனுமதிக்கமாட்டார். ஆனால் அவர்கள் ஒருவரையொருவர் சார்ந்திருக்கவும் வேண்டியிருந்தது. உள்ளே ஓய்வின்றி வீட்டுவேலைகளில் ஈடுபட்டிருக்கும் ரெமாவுக்கு மேல்தளத்திலும் கீழேயும் என்ன நடக்கிறதென்று துல்லியமாகத் தெரியும். மற்றநேரங்களில் குழந்தைகள்தான் கிட்டுக்கோ அல்லது லூயிஸ்ஸுக்கோ தகவலைக் கொண்டுசேர்ப்பர். அவர்கள் எதையும் பார்த்தார்கள் என்பதல்ல, வெளியில் தோன் ரோபெர்தோ அவர்களைப் பார்த்து புலியின் இருப்பிடம்குறித்துக் கூறியிருப்பார். குழந்தைகள் அத்தகவலை மற்றவர்களுக்குக் கடத்துவர். அனைவரும் நினோவை மறுகேள்வியின்றி நம்பினர். இஸபெல்லைச் சற்றுக்குறைவாக, அவள் புதியவள் என்பதால் தவறுசெய்ய வாய்ப்பிருக்கிறது. இருப்பினும், போகப்போக அனைத்து நடவடிக்கைகளிலும் நினோவுடன் சேர்ந்து திரிவதால் அவளையும் அதேயளவு நம்பத் தொடங்கினர். இது, காலை மற்றும் மதியநேரங்களில்; இரவுநேரத்தில் நாய்கள் அனைத்தும் கட்டிப் போடப்பட்டிருக்கிறதா அல்லது நெருப்புத் தணல்கள் எதுவும் வீடுகளுக்கு அருகில் மிச்சமிருக்கிறதா என்று வெளியில் சென்று பார்ப்பது கிட் மட்டுமே. அப்போது அவன் கைத்துப்பாக்கியை எடுத்துச் செல்வதை இஸபெல் பார்த்திருக்கிறாள். சிலசமயம் வெள்ளிக் கைப்பிடிகொண்ட தடியை எடுத்துச் செல்வான்.

அதுகுறித்து ரெமாவிடம் கேட்க அவள் விரும்பியதில்லை. ஏனெனில் ரெமா, அதை வெளிப்படையான மற்றும் அவசியமான ஒன்றென நினைக்கிறாள். அதுகுறித்து அவளைத் தொந்தரவு செய்தால் முட்டாள்தனமாகத் தோற்றமளிக்கிறோம் என்று பொருள். மேலும் அவள் மற்ற பெண்களுக்கு முன்னால் தனது செருக்கை உயர்வாக மதித்துப் பாதுகாப்பவள். நினோ எளிமையானவன், நேரடியாகப் பேசுவான். அவன் விளக்கும்போது அனைத்தும் தெளிவாக, வெளிப்படையாகயிருக்கும். இரவுநேரத்தில், அத்தெளிவையும் வெளிப்படைத்தன்மையையும் மறுகட்டமைப்புச் செய்ய விரும்புகையில் மட்டுமே முக்கியமான காரணங்கள் குறைவதை இஸபெல் கவனிப்பாள். சீக்கிரமே உண்மையில் எது முக்கியமானதென்று கற்றுக்கொண்டு விட்டாள்: வீட்டைவிட்டு வெளியே அல்லது கீழே உணவறைக்கு, லூயிஸ்ஸின் படிப்பறைக்கு அல்லது நூலகத்திற்குச் செல்லவேண்டுமானால் முதலில் தெரிந்துகொள்ள வேண்டும். “நீ தோன் ரோபெர்தோவை நம்பவேண்டும்” என்று ரெமா கூறியிருக்கிறாள், அவளுக்கும்

நினோவுக்கும். மிக அரிதாகத்தான் லூயிஸ்ஸைக் கேட்பாள். ஏனெனில் அவருக்கு எப்போதாவதுதான் தெரிந்திருக்கும். கிட் எப்போதும் தெரிந்துவைத்திருப்பான் என்றாலும் அவள் கேட்பதில்லை. இவ்வகையில், வாழ்க்கை இஸபெல்லுக்காக நடமாட்டத்தைப் பொறுத்தவரை சில கூடுதல் பொறுப்புகளோடும் உடைகள், உணவுகள் படுக்கைக்குச் செல்லும் நேரம் ஆகியவற்றில் சில குறைவான பொறுப்புகளோடும் தன்னை ஒழுங்குசெய்துகொண்டது. ஓர் உண்மையான கோடைகாலம், ஒரு வருடம் முழுக்க எப்படியிருக்க வேண்டுமோ அப்படி.

... விரைவில் உங்களைச் சந்திக்கிறேன். அவர்கள் அனைவரும் நலம். எனக்கும் நினோவுக்குமாக ஒரு எறும்புப் பண்ணை இருக்கிறது. இருவரும் சேர்ந்து விளையாடுகிறோம் மேலும் மிகப் பெரியதொரு தாவரத் தொகுப்பை உருவாக்கிக் கொண்டிருக்கிறோம். ரெமா, தனது முத்தங்களை அனுப்புகிறாள், நன்றாக இருக்கிறாள். வருத்தமாக இருக்கிறாளென்று நினைக்கிறேன், லூயிஸ்ஸும்கூட, அவர் மிக இனிமையானவர். எந்நேரமும் படித்துக்கொண்டே இருந்தாலும் லூயிஸ்ஸுக்கு ஏதோ சிக்கல் இருக்கிறது என்று நினைக்கிறேன். ரெமா எனக்குச் சில அழகான, நிறமேற்றப்பட்ட கைக்குட்டைகளைத் தந்தாள், இனெஸ்ஸுக்கு அவை மிகவும் பிடிக்கும். அம்மா, நான் இங்கே நினோ மற்றும் தோன் ரோபெர்தோவுடன் மகிழ்ச்சியாக இருக்கிறேன், அவர்தான் இங்கே மேற்பார்வையாளர். மேலும் நாங்கள் எப்போது வெளியே, எங்கே செல்லலாம் என்று கூறுபவர், ஒரு மதியத்தில் அவர் அநேகமாக தவறாக முடிவெடுத்து எங்களை ஓடைக்கரைக்கு அனுப்பிவிட்டார். பிறகு ஒரு பண்ணையாள் வந்து போகவேண்டாமெனத் தடுத்தார். தோன் ரோபெர்தோ மற்றும் ரெமா இருவரும் எவ்வளவு பயந்துபோனார்கள் என்று நீங்கள் பார்த்திருக்க வேண்டும், ரெமா நினோவைத் தூக்கிவைத்துக்கொண்டு முத்தமிட்டாள், என்னை நசுக்கிவிடுவதுபோல அவ்வளவு இறுக்கமாக அணைத்தாள். வீடு குழந்தைகளுக்கானது அல்ல என்று லூயிஸ் கூறத் தொடங்கியதும் நினோ, யார் அந்தக் குழந்தைகள் என்று கேட்டான், எல்லோரும் சிரித்தனர், கிட்டும்கூடச் சிரித்தான். தோன் ரோபெர்தோதான் மேற்பார்வையாளர்.

நீங்கள் என்னை அழைத்துப்போவதற்காக வந்தால் சிலநாட்கள் இங்கே தங்கி ரெமாவோடு இருந்து அவளைத் தேற்றலாம். நான் நினைக்கிறேன், அவளுக்கு...

ஆனால் இரவு நேரங்களில் ரெமா அழுகிறாள் என்று அம்மாவிடம் சொல்லவில்லை, கீழே கூடத்தில் அவளது அழுகையொலி கேட்கும். சிறிது அலைவுற்று நினோவின் அறைக் கதவருகில் நிற்கும், பிறகு கீழே சென்றபடி தொடரும் (அநேகமாக அவள், தன் கண்களைத் துடைத்துக்கொண்டிருக்க வேண்டும்) அதன்பிறகு தொலைவில் லூயிஸ்ஸின் குரல்: "என்ன ஆயிற்று ரெமா? உடல்நிலை சரியில்லையா?" அமைதி, மொத்த வீடும் மிகப்பெரிய காதுபோல, பிறகொரு முணுமுணுப்பு அதன்பின் மீண்டும் லூயிஸ்ஸின் குரல்: "அவனொரு வேசிமகன், இழிந்த வேசிமகன்..." கிட்டத்தட்ட ஒரு உண்மையை உறுதிப்படுத்தும் இறுக்கமான குரலில், ஒரு தொடர்பை, ஒரு விதியை உருவாக்குவதுபோல.

... சற்று உடல்நிலை சரியில்லை, நீங்கள் வந்து அவளுடன் இருந்தால் நன்றாக இருக்கும், நான் தாவரத் தொகுப்பை உங்களிடம் காண்பிக்கவேண்டும். மேலும் பண்ணையாட்கள் ஓடையிலிருந்து எனக்காகக் கொண்டுவந்து கொடுத்த சில கற்களையும். இனெஸ்ஸிடம் கூறுங்கள்...

அது, அவளுக்குப் பிடித்தவகையிலான இரவு. பூச்சிகள், ஈரம், மீண்டும் சூடுபடுத்தப்பட்ட ரொட்டி, கிரேக்க உலர்திராட்சைகள் சேர்க்கப்பட்ட பாற்கூழ். ஓடைக்கரையிலிருந்து நாய்கள் விடாமல் குரைத்துக்கொண்டிருந்தன. மிகப்பெரிய மழைப்பூச்சியொன்று பறந்துவந்து தட்டுமாடத்தில் இறங்கியது. நினோ உருப்பெருக்கியை எடுக்கச் சென்றான்; அவர்கள் அதை வாயகன்ற ஒரு கண்ணாடிக் குடுவையில் சிக்கவைத்து அதன் இறகுகளின் நிறத்தைப் பார்க்கவேண்டி அதைக் குத்தினர்.

"அந்தப் பூச்சியை தூக்கிப்போடுங்கள்" ரெமா கெஞ்சினாள். "அவை எனக்குக் குமட்டலைத் தரக்கூடியவை."

"இதுவொரு நல்ல வகைமாதிரி" என்றார், லூயிஸ். "தனது கண்களால் என் கையை எப்படித் தொடர்கிறான் பார். தலையைத் திருப்ப முடிந்த ஒரே பூச்சி வகை இதுதான்."

"என்ன ஒரு மோசமான இரவு" கிட், தனது செய்தித்தாளுக்குப் பின்னாலிருந்து கூறினான்.

இஸபெல் மழைப்பூச்சியின் தலையை வெட்ட விரும்பினாள். கத்தரிக்கோலால் சரியானதொரு தறிப்பு, பிறகு என்ன நடக்கிறது என்று பார்க்கலாம்.

"அதைக் கண்ணாடிக் குவளைக்குள்ளேயே வைத்திரு" என்று, நினோவிடம் கூறினாள்.

"நாளை அதை எறும்புப் பண்ணைக்குள் இட்டு கவனிக்கலாம்."

வெப்பம் அதிகரித்துக்கொண்டிருந்தது, பத்தரை மணிக்கெல்லாம் மூச்சுவிடவே முடியவில்லை. குழந்தைகள் ரெமாவுடன் உள் உணவறையில் இருக்க, ஆண்கள் தங்களது படிப்பறையில் இருந்தனர். நினோதான் முதலில் தூக்கம் வருகிறது என்றான்.

"நீயே போய்க்கொள், நான் பிறகுவந்து பார்க்கிறேன். மேலே எல்லாம் சரியாக இருக்கிறது." ரெமா, அவனை இடுப்போடு சேர்த்து அணைத்துக்கொண்டாள். அவனுக்கு மிகப் பிடித்தமான வெளிப்பாடு அது.

"எங்களுக்கு ஒரு கதை சொல்லேன் ரெமா அத்தை?"

"இன்னொரு இரவில்."

அவர்களைப் பார்த்துக்கொண்டிருந்த அம் மழைப்பூச்சியோடு கீழே தனியாக இருந்தனர். லூயிஸ், நல்லிரவு கூறுவதற்காக அங்கே வந்தார். முணுமுணுவென்று நேரம்குறித்தும் குழந்தைகள் படுக்கைக்குச் செல்லவேண்டும் என்றும் ஏதோ கூறினார். ரெமா முத்தமிடும்போது அவரைப் பார்த்துப் புன்னகைத்தாள்.

"உறுமும் கரடி" என்றாள், இஸபெல். மழைப்பூச்சி இருந்த கண்ணாடிக் குவளையை நோக்கிக் குனிந்து, ரெமா கிட்டை முத்தமிட்டுப் பார்த்ததே இல்லை என்று அல்லது இவ்வளவு பச்சையாக மழைப்பூச்சியைப் பார்த்ததேயில்லை என்று நினைத்துக் கொண்டாள்.

"அந்தப் பூச்சியைத் தூக்கியெறி, அருவருப்பாக இருக்கிறது."

"ரெமா, நாளை."

மேலே வந்து தனக்கு நல்லிரவு கூறிவிட்டுச் செல்லும்படி கேட்டாள். கிட், தனது படிப்பறையின் கதவைப் பாதியளவு திறந்துவைத்து, மேலும்கீழுமாக நடந்து கொண்டிருந்தான். சட்டை கழுத்துப்பட்டையின் பித்தான் திறந்திருந்தது. அவள் கடந்து செல்லும்போது சீழ்க்கையடித்தான்.

"நான் படுக்கைக்குச் செல்கிறேன் கிட்."

"நான் சொல்வதைக் கேள்: சுவைமிக்க, குளிர்ந்த எலுமிச்சை பானமொன்றைத் தயாரித்து இங்கே எடுத்து வரும்படி ரெமாவிடம் கூறு. அதன்பிறகு நீ உன் அறைக்குச் செல்."

தன் அறைக்குத்தான் செல்லவிருந்தாள், இதை ஏன் அவளிடம் சொல்லவேண்டுமென்று புரியவில்லை. ரெமாவிடம் சொல்வதற்காக மீண்டும் உணவறைக்குச் சென்றவள், அவளது தயக்கத்தைக் கண்டாள்.

"இப்போது மேலே போகவேண்டாம். நான் எலுமிச்சை பானத்தைத் தயாரித்துக் கொடுக்கிறேன், நீ அதை எடுத்துச்செல்."

"அவன் நீதான் எடுத்துவர..."

"தயவுசெய்."

இஸபெல், மேசைக்குப் பக்கத்தில் அமர்ந்துகொண்டாள். தயவுசெய். எதையும் பார்க்காமல் பல மணி நேரங்களுக்கு அவளால் அங்கே அமர்ந்திருக்கமுடியும். கரியகை விளக்கின்கீழே பூச்சிகளின் திரளொன்று சுழன்றபடி மீண்டும் மீண்டும் கூறிக் கொண்டிருந்தது: தயவுசெய், தயவுசெய். ரெமா, ரெமா. அவளை எவ்வளவு நேசித்தாள், அம்மகிழ்ச்சியற்ற குரல், ஆழங் காணமுடியாத, சாத்தியமான காரணம் இல்லாத, அது துயரத்தின் குரல்தான். தயவுசெய். ரெமா, ரெமா... காய்ச்சலைப் போல வெப்பம் அவள் முகத்திற்கு உயர்ந்தது. ரெமாவின் காலடியில் தன்னை எறிந்துகொள்ளும் விருப்பம். ரெமா, தன்னை அவளது கைகளில் எடுத்துக்கொள்ள வேண்டும், அவளைப் பார்த்துக்கொண்டே சாக வேண்டும், ரெமா அவளுக்காக வருந்த வேண்டும், அவளது குளிர்ந்த, மென்மையான விரல்களை இவளது கூந்தலுக்குள் செலுத்த வேண்டும், கண்ணிமைகள் மீது...

அவள் இப்போது முழுவதும் பனிக்கட்டிகள் மற்றும் துண்டு எலுமிச்சைகள் அடங்கிய பச்சைநிறக் குவளையை ஏந்தி நிற்கிறாள்.

"இதை அவனிடம் எடுத்துச் செல்."

"ரெமா..."

ரெமா நடுங்குவதுபோல் தெரிகிறது. இவளது கண்களை பார்க்கக்கூடாதென்பதற்காக மேசைப்பக்கம் திரும்பிக் கொள்கிறாள்.

“அந்த மழைப்பூச்சியை இப்போதே வெளியே எறிந்துவிடுகிறேன் ரெமா.”

பிசுபிசுக்கும் வெப்பம் மற்றும் கொசுக்களின் ரீங்காரத்தில் ஒருவர் குறைவாகத்தான் உறங்க முடியும். இருமுறை எழுந்துவிடும் நிலைக்கு வந்தாள், நடுக்கூடத்திற்குச் செல்ல அல்லது குளியலறைக்குச் சென்று முகம் மற்றும் மணிக்கட்டுகளில் குளிர்ந்த நீரை வீசிக்கொள்ளும் எண்ணம். ஆனால் யாரோ நடக்கும் சத்தம் கேட்டது. கீழ்த்தளத்தில், யாரோ உணவறையின் ஒரு மூலையிலிருந்து மறுமூலைக்குச் சென்றார்கள். மாடிப்படியின் அடிப்பகுதி வரை வந்து, திரும்பிச் சென்றதும் கேட்டது... அவை குழப்பமான, நீண்ட தப்படிகள்கொண்ட லூயிஸ்ஸின் நடையல்ல, ரெமாவுடையதும் அல்ல. கிட் அந்த இரவில் எவ்வளவு வெப்பமாக உணர்ந்தான், எவ்வாறு எலுமிச்சை பானத்தை பெரிய மிடறுகளாக அருந்தினான். அவன் முழுக் குவளையையும் அருந்தியதை இஸபெல் பார்த்தாள். அவன் கைகள் பச்சைநிறக் குவளையைப் பற்றியிருந்தன. விளக்கு வெளிச்சத்தின்கீழ் மஞ்சள்நிற வட்டுகள் நீரில் சுழன்றன. ஆனால் அதேசமயம், கிட் எலுமிச்சை பானத்தை அருந்தவேயில்லை என்பதிலும் தீர்மானமாக இருந்தாள். மேசையின் பக்கம் அவள் கொண்டுவந்த குவளையை முடிவற்ற அடக்கமின்மையைப் பார்ப்பதுபோல வெறித்துப் பார்த்துக்கொண்டே இருந்தான். கிட்டின் புன்னகை, உணவறைக்குச் சென்று ஒருமுறை பார்த்துவிட்டு வரப்போவதுபோல கதவு வரை நீளும் அவனது நடை, பிறகு மெதுவாகத் திரும்புதல் குறித்துச் சிந்திக்க அவள் விரும்பவில்லை.

“அவள்தான் என்னிடம் இதை எடுத்து வந்திருக்க வேண்டும். நீ — உன்னை உன்னுடைய அறைக்குச் செல்லும்படி கூறினேன்.”

அந்தக் கணம் அவளுக்குத் தோன்றியதெல்லாம் ஒரு முட்டாள்தனமான பதில்: “அது சுவையாக மற்றும் குளிர்ச்சியாக இருக்கிறது கிட்.”

குவளை மழைப்பூச்சியைப் போலவே பச்சைநிறம்.

நினோதான் முதலில் எழுந்தவன், ஓடைவரை சென்று நத்தைகளைத் தேடலாம் என்பது அவன் யோசனை. இஸபெல்

அநேகமாக தூங்கவேயில்லை, மலர்களால் நிரம்பிய அறைகளை நினைத்தாள், ஒலிக்கும் மணிகள், மருத்துவமனை தாழ்வாரங்கள், தொண்டு செய்யும் தாதிகள், பைக்ளோரேட் குடுவைகளில் வெப்பமானிகள், அவளது முதல் வழிபாட்டுக் கூட்டத்திலிருந்து சில காட்சிகள், இனெஸ், உடைந்த மிதிவண்டி, ரயில் நிலையத்தின் சிற்றுண்டிச் சாலை, எட்டு வயதில் கிடைத்த ஜிப்சி உடை. இவையனைத்திற்கும் இடையில், முழுமையான விழிப்புநிலையில் இருந்தாள், நிழற்படத் தொகுப்பின் பக்கங்களூடே நுழையும் நொய்மையான தென்றலைப்போல மலர்கள், மணிகள், மருத்துவமனை தாழ்வாரங்கள் அல்லாத விஷயங்களையும் நினைத்துக்கொண்டிருந்தாள். காழ்ப்புடன் படுக்கையிலிருந்து எழுந்து முகத்தை அழுத்தித் தேய்த்துக் கழுவினாள். குறிப்பாக காதுகளை. மணி பத்தாகிவிட்டது, புலி இசைக்கூடத்தில் இருக்கிறது. எனவே, அவர்கள் உடனே ஓடைக்குச் செல்லலாம் என்றான் நினோ. ஒன்றாகக் கீழே இறங்கிச் சென்றார்கள், கதவைத் திறந்துவைத்துப் படித்துக்கொண்டிருந்த லூயிஸ் மற்றும் கிட்டுக்கு ஒப்புக்கு காலை வணக்கத்தைக் கூறிச் சென்றனர். கோதுமை வயலுக்கருகே ஓடும் ஓடைப்பகுதியில்தான் நத்தைகள் கிடைக்கும். நினோ, இஸபெல்லின் கவனச்சிதறலை குறைசொல்லிக்கொண்டே வந்தான். அவள், அவனுடன் நட்பாகவே இல்லையென்றும், சேகரிப்பில் உதவவே இல்லை என்றும் கூறினான். இஸபெல், திடீரென அவனை குழந்தையாகப் பார்த்தாள். தனது நத்தைகளோடு, இலைகளோடு இருக்கும் சிறுவன்.

உணவு தயார் என்பதன் அடையாளமாக வீட்டில் கொடியேற்றப்பட்டபோது முதலில் வந்தது அவள்தான். தோன் ரோபெர்தோ, தனது கண்காணிப்புப் பணியிலிருந்து வந்ததும் இஸபெல் எப்போதும்போல வழக்கமான கேள்விகளைக் கேட்டாள். நினோ மெதுவாக நத்தைகள் மற்றும் வறண்டிகள் கொண்ட பெட்டியைச் சுமந்தபடி வந்தான்; இஸபெல் வறண்டிகளைத் தாழ்வாரத்தில் வைப்பதற்கு உதவினாள். பிறகு இருவருமாக உள்ளே சென்றனர். ரெமா, அங்கே வெள்ளுடையில் அமைதியாக நின்றுகொண்டிருந்தாள். நினோ, நீலநிற நத்தையொன்றை அவளது கையில் வைத்தான்.

“அழகான ஒன்று, உனக்காக.”

கிட் ஏற்கெனவே உணவருந்தத் தொடங்கியிருந்தான், அவனுக்கருகில் செய்தித் தாள், இஸபெல், தன் கைகளை வைத்துக்கொள்ளச் சிறிதளவே இடமிருந்தது. லூயிஸ்தான் தனது அறையிலிருந்து கடைசியாக வந்தவர், எப்போதும் நண்பகல் நேரம்தான் அவருக்கு நிறைவானது. அவர்கள் உண்ணத் தொடங்கினர். நினோ நத்தைகளைப் பற்றி பேசினான். நாணல்களில் இருக்கும் நத்தை முட்டைகள், அவனது சேகரிப்பு, அவற்றின் அளவு மற்றும் நிறம். அவனே அவற்றை கொல்லப்போவதாகக் கூறினான், இஸபெல்லுக்கு அதைச் செய்ய மனமில்லை, துத்தநாக தகடொன்றில் வைத்து அவற்றை காயவைக்கப் போகிறார்கள். காஃபி வந்தவுடன் லூயிஸ் வழக்கமான கேள்வியுடன் அவர்களைப் பார்த்தார், தோன் ரோபெர்தோ முன்னமே அவளிடம் இதுபற்றி கூறியிருந்தாலும் இஸபெல், அவரைத் தேட முதலில் எழுந்தாள். தாழ்வாரத்தைச் சுற்றிவிட்டு மீண்டும் உள்ளே வந்தபோது ரெமாவும் நினோவும் ஒன்றாக நத்தைப்பெட்டிமீது தலைகுனிந்திருந்தனர், அதுவொரு குடும்ப நிழற்படம்போல இருந்தது. லூயிஸ் மட்டுமே தலைநிமிர்ந்து அவளைப் பார்த்தார், “அது கிட்டின் படிப்பறையில் இருக்கிறது” என்று கூறிவிட்டு, எரிச்சலுடன் கிட் தோளை அசைப்பதைப் பார்த்திருந்தாள். ரெமா, விரல்நுனியால் நத்தையைத் தொட்டாள். அத்தனை மிருதுவாக, அவளது விரலும் நத்தையின் உடற்பாகம்போலவே இருந்தது. அதன்பிறகு ரெமா இன்னமும் சர்க்கரை எடுத்துவர வேண்டுமென எழுந்தபோது இஸபெல், அவளுக்குப் பின்னால் ஏதோ கூறியபடி சென்றாள். பிறகு இருவரும் சமையலறையில் பகிர்ந்துகொண்ட நகைச்சுவைக்காக சிரித்தபடி வந்தனர். புகையிலை தீர்ந்துவிட்டதால் அதைத் தன் படிப்பறையிலிருந்து எடுத்துவரும்படி நினோவுக்கு லூயிஸ் உத்தரவிட்டார். இஸபெல் அவனிடம் தானே முதலில் சிகரெட்டுகளைக் கண்டுபிடிக்கப்போவதாகச் சவால் விடுத்தாள், இருவருமாக வெளியில் சென்றனர். நினோதான் வெற்றிபெற்றான். இருவரும் ஒருவரையொருவர் தள்ளியபடி ஓடிவந்தனர். தனது படிப்பறையைப் பயன்படுத்த முடியவில்லை என்று குறைகூறியபடி செய்தித்தாளைப் படிக்க நூலகத்திற்குச் சென்றுகொண்டிருந்த கிட்டின்மீது அநேகமாக மோதிவிட்டனர். இஸபெல், நத்தைகளைப் பார்ப்பதற்கு வந்தாள், லூயிஸ் சிகரெட்டைப் பற்றவைப்பதற்காகக் காத்திருக்க, அவள் வழக்கம்போல நத்தைகள் கசிவதுபோல் மெதுவாக நகரத் தொடங்கியதில் தொலைந்திருந்தாள், திடீரென ரெமாவைப் பார்ப்பதும் பிறகு மின்வெட்டொளிபோல உடனடியாக

பார்வையைத் தாழ்த்துவதுமாக, முழுக்கவும் நத்தைகளின் பிடியில் இருந்தாள். எந்தளவுக்கு என்றால், கிட்டின் முதல் அலறலின்போதுகூட அசையவில்லை. எல்லோரும் ஓடத் துவங்கியிருக்க, புதிதாகக் கிளம்பிய கிட்டின் திணறலான கூக்குரலைக்கூட கேளாதவளாக நத்தைகளின் அருகே நின்றிருந்தாள். லூயிஸ் நூலகத்தின் கதவைத் தட்டிக்கொண்டிருந்தார், தோன் ரோபெர்தோ நாய்களோடு உள்ளே வந்தார். நாய்களின் மூர்க்கமான குரைப்பொலிகளுக்கிடையே கிட்டின் முனகல், லூயிஸ் மீண்டும் மீண்டும் கூறிக்கொண்டிருந்தார். "ஆனால் அது அவனது படிப்பறையில் இருந்ததே! அவனது படிப்பறையில் இருப்பதாகக் கூறினாளே!" நொய்மையான விரல்களைப் போன்ற நத்தையின்மீது குனிந்தபடி ஒருவேளை, அவை ரெமாவின் விரல்களைப்போல இருந்ததா அல்லது தோளின்மீது விழுந்த ரெமாவின் கையா தலைநிமிர்ந்து அவளைப் பார்க்கவைத்தது, என்றென்றைக்குமாக அவளைப் பார்த்தபடி நிற்கிறாள். அவளது நிலைத்திராத மகிழ்ச்சி ரெமாவின் பாவாடையில் மூர்க்கமான கேவலாக உடைந்தது. ரெமா, அவளது கேசத்திற்குள் விரல்களை ஓடவிடுகிறாள், மென்மையாக விரல்களை அழுத்தி காதோரம் முணுமுணுத்து அவளை அமைதிப்படுத்துகிறாள், நன்றி தெரிவிப்பது போன்ற தெற்றுதல், வெளிப்படுத்தவியலாத மௌனமான இணக்கம் என.

♪ ♪ ♪

1. வட அமெரிக்கா, ஜப்பான் போன்ற நாடுகளில் வளரும் மருத்துவ குணமுள்ள புதர்ச்செடி வகை.
2. செந்நிறப் பாடும் பறவை அல்லது சிவப்புப் பூக்கள் தாவரம்.
3. சதுரங்கம்போல 64 கட்டங்களில் தட்டையான காய்களை வைத்து விளையாடப்படும் விளையாட்டு.

🌳 🌳 🌳

ஃபராஸ் மஹொமத்

ஜோஹன்னஸ்பெர்க்கில் வசிக்கும் தென்ஆப்பிரிக்கர், மனநல மருத்துவர், மனித உரிமை ஆய்வாளர், சிறுகதை எழுத்தாளர். மனித உரிமை சார்பாக பல கட்டுரைகளை எழுதிவருபவர். தற்போது, தன்னுடைய முதல் நாவலை எழுதிக்கொண்டிருக்கிறார். இச் சிறுகதை, 2016ஆம் ஆண்டுக்கான காமன்வெல்த் சிறுகதைப் போட்டியில் சிறந்த ஆப்பிரிக்கச் சிறுகதையாகத் தேர்ந்தெடுக்கப்பட்டது.

புறா

கிட்டத்தட்ட நான்கு மாதங்களாக தினந்தோறும் காலை நேரத்தில், அருவெறுக்கும்படியான கொழுத்த புறா ஒன்றின் குரலால் எழுப்பப்படுகிறேன். என்னால் நிரூபிக்க முடியாவிட்டாலும்கூட, நிச்சயமாக அவன் ஒரே ஆள்தான். உண்மையைச்சொன்னால், அவன் 'அவன்'தான் என்று உறுதிப்படுத்திக்கொள்ளக்கூட ஏதும் வழியில்லை. ஒருவேளை, சன்னல்புறமோ அல்லது உள்ளேயோ எதையேனும் தவறவிட்டுவிட்டானோ என்று எனக்கு அடிக்கடி தோன்றும். எனவே, அதை எடுப்பதற்காக இங்கே இருப்பது அவனுக்கு ஏதேனும் ஒருவகையில் நிம்மதியைத் தருகிறதோ என்று நம்பினேன். பெரும்பாலான சனிக்கிழமைகளில் சன்னலைத் திறந்துவைக்கத் தொடங்கினேன். இது, என்னுள் கருணையை உணரச்செய்யும். ஏனென்றால் நான் அவன் ஆத்மாவை அடுத்த நிலைக்கு அல்லது அந்தவகையிலான ஏதோ ஒன்றுக்கு நகர்த்துகிறேன். ஆனாலும் அவன் உள்ளே வருவதில்லை. எனவே, அவனுக்கு என்ன தேவை அல்லது உலகத்தில் அத்தனை இடங்கள் இருக்க, இந்த இடத்தை ஏன் தேர்ந்தெடுத்தான் என்றெல்லாம் நாங்கள் மௌனமாக உரையாடிக் கொள்வதுண்டு.

நான் அவனுக்குப் பெயர் வைக்கவில்லை. ஏனென்றால் அவனோடு உணர்வுபூர்வமான உறவை ஏற்படுத்திக்கொள்ள விரும்பவில்லை. அவன் இங்கிருந்து போய்விடுவான், ஆனால் நான் எனக்குள்ளே மட்டுமான ஓர் உறவை

வளர்த்துக்கொண்டிருப்பேன். பதிலாக, அவனுக்குப் புறா என்று பெயர் வைக்கலாம் அல்லது எப்போதெல்லாம் அவனைப்பற்றி பேச்சு வருகிறதோ - அது அடிக்கடி வருகிறதுதான் - அப்போது அவனை புறா என்றே சொல்லலாம். அவனுக்குக் கொடூரமான முகம் இருந்தாலும் அவன் குனுகும் ஒலி உண்மையில், அவ்வளவு மென்மையாக இருக்கும். ஒருவேளை, சிறகுகளில் பாதிப்பு ஏற்பட்டு பறந்துசெல்ல இயலாமல் இருக்கிறானா என்று பார்க்கச் சொல்லி *SPCA* வுக்குத் தொலைபேசியில் அழைத்துச் சொன்னேன். அடுத்த முனையில் இருந்த பெண், நிச்சயமாக வயதானவள். புறாக்களைக் காப்பாற்றும் வழக்கமில்லையென்று சொன்னதால் அவனை உள்ளே வரவைக்க வேண்டியதாயிற்று. ஒரு சனிக்கிழமையன்று, வாளி மற்றும் காய்கறி வேகவைக்கும் பாத்திரம் - எவர்சில்வரில் வடிகட்டும் துளைகளோடு இருக்குமே, அதையும் எடுத்துக்கொண்டு தீ விபத்துகளின்போது பயன்படுத்தும் அவசரகால வழியில் இறங்கினேன். ஆறு அல்லது ஏழு நிமிடங்கள் அவனை நன்றாகத் தேடினேன், பகலின் வெம்மை என் கண்களுக்குள்ளும் மூக்கினுள்ளும் ஏறியது. கடைசியில் அந்தப் புறாதான், தான் எங்கே இருக்கிறேன் என்று எனக்குக் காட்டியது. காலையில் எழுந்து சிறுநீர் கழிக்க மெதுவாகத் தள்ளாடியபடி கழிப்பறை நோக்கிச் செல்லும் வயதான ஒருவர்போல மெதுவாக, நான் நன்றாக அறிந்த அவனது குனுகும் ஓசை என் தலைக்குமேல் எங்கோ கேட்டது. மெதுவாக அவனை நெருங்கினேன். அநேகமாக இந்நேரம், அவனைக் காயப்படுத்துவது என் நோக்கமல்ல என்று அவன் புரிந்துகொண்டிருக்க வேண்டும். நான் நெருங்குவதை அவன் கண்டுகொள்ளவில்லை, ஆனால் என் தற்காலிக பறவைக்கூண்டை உபயோகிக்க நான் முயற்சி செய்தவுடன் பறந்து சென்றுவிட்டான். பறக்கும்போது சிரமம் அல்லது அதிகப்படியான முயற்சி இருக்கிறதா அல்லது ஒருபக்கமாகச் சாய்ந்து பறக்கிறானா என்று உன்னிப்பாகப் பார்த்தேன். ஆனால் அப்படியேதும் இல்லை. திறமையாக காற்றைக் கிழித்தபடி, தன்னுடைய குறிப்பி ந்தருந்த எடையை எந்தக் கவலையுமின்றி சுமந்து பறந்தான்.

அந்தப் புறாவுக்கும் எனக்குமான உறவு விரும்பத்தகுந்த, வசதியான உறவு. நெருக்கத்தை உணரமுடிகிறது. ஆனால் அவன் என்னிடம் அறிமுகம் செய்துகொள்ளத்தான் நேரம் வாய்க்கவில்லை என்பதைப் புரிந்துகொள்கிறேன். உண்மையில், என்னைப்பற்றி என்னவெல்லாம் தெரியவேண்டுமோ அதெல்லாம் அவனுக்குத் தெரியும். ஆனால் எனக்கு அவனைப் பற்றி

வெகுசொற்பமாகத்தான் தெரியும். அவனது நீள்வட்ட விழிகள் தெளிவற்றவையே. சிலசமயத்தில், அவன் தனது பின்னந்தலையில் இருக்கும் கீறலுடன்தான் பிறந்தானா அல்லது அது ஏதேனும் தவறிய சாகசத்தின் விளைவா என்று கேட்க விரும்புகிறேன். குறிப்பிடும்படியான பொறுப்பற்றதொரு நாளில், ஜாஸ்மினுடனான மிக மோசமான வாக்குவாதத்திற்குப் பின் எனது ரம்மை அவனுடன் கொஞ்சம் பகிர்ந்துகொண்டேன். அப்போது வேடிக்கையாகத் தோன்றினாலும் இப்போது அதைக் குரூரமானதென்று உணர்கிறேன். அவசரகால வழியில், யாரோ விட்டுச்சென்ற உணவுப் பாத்திரத்தின் அடிப்பகுதியை நோக்கி மெதுவாகத் தலையைக் குனிந்தான். திரவத்தைக் கொத்தி எடுக்க முயற்சி செய்தபோது அலகிலிருந்து துளிகளாகச் சிதறியது. அதை முகர்கிறான் என்று எனக்குத் தோன்றினாலும் புறாக்களுக்கு எந்தளவு முகரும் திறன் உண்டென எனக்குத் தெரியாது. இருப்பினும், அன்று என்னோடு மது அருந்துவதில்லை என்று அவன் முடிவெடுத்துவிட்டான். இதில் சற்று ஒதுக்கப்பட்டுவிட்டதாக உணர்ந்தேன் என்பதை ஒப்புக்கொள்ளத்தான் வேண்டும். அவன் உடனே மகிழ்வோடு அங்கிருந்து உந்திப் பறந்து சென்றுவிட்டான், நான் முற்றிலுமாகத் தனிமையில் விடப்பட்டேன்.

அந்த நாளில், ரம் எனது தொண்டையில் கொடுத்த எரிச்சல் எனக்கு இன்னமும் நினைவில் உள்ளது. அழுத்தமாகச் சீண்டியபடி உணவுக்குழாய் வழியாக இறங்கி, பாதைகளில் எரிச்சலூட்டியபடி வயிற்றில் சேர்ந்தது. நிதானமாக, உள்ளிருந்து மங்கிப் புரையோடிய புண்களாக மாறி, வெளியே எவ்வளவு காயப்பட்டிருக்கிறேன் என்பதை எனக்கு உணர்த்தியது. உடலின் அனைத்து இடங்களிலும் இல்லையென்றாலும், முக்கியமான இடங்களில் மட்டும். ஜாஸ்மினும் நானும் ஒருவருக்கொருவர் சொல்லிக்கொள்ள கருணையற்ற சொற்களைத் தேர்ந்துகொண்டிருந்தோம். சண்டைக்கு முன்பான நாட்களில், அவை ஜாஸ்மினின் இளஞ்சிவப்பு நிற உதடுகளில் சண்டையின்போது வெடித்துக் கிளம்பத் தயாராகக் காத்திருப்பதை என்னால் பார்க்க முடிந்தது. ஆபத்தில்லாத மெல்லிய முரணாக ஆரம்பித்து மெதுமெதுவாக சண்டையை நெருங்கியது. அது, சண்டையாக ஆகிவிடாமல் இருக்க நீங்கள் தற்காப்பு ஏற்பாடுகள் செய்தும் அது நடப்பதைக் காணமுடியுமே, அதுமாதிரியான சண்டை. மெதுவாகத்தான் ஆரம்பிக்கும் ஆனால் பாதுகாப்புகளை வெகுநேரம் முன்னே வைத்திருப்பது

சிரமம். சிறிதுசிறிதாக உங்கள் பாதுகாப்பின் முனை வற்றி உடைந்தழிவதைக் காண்பீர்கள்.

எல்லாவற்றையும்விட, எங்கள் உறவிலுள்ள புதுமை மற்றும் வியப்பார்வமிக்க கள்ளத்தனம் மெதுவாக மறைவதை நான் விரும்பவில்லை என்றே தோன்றுகிறது. ஒருவரையொருவர் நன்கு அறிந்துகொண்டதாகத் தோன்றும்படி உணர ஆரம்பித்திருந்தோம், அதை நிச்சயமாக நான் விரும்பவில்லை. அவளது தெளிவற்ற மற்றும் பெயரற்ற பாதுகாப்பின்மைகள் அப்படியே இருக்கவேண்டுமென்றுதான் விரும்பினேன். ஏதுவான அல்லது புணர்ச்சியின் தருணங்களில் மெதுவாக அவை தம்மை வெளிக்காட்டின. நான் அவற்றுக்கு கோழைத்தனம், மரத்துப்போனவை என்று பெயர்சூட்டத் தொடங்கினேன். அவளது உடலின் வனப்புகூட இவ்வுலக வாழ்க்கை சார்ந்த மாயையாக தோன்றத் தொடங்கியது. அவளுடைய சாம்பல்நிற விழிகளில் உள்ள கரும் இழைகள், உச்சத்தில் அவள் விழிகள் விரிவடைந்தபோது எவ்வாறு இருந்தன என்பதைக்கூட துல்லியமாக உங்களுக்குச் சொல்ல என்னால் முடியுமென்பதை நேற்று உணர்ந்தேன்.

• • •

அது எப்படி நடந்ததென்று எனக்குத் தெரியாது. ஏனென்றால் ஒருவரையொருவர் நெருங்குவது என்ற விஷயத்தில் இருவருமே மிகக் கவனமாகயிருந்தோம். இருவருமே அந்த இடர்பாட்டை சந்திக்க விரும்பவில்லை - குறிப்பாக, இப்போது அவள் வேறொருவருக்கு நிச்சயிக்கப்பட்டுள்ள நிலையில். இதில் மோசமான ஒன்று என நான் நினைப்பது, அந்த உறவில் அவள் மனப்பூர்வமாக இருந்தாள். அவள் திருமணம் செய்துகொள்ள விரும்பினாள். அவள் தனக்கென என்ன விரும்பினாளோ அதை அவள் அடையவேண்டுமென நான் விரும்பினேன். அவர்கள் இருவரும் ஒருவருக்கொருவர் பொருத்தமானவர்கள். அவளது நீண்டு சரிந்த கூந்தல், அவனது எடுப்பான கன்ன எலும்புகளுக்குப் பொருத்தமானது. ஆனால் என்னை அலைக்கழித்ததும் அதுதான் என்பதற்கு இப் புறா சாட்சியமளிக்கும். நான் குற்றவுணர்வில் வேதனைப்படுவதை நேதனுக்குத் தரவிருக்கும் வேதனைக்காக ஆத்மார்த்தமாக வருந்துவதை இவன் பார்த்திருக்கிறான்.

எனது பால்யத்தின் மிச்சமென இப்போதிருப்பதும், பாதுகாக்க நினைப்பதும் நேதனின் நட்பு ஒன்றுதான். இவன், இந்தப் புறா, ஜாஸ்மினுடனான உறவில் நுழைவதற்கும் வெளிவருவதற்குமான வழிகளை நான் ஆராய்வதை, தன் கூரிய கண்களால் கவனித்துக் கொண்டிருந்தவன். உறுதியாகத் தெரிந்துகொள்ள வழியேதும் இல்லாவிட்டாலும் அவன் என்னைப் புரிந்துவைத்திருக்கிறான் என்றே தோன்றுகிறது.

அதைப்பற்றி யோசிக்கும்போது, நேதனுக்கு அந்த விபத்து நடந்து ஏழு அல்லது எட்டு நாட்களுக்குப் பிறகுதான் எங்களின் உறவு தொடங்கியது மற்றும் இந்தப் புறா வந்தது இரண்டும் ஒருசேர நடந்தன. ஏதோ என் சுய-அனுபவங்களுக்குச் சாட்சியாக இருக்க அவன் தேவை என்று அவனுக்குத் தோன்றியதுபோல அல்லது வெறுமனே எனக்கு நட்பு தேவை என்பதற்காக வந்ததுபோல. ஆரம்ப நாட்கள் உண்மையில், வாதை தரக்கூடியனவாக இருந்தன. எப்போது மருத்துவமனையிலிருந்து ஜாஸ்மினை எனது இடத்துக்குக் கூட்டிவந்தேனோ, ரத்தக்கறை படிந்த அவளது ஆடைகளை உரித்தெடுத்து, குளியலறைக்கு அவளை நிர்வாணமாகத் தூக்கிச்சென்று உட்காரவைத்து, அவளது ரத்தமும் நேதனின் ரத்தமும் வெதுவெதுப்பான நீரில் கரைந்து குழாய்க்குள் ஓடி மறைந்ததோ அப்போதிருந்து நானும் அவளும் எங்களுக்கான தேறுதல் மிகவும் தேவை என்ற உண்மையோடு போராடிக் கொண்டிருந்தோம். இருவரும் மற்றவரை கறைப்படுத்த விரும்பாமல் இருந்தபோதும் அது நடப்பதைத் தடுக்க முடியவில்லை.

அவர்கள் நீண்ட வார இறுதிச் சுற்றுலாவாக தூரம் சென்றிருந்தனர். இரவில் அவனது இருசக்கர வாகனத்தில் திரும்பும்போது இருவருமே சாலையில் இருந்த முகட்டைக் கவனிக்கவில்லை. அச்சம்பவத்தை நினைவுகூரும்போது ஜாஸ்மின் எனக்குச் சொன்னது, ஆனால் உண்மையில் அது இன்னும் மோசமானது. ஏனென்றால், அதன் முடிவென்பது உண்மையில் தொடக்கம்தான். நடுங்கிக்கொண்டு தனக்குத்தானே முணுமுணுத்தபடி இருந்தவளைப் பார்த்தபோது கண்ணியமான இடத்தில் அவளைவைத்து யோசிப்பதே சற்றுச் சிரமமாகயிருந்தது. ரத்தம் மற்றும் சிறுநீரில் நனைந்திருந்த ஆடையில் அவளொரு மருட்சிகொண்ட சிறுமியாகவே எனக்குத் தோன்றினாள். அநேகமாக, ஒருமணி நேரம் இருக்கலாம். அவளது உடலில் அவர்கள் தையலிட்டு முடிக்கும்வரை உடன் இருந்தேன். நேதன் கோமாவில் இருப்பதாக,

இன்னும் சிலநாட்களுக்கு அவனை மருத்துவமனையில் வைத்திருக்கப்போவதாக அடர்நீல ஆடையணிந்த ஒருவர் சொன்னதும் நாங்கள் அங்கிருந்து கிளம்பினோம்.

நடக்கவியலாத சாத்தியக்கூறுபோலவே இருந்தது. இப்போதும்கூட, அன்று மாலையில் நடந்த அப்பெருங்குழப்பம் இன்னொரு பரிமாணத்திலுள்ள உண்மைபோலவே எனக்குத் தோன்றுகிறது. ஜாஸ்மின் நீளிருக்கையில் படுத்துப் புலம்பிக்கொண்டிருக்க, அமர்ந்து கேட்டுக்கொண்டிருந்தேன். அவள் சொல்வது மட்டுமே எனக்குக் கேட்டுக்கொண்டிருந்தது, மற்றவை அனைத்தும் உறைந்து, அதைரியப்படுத்தும் வெறுமையில் இருந்தன. ஆறு தளங்கள்கொண்ட கட்டடமொன்றின் ஐந்தாம் தளத்தில் இருந்தோம். மேலேயும் கீழேயும் யாருமில்லை என்றே நினைக்கிறேன். நாங்கள் மற்றும் அனைத்து பாரங்களையும் உள்ளே தக்கவைத்துக்கொள்ளும் காரையாலான சுவர்கள் மட்டுமே தனித்திருந்தோம். இருவருக்குமே அணைத்துக் கொள்வது, உறவுகொள்வது தேவையாகயிருந்தது. அது படபடப்பான, சங்கடமான, தடுமாற்றமும் தயக்கமும் பொதிந்த கலவி. என் சகோதரியோடு ஒருபோதும் உறவு கொண்டதில்லை, ஆனால் அப்படி நடந்தால் வரும் நடுக்கம் இப்படித்தான் இருக்கும் என்று தோன்றியது. குரல்கள் மூச்சுக்காற்றில் கலக்க, உடல்கள் கவனமாக ஒன்றோடொன்று வலிமையால் விலக்க முடியாதவரை பின்னிக்கொண்டன. கூசுவதும் நடுங்குவதும் முறுக்கிக்கொள்வதும் நினைவில் இருக்கிறது. நடந்துமுடிந்த உடனேயே இனி, அது தொடரப்போகிறதென எங்களுக்குத் தெரிந்துவிட்டது.

சிலநாட்களுக்கு மருத்துவமனைக்குள், ஒருவரையொருவர் வட்டமிட்டுக் கொண்டிருந்தோம், பேசுவதற்கென ஏதும் சொற்களற்ற மௌனத்தின்போது அல்லது சிந்தனைகளைப் பரிமாறிக்கொள்ள ஏதுமில்லாதபோது, நேதனின் மாறாத இதயத்துடிப்பின் ஒலியை, சுத்திகரிப்பானின் வாசனையைப் பகிர்ந்துகொண்டோம். என்னைவிட அதிகமாக மனப்போராட்டத்தில் இருந்தாள். ஏனெனில் அவ் வார இறுதியில்தான் அவனுக்குத் தன் சம்மதத்தைத் தெரிவித்திருந்தாள். தன்னுடைய செயல்களில் எது பிழையானது அல்லது தவறான கணிப்பு என்று அவளுக்குத் தெரியவில்லை என இப்போது உணர்கிறேன். அனைத்தின் பொருட்டும் மனஉளைச்சல் கொள்கிறவளாக இருந்தாள் – இருக்கிறாள்.

விபத்து நடந்து தோராயமாக ஒரு வாரத்திற்குப் பின், ஜாஸ்மினின் கால்கள் மற்றும் கைகளிலிருந்த மஞ்சள், நீலம் கலந்த சிராய்ப்புகள் மங்கத் தொடங்கின. அவை மறைய மறைய, தன்செயலுக்கான மனஉளைச்சல் அவளுக்கு அதிகரித்துக்கொண்டே போனது. அவனின்றி வாழ்கிறாள், சுவாசிக்கிறாள், குணமடைகிறாள். அவளது வீக்கமுற்ற வலதுகண் முன்போல வலிதருமளவு குடைவதில்லை. அவளது சிறிய கைகள் இப்போதெல்லாம் அந்தளவுக்கு நடுங்குவதில்லை. அவ்விரவின் புதுமையை தக்கவைத்துக்கொள்ளும் முகமாக இரண்டு அல்லது மூன்று விரல் நகங்களை அழுக்காக வைத்திருந்தாள். ஒவ்வொருமுறை பார்க்கும்போதும், முன்னைவிட அதிகமாக 'அவளாக'த் தோற்றமளிக்கத் தொடங்கினாள். நன்றாகச் சீவிய தலைமுடி. முதல்முறை அவளைப் பார்த்தபோது அணிந்திருந்த இதயவடிவ தங்கப்பதக்கம் கழுத்தை அலங்கரித்தது.

❧ ❧ ❧

அந்த இரவில் நிகழ்ந்ததை மீண்டும் நிகழ்த்துவதை நோக்கி நெருங்கிக் கொண்டிருந்தோம். இதில் எங்கோ ஓரிடத்தில் அதை எதிர்ப்பதும் நின்றுவிட்டது. அதுவொரு சனிக்கிழமை மாலை, காற்று வீசியது. ஆனால் குளிரில்லை. சென்றமுறை ஒருவரில் மற்றவரை இழந்ததுகுறித்துப் பேசுவதான மெல்லிய போலிப் பாவனையில், தேநீர் நேரத்தில் சந்திப்பதென முடிவுசெய்தோம். ஜாஸ்மினுக்கு அவளது தேநீர் வெள்ளையாக இருப்பதுதான் பிடிக்கும். சிந்தனையில் ஆழ்ந்தபடி அதைக் கவனமாகப் பருகுவாள். நான் திடத்தையும் கசப்பையும் விரும்பும் வகை. இதன் பொருள் அங்காடிக்குச் சென்று பால் வாங்கி வரவேண்டும். அவளுக்கு இரண்டு சதவீதப் பால் மட்டுமே பிடிக்கும். நேதனின் சகோதரன் ஐசக் - இவனொரு சுயவிரும்பி மற்றும் வெல்லமுடியாத பத்தொன்பது வயதுப்பையன் - இங்கு வந்திருந்தபோது அவர்களுக்குள் ஏற்பட்ட சண்டையால் இது எனக்குத் தெரியவந்தது. ஐசக், பழைய பால்சீசா முடியும் முன்பே புதியதைத் திறப்பான். அது மிகவும் குறைவான நடைமுறை அறிவுள்ள செயல். ஆனால் ஐசக்கிற்கு ஒரு பொருள் கெட்டுப்போவது அல்லது தன்னுடைய புதுத்தன்மையை இழப்பதுகுறித்த கவலையில்லை. அச்செயல் ஜாஸ்மினுக்குக் கோபத்தை ஏற்படுத்தியது என்றாலும் நேதனுக்கு அது பொருட்டாக இல்லை. இச்செயலுக்கான

அவனுடைய இசைவுத்தன்மை குறித்து, இன்னமும் தெளிவான, அறிவார்ந்த, முதிர்ச்சியுள்ள காரணம் கிடைக்கும்வரை அவள் இரக்கமற்றவகையில் அதேசமயம், நிதானமாக தனது கோபத்தை வெளிப்படுத்திக் கொண்டிருந்தாள். அவளுக்கான வாய்ப்பு, போகோ ஹராம் பற்றி ஐசக் ஒரு கருத்தை வெளியிட்டபோது கிடைத்தது. ஏதோ ஒருவகையில் அவன் அவர்களது செயல்களை நியாயப்படுத்துவதாக அவளுக்குத் தோன்றியது. இப்போது அதுகுறித்து யோசித்தால், எவ்வளவு வேகமாக அந்த அசிங்கம் தொடங்கி, எவ்வளவுநேரம் நீடித்திருப்பதாகத் தோன்றியதென்பது வேடிக்கையாக இருக்கிறது. இந்தக் குழப்பத்திற்கிடையில், இரண்டு சதவீதப் பால் விஷயம் எப்படியோ முக்கியமானதாகிக் குறிப்பிடும்படியானது. அவர்களைக் கடந்து செல்லும்போது, கலங்கரை விளக்கின் அடியில் எல்லா கொந்தளிப்புகளும் அடங்குவதுபோல, அதன் முக்கியத்துவத்தை நினைவில் இருத்திக் கொண்டேன்.

கனமான சீசாவை கையில் சுமந்து செல்லும்போது, எங்களுடைய இந்தக் குற்றவுணர்வு மற்றும் நேர்மை என்ற பம்மாத்துகளெல்லாம் தேநீர் நேரத்துக்கு மட்டுமே நீடிக்கும் என்று முழுமையாக உணர்ந்தே சென்றேன். இருந்தாலும் நாங்கள் இருவரும் எதிர்பார்த்ததைவிட அது மிக மெதுவாகவே மறைந்தது என்று நினைக்கிறேன். நான் வசிக்கும் கட்டடத்தை நெருங்கியபோது அவள் எதிர்த் திசையிலிருந்து வந்துகொண்டிருப்பதைக் கவனித்தேன். நாங்கள் ஆர்வத்தோடும் இல்லை, அதேசமயம் இயல்பாகவும் இல்லை. நான் சீசாவை அவளிடம் காண்பித்ததுமே அது எனக்கு எப்படித் தெரியவந்தது என்பதை உடனே நினைவுகூர்ந்தாள். திராட்சைக்கொடியில் வேண்டாத திராட்சையைக் கைவிடுவது போல நாங்கள் அவ்விஷயத்தை அமைதியாகத் தவிர்த்தோம்.

'நானாக கற்பனை செய்துகொள்கிறேனா என்று தெரியவில்லை, ஆனால் இன்று அவன் என் கையை இறுகப் பற்றிக்கொண்டதாக உணர்ந்தேன்.'

பேசுவதற்கு இது பாதுகாப்பான விஷயம் என்று தெரிந்து, அவளுடைய யூகத்தின் அபத்தத்திற்குள் நுழையாமல் தலையசைத்தேன்.

'நன்றாகத் தூங்குகிறாயா?'

'தொடர்ந்து தூங்கமுடியவில்லை, ஆனால் முன்னைவிட பரவாயில்லை. இரண்டு இரவுகளாக அதுகுறித்த கனவுகள் வரவில்லை.'

சிந்தனை நிறைந்த மௌனங்கள் அவளுடைய எக்ஸ்-ரே முடிவுகள், நேதனின் முதலாளியுடனான அவளது பேச்சுவார்த்தை போன்ற உடனடியாகத் தீர்ந்துபோகிற சோபையற்ற நடைமுறை உண்மைகளால் தடங்கலுற்றன.

பேசவந்த விஷயத்தை ஜாஸ்மினே தொடங்கியது எனக்கு ஆச்சரியமாக இருந்தது.

'சரியாகச் சொன்னால் அதுவொரு தவறு' என்று ஆரம்பித்தாள்.

'இவை எதுவுமே நேதன் குணமடைவதைத் தடுப்பதை நான் விரும்பவில்லை.'

உண்மையில், எங்கள் இருவருக்குமே அந்த விஷயத்தைச் சுலபமாக்கிக் கொண்டிருந்தாள். குணமடைதல் என்ற ஒன்று நடக்கவேண்டுமா என்ற தெளிவு இல்லாவிட்டாலும் அதைக் குறிப்பிட்டாள்.

'எனக்குப் புரிகிறது.'

'உண்மையில் அதன் அர்த்தம் என்ன, ஏன் அது நடந்தது என்றெல்லாம் எனக்கு நிச்சயமாகத் தெரியவில்லை… அநேகமாக நான்… நாமிருவரும்…'

அவளுடைய வலிநிறைந்த நினைவுகளிலிருந்து அவளைக் காப்பாற்ற, 'அது அதிர்ச்சி அல்லது வேதனையின் விளைவாகயிருக்கும். அதுபற்றி நான் அதிகம் யோசிப்பதில்லை,' என்றேன்.

'என்னால் மறுபடி அதைச் செய்யமுடியாது' என்று உறுதிபடக் கூறினாள். நான், அதுவொரு முட்டாள்தனம் என்பதை அறிந்து எதுவும் பேசாமல் இருந்தேன்.

'MSF-லிருந்து ஏதேனும் தகவல் வந்ததா?' வேறு ஏதேனும் தேடிப்பேச அவளுக்கு இரண்டு நிமிடங்கள் தேவைப்பட்டன.

‘அவர்கள் அனுப்பிய கடித உறை அதோ இருக்கிறது...’ சிற்றுண்டி மேசையை சுட்டிக்காட்டியபடி கூறினேன்: ‘... அதைத் திறப்பதற்கு நான் இன்னும் தயாராகவில்லை.’

‘அதில் என்ன தகவல் இருக்கும் என எதிர்பார்க்கிறாய்?’

அவளுக்குச் சொல்ல என்னிடம் பதில் இல்லை. எனக்கு மாறுதல் தேவையாக இருக்கிறது. இந்த வெற்றிடத்திலிருந்து மாறுதல். என் உடல் அதற்காகக் கதறிக்கொண்டிருப்பதை உணர்ந்தேன். ஆனால் எந்த மாறுதலும் இல்லாததற்கும் நான் தயாராக வேண்டும். அவளை ஏமாற்றுவதுபோல, இனிமேலும் என்னை நானே ஏமாற்றிக்கொள்ள முடியாது.

முனைப்பின்றி, இயல்பாக என் பார்வை அவளது திறந்த கால்முட்டிக்குத் தாவியது, நன்கு உருவுற்ற, பழுப்பு நிறத்தில், மென்மையான மற்றும் அதற்கேயுரிய தன்மையில் உள்ளது, மற்றது அசிங்கமாக உருக்குலைந்து, பூமியில் ஆரோக்கியமாக நிலைபெறாத மரத்தின் கிளைபோலத் தோற்றமளித்தது. நான் பார்த்ததை அவள் பார்த்தாள், ஆனாலும் என்னால் பார்க்காமல் இருக்கமுடியவில்லை.

‘அது நல்ல செய்தி என்று நம்புகிறேன்.’ நான் அவளை சங்கடப்படுத்துகிறேன் எனும்விதமாக கால்களை மாற்றிகொண்டு கூறினாள். அது என்னை, பார்வையைத் திருப்பிக்கொண்டு எங்களுக்கிடையில் மொத்த அறையின் இடைவெளி இருக்கும்படியாக சன்னலருகில் நடந்துசெல்லவைத்தது. அது பெரிய இடமல்லதான், ஆனால் கவனமான அல்லது அநேகமாக நாகரிகமற்ற எனது இச் செயலால், அப்போது நான் இருந்ததைவிட இன்னும் அதிகதூரம் செல்லமுடியாது என்றாலும்கூட, எங்களைப் பிரிக்கும் இவ்விடைவெளியில் நிறைந்துள்ள மெல்லிய ஒளி மற்றும் மலர்ச்சி இழந்த காற்று ஒருவேளை, அவளுக்கு பாதுகாப்புணர்வை அளிக்கலாம் என்று தோன்றியது.

‘அப்படி இல்லாவிட்டாலும் நான் அதைக் கடக்கமுடியும் என்று நம்புகிறேன்.’

‘அப்போது, நீ இங்கேயிருப்பதில் நிறைவுகொள்ளவேண்டியதாகும், அப்படித்தானே?’

என் செயலின்மையை அவள் மிகச் சாதாரணமாக அணுகியவிதம் என்னைக் காயப்படுத்தியது எனக்கு நினைவிருக்கிறது. நான்

இங்கிருந்து தப்புவதற்கான, புதியவற்றுக்குச் செல்வதற்கான என் தேவையை, தான் அறிந்திருப்பதாக அவள் அனுமானிப்பது நுண்ணுணர்வற்றதன்மையாகவே எனக்குத் தோன்றியது. இருப்பினும், இருவரும் ஒருவரையொருவர் அதீதமான சூழலில் வைத்துப் பார்த்திருக்கிறோம். நான் எதுவும் சொல்லாமல் அமைதியாக இருந்ததற்கு, என் பிரச்சினையை நான் எவ்வளவு தீவிரமாக அணுகுகிறேன் என்பதை எப்படிப் புரியவைப்பது என்ற தடுமாற்றமும் காரணம். மேலும் அவள் அதைச் சரிவரப் புரிந்துகொள்ளவில்லை என்பதில் காயப்பட்டாலும் உண்மையில் அந்தச் சமயத்தில், விபத்தைத் தாண்டி அல்லது அதன்பின் நிகழ்ந்தவற்றைத் தாண்டி வேறு வலிகளுக்கோ, மனக் கொந்தளிப்புகளுக்கோ இடமில்லாமல்தான் இருந்தது. அப்போது சற்று குரூரமாகத்தான் உணர்ந்தேன். வெறுமனே, நான் நேதனிடம் எதுவும் சொல்லமாட்டேன், அவன் அதைக் கண்டுபிடித்துவிடுவானோ என்று அவள் கவலைகொள்ளத் தேவையில்லை. அது நமக்கிடையேயான ரகசியமாக இருக்கும் என்று சொல்லிவைத்தேன். முரணாக, அந்த உறுதி மட்டுமே மீண்டும் அதைச் செய்வதற்கு அவளுக்குத் தேவையானதாக இருந்தது.

இம்முறை, வேகமோ அல்லது அசௌகரியமோ இல்லை. அவள் மெதுவாக, தனியாக இருப்பது எவ்வளவு சிரமமானது என்று சொன்னாள். நேதனோடு ஒரு வருடமாக வாழ்ந்துகொண்டிருப்பதில் ஒருவருக்குச் சமைப்பதே கைவராமல் எல்லாம் மீந்துபோவதைச் சொன்னாள். அது எவ்வளவு முட்டாள்தனமான கவலை என்று தோன்றியதால் என்னால் சிரிப்பை அடக்கமுடியவில்லை. அது, அந்த இரவின் இறுக்கத்தைத் தளர்த்தியது. அவளுக்கும் அது ஏன் என்று புரிந்தாற்போலத்தான் இருந்தது.

'அவன் கண் விழிப்பான் என்று நீ நினைக்கிறாயா?' இக்கேள்வியில் அவநம்பிக்கை சரியானவிதத்தில் தொனித்தது. அந்தச் சமயம் வரை, அவன் இறந்துவிடுவான் அல்லது செயலற்றுக் கிடப்பான் என்ற சாத்தியக்கூறு பற்றிய பேச்சு எங்களுக்குள் வந்ததே இல்லை. எழுந்திருக்கும்போது எவ்வளவு மோசமான நிலையிலிருப்பான் என்பதே கேள்வியாகயிருந்தது. நீக்கப்பட்ட கால் குறித்து மனமுடைவானா? நினைவிழத்தல் ஏதும் இருக்குமா அல்லது மறுவாழ்வுக்கான அறிதல் பயிற்சிகள் தேவைப்படுமா? சாத்தியக்கூறுகளின் பரந்துபட்ட வீச்சில்கூட நேதன் இறந்துபோகலாம் என்பது சேர்க்கப்படவேயில்லை.

நான் பொய்யான நம்பிக்கை எதுவும் தர விரும்பவில்லை. பதிலாக ஒயின் தந்தேன் – விலை மலிவான, யாரும் எப்போதுமே விரும்பாத ஷார்டுனே (வெள்ளை ஒயின்), விதிவிலக்காக அந்தத் தருணத்தில் மட்டும் விரும்பப்பட்டது. அடுத்து நடந்தவையெல்லாம் வேகமாக, பொறுப்பற்று நடந்தன. முட்கள் நிறைந்த காட்டுக்குள் நடந்த விரட்டல்போல, முடிவில், வெற்றிக்கான விலை எதுவாக இருந்தாலும் பரவாயில்லை என இருவருமே தீர்மானமாகயிருந்தோம். முடியும்போது மென்மையும் நயமும் இருந்தது. ஏனெனில் இருவரும் மற்றவர் எவ்வாறு கலவிகொள்ள விரும்புகிறோம் என்பதைப் புரிந்துகொண்டோம். நான் அவள் பின்னால் நின்றபோது அவளது மார்புகளோடு சேர்ந்து பதக்கமும் மேலும் கீழுமாக ஆடியது. ஏதோவொரு இயல்புமீறிய காரணத்தால், அப்போது அப்புறாவின் கூரிய கண்களைப் பார்த்துக்கொண்டேயிருந்தேன் - இதை அவள் அறிந்திருக்கவில்லை.

என்னோடு அமர்ந்து தேநீர் அருந்திவிட்டு, என்னில் எந்தவிதமான வெட்கமும் மிச்சமில்லை என்ற உண்மையைக் கண்டபின் உணர்ச்சிக் கொந்தளிப்போடு, தன்னிரக்கத்தால் கிழிபட்டு அவள் வெளியேறும்வரை அவன் காத்திருந்தான். மிச்சமிருந்த குற்றவுணர்வின் கூர்முனைகள் மழுங்கிக் கொண்டிருந்தன. அவை என் தோலைக்கூட துளைப்பதில்லை என்பதை அவன் பொருட்படுத்தியதாகத் தெரியவில்லை.

* * *

அது முன்னெப்போதோ நடந்த ஒன்றாகத் தோன்றுகிறது. காலப்போக்கில், ஜாஸ்மினின் உடலில் உள்ள ஒவ்வொரு வளைவுகளும் எனக்கு அத்துப்படியாகின. அவளுடைய முனகல், உறுமல், பார்வை மற்றும் சிரிப்புகளுக்கு எந்த இடத்தில் என்ன முனைப்பு, என்ன அர்த்தம் என்று எனக்குத் தெரியும். நேதன் கண்விழித்த முதல் மூன்று நாட்கள் மிகக் கடினமானவை. அவர்கள் மெதுவாக அவனுள் செருகப்பட்டிருந்த குழாய்களை எடுத்துவிட்டு அவனுடைய செயல்பாட்டை கவனித்தார்கள். மீண்டும் வாழவேண்டியது குறித்து அவனது கைகள் நடுங்கின, அவன் முகம் பயத்தால் கோணியது, அவனை நெருங்கும் பகலின் ஒளி விருப்பமில்லாதவரின் வருகைபோல ஆனது. கிட்டத்தட்ட, இருபது வருடங்களாக நேதனை எனக்குத் தெரியும்.

அவனுடைய சாமர்த்தியத்தை வியந்திருக்கிறேன், அவனது உறுதித்தன்மையைக் கண்டு பொறாமைப்பட்டிருக்கிறேன். ஆனால் இந்த ஒற்றைக்கால் கொண்ட ஆதரவற்ற ஒன்று, அவன் உடலை ஆக்கிரமித்துக்கொள்ளப் பார்ப்பது அவனை அந்நியமாக, விநோதமாகக் காட்டியது.

சிறுகுழந்தை நடக்கும்போது பின்னால் சாய்ந்து விழுவதுபோல நடப்பது நேதனுக்கு மிக மோசமானதொரு போராட்டமாக இருந்தது, தன் புதிய காலைவிடவும் ஊன்றுகோலைத்தான் அதிகம் நம்பினான். நானும் ஜாஸ்மினும் எங்களோடு வெளியில் நடக்கும்படி மெதுவாக அவனைச் சம்மதிக்கச் செய்தோம். அவனை எங்களுக்கிடையில் வைத்தபடி, அவனுடைய ஒருகை என்மீதும் மற்றொன்று அவள்மீதும் வைத்தபடி தடுமாறிக்கொண்டு, பயமுறுத்தும் மூன்று தலை மிருகம்போல நடப்போம். அப்போது, குற்றவுணர்வும் வெட்கமும் அவள் முகத்தில் ஊர்வதை என்னால் பார்க்கமுடியும். ஆனால் அவன் எங்களுக்கிடையில் இல்லாதபோது அது காணாமல்போனது. எங்கள் குற்றவுணர்வைப் பற்றி சிந்திப்பதைவிடவும் அதை மதுவில் மூழ்கடித்து, காமம் தன்னை அவிழ்க்கக் காத்திருந்தோம். ஜாஸ்மின், விலகப்போவதாக எப்போதும் என்னை மிரட்டுவாள். இதுவே கடைசிமுறை என்று சொல்லி, அது அவ்வாறு இல்லாமலாகும்போது அசிங்கமான குற்றச்சாட்டுகளை என்னை நோக்கி வீசுவாள். நான் அதற்காக வருந்துவதில்லை என்பதால் அவளது குற்றச்சாட்டுகளுக்கு எதிராகப் போராடுவதும் இல்லை. ஆனால் சமயத்தில் அவளது இம்மெல்லிய வன்முறை காலப்போக்கில் மறையவில்லை என்பது குறித்து வருந்துவதுண்டு.

இப்போதெல்லாம், புறாவுக்காக சன்னலைத் திறந்துவைப்பது வசதிக் குறைவானதாக ஆகிவிட்டது. பிடிவாதமான வெப்பத்தைக் குளிர் நிதானமாக நகர்த்தியிருந்தது என்பதால். வெளியிலிருந்து வரும் ஒலிகளின்மாதிரி மட்டும் உள்ளே நுழையும்படியான சிறுதிறப்பு மட்டுமே உண்டு. எப்போதேனும் தனது அலகை அதனுள்ளே நுழைப்பான். அவனை உள்ளே வரும்படி அல்லது அதற்குமேலாக அவனை ஊக்குவித்தால், அவசரகால வழியிலிருந்து படுக்கையறையின் வரைவிளிம்பிற்கோ அல்லது தெருவிலோ பறந்து மறைந்துவிடுவான். அவனை தொல்லை செய்வதை விடுத்து, அவனை ஒரேயடியாக இழப்பதைக்

காட்டிலும் அவனோடு எனக்கான தூரத்தைக் கடைப்பிடிக்கக் கற்றுக்கொண்டேன்.

***

இன்று நேதனின் பிறந்த நாள். இதை அவனுடைய இரண்டாவது முதல் பிறந்த நாள் என்று அழைக்கிறோம். அவனை கௌரவப்படுத்தும்விதமாக ஜாஸ்மின் அளிக்கும் இரவு விருந்தில் கலந்துகொள்ள என்னைத் தயார்ப்படுத்துகிறேன். சாவின் விளிம்பில் அதை வெற்றிகொண்டு மீண்டும் புதிய வாழ்வுக்குள் நுழைவதென்பது நிச்சயமாகக் கொண்டாடப்படவேண்டிய விஷயம். இதுவொரு பனிமூட்டத்துடனான மந்தமான ஞாயிறு, வெளியில் சாம்பல்நிறம் அடர்நீலக் கருப்புக்கு மாறிக்கொண்டிருக்கிறது. அவனுடைய சுவடு எங்கும் இல்லை. நேற்றிலிருந்தே அவனைப் பார்க்கவில்லை.

கோட் மற்றும் கம்பளித்துண்டு மற்றும் கையுறைக்குள் என்னைப் புதைத்துக்கொண்டு, சமையலறை மேசையிலுள்ள சாவிகளை எடுத்துக்கொண்டேன், இங்குதான், அப்புறாவின் கண்பார்வையில் நடந்த ஒவ்வொரு கதையும் சௌகரியமாக உறங்குகிறது. புத்தக அலமாரியிலிருந்து ஜாஸ்மினின் காதணி துருத்தியபடி என்னைப் பார்க்கிறது. அது, நேதன் என்மீது வைத்துள்ள சந்தேகமில்லாத கருணையை எனக்கு நினைவூட்டியபடி, விபத்து நடந்த இரவில் நான் ஜாஸ்மினை அடைந்ததற்காகக் குற்றம்சாட்டியபடி இருக்கிறது. MSF-லிருந்து வந்த கடிதம் இப்போது, உள்ளே எப்படியோ நுழைந்துவிட்ட மழைத்துளியால் சுருக்கத்துடன் கசங்கி, என்னைக் காயப்படுத்தும்படியாக மற்ற கடிதக் குவியல்களின் மேலாக, ஜாஸ்மின் மற்றும் நேதன் திருமண அழைப்புக்கு அருகில் கிடக்கிறது.

சன்னலை அடைக்க முனையும்போது, காகிதம் மடிவதுபோன்ற சரசரக்கும் ஓசை கேட்டதும் தோள்களைக் குறுக்கி வெளியில் எட்டிப் பார்க்கிறேன். கடந்த சிலநாட்களில் பெய்தமழையால் தண்ணீர் தேங்கி சிறுசிறு வட்டங்களோடு சுழித்துக் கிடக்கிறது. கல்லின் வனப்போடு சுற்றித்திரிபவன் இப்போது தன்னுள் சுருண்டிருக்கிறான், அவனுடைய சின்னஞ்சிறு இதயத்தில் துடிப்பேதும் மிச்சமில்லை. கண்கள் மூடியிருக்கின்றன.

வார்த்தைகள் ஏதும் வெளியாகிவிடக்கூடாது என்பதுபோல இப்போது, தன் அலகுகளை இறுக்கமாக மூடிக் கொண்டிருக்கிறான்.

❀ ❀ ❀

டெரி பாலன்டைன் பிசன் (1942)

அமெரிக்காவின் கெண்டக்கியில் பிறந்த அறிவியல் புனைகதை எழுத்தாளர். Bears Discover Fire என்ற அவரது சிறுகதைத் தொகுப்பு, ஹ்யூகோ மற்றும் நெபுலா விருதுகளைப் பெற்றது. மற்ற சிறுகதைகளுக்காக ஃபீனிக்ஸ், லோகஸ் போன்ற விருதுகளையும், அசிமோவ் இதழ் வழங்கும் விருதையும் பெற்றிருக்கிறார்.

கரடிகள் நெருப்பைக் கண்டுபிடித்துவிட்டன

வண்டியை நான்தான் ஓட்டிக் கொண்டிருந்தேன். உடன், என் சகோதரன் (அவன் ஒரு மதபோதகன்) மற்றும் அவனது மகன். வண்டி I-65 நெடுஞ்சாலையில் பவுலிங் க்ரீனின் வடக்குப் பகுதிக்கு வந்தவுடன் சக்கரம் காற்றிழந்துவிட்டது. அதுவொரு ஞாயிற்றுக்கிழமை இரவு. நாங்கள் முதியோர் இல்லத்தில் வசிக்கும் எங்கள் தாயைப் பார்ப்பதற்காகப் போய்க்கொண்டிருந்தோம். வண்டி என்னுடையது. காற்றிழந்த சக்கரம் பரிச்சயமானது என்று சொல்லக்கூடிய உறுமல் ஒன்றை வெளிப்படுத்தியது. என் குடும்பத்தில் நான் சற்றே பழமைவாதி (மற்றவர்கள் கருத்துப்படி), வண்டியின் டயர்களை நானே சரிசெய்துகொள்வேன். என் சகோதரன் அடிக்கடி 'ரேடியல் டயர்களைப் பயன்படுத்து, பழைய டயர்களை வாங்குவதை நிறுத்து' என்பான்.

ஆனால் உங்களுக்கு வண்டியின் சக்கரத்தைக் கழற்றி டயரை மாட்டத்தெரியுமென்றால், பழைய டயர்கள் கிட்டத்தட்ட இலவசம்போல கிடைக்கக் கூடியன.

இடதுபக்க டயர்தான் பழுதடைந்துள்ளது என்பதால் இடதுபக்கமாக வண்டியை ஒதுக்கி சாலையைப் பிரிக்கும் புல்வெளியில் வண்டியை நிறுத்தினேன். என் கெடிலாக் தடுமாறி நின்ற விதத்திலேயே தெரிந்தது, டயர் முற்றிலுமாகப் பழுதடைந்துவிட்டது.

"வண்டியில் ஃப்ளாட்ஃபிக்ஸ் இருக்கிறதா என்று கேட்கவேண்டிய அவசியமே இல்லை என்று நினைக்கிறேன்" என்றான் வாலஸ்.

நான் ஜூனியர் வாலஸிடம், "இதோ, இந்த விளக்கைப் பிடித்துக்கொள்" என்றேன். அவனுக்கு மற்றவர்களுக்கு உதவிசெய்ய விரும்பும் வயதுதான். ஆனால் அதை உணரும் வயது (இன்னும்) வரவில்லை. ஒருவேளை, எனக்குத் திருமணம் நடந்து, குழந்தைகள் இருந்திருந்தால் ஜூனியரைப் போல ஒரு பிள்ளை இருப்பதையே விரும்புவேன்.

பழைய கெடிலாக்கின் பின்புறம் நிறைய இடமிருக்கும் என்பதால் கொட்டாரம்போல நிறைய இட்டு நிரப்பலாம். என்னுடையது, 56ஆம் வருடத்தைய வண்டி. வாலஸ், தன்னுடைய ஞாயிற்றுக்கிழமைக்கான சட்டையில் இருந்ததால், உதவட்டுமா என்று கேட்கவில்லை. நான் பின்புறத்திலிருந்த பத்திரிகைகள், தூண்டில், கருவிகள் வைக்கும் மரப்பெட்டி, கொஞ்சம் பழைய துணிகள், சாக்கில் சுற்றிவைக்கப்பட்டிருந்த கையால் இயக்கப்படும் விஞ்ச், புகையிலை மருந்துதெளிப்பான் ஆகியவற்றை விலக்கிவைத்து ஜாக்கியை தேடிக்கொண்டிருந்தேன். ஸ்டெப்னி காற்றிழந்து சற்றே மிருதுவாகத் தோன்றியது.

தேடிக் கொண்டிருக்கும்போதே விளக்கு அணைந்துவிட்டது, ஜூனியரிடம் "அதைக் குலுக்கு" என்றேன்.

மீண்டும் எரியத் தொடங்கியது. வண்டிக்கான பம்பர் ஜாக்கி எப்போதோ போய்விட்டது. இப்போதிருப்பது கால் டன் எடை தூக்கக்கூடிய ஹைட்ராலிக் ஜாக்கிதான். அது, அம்மாவின் பழைய 1978-1986 வருடங்களின் சதர்ன் லிவிங்ஸ் புத்தகங்களுக்கடியில் கிடந்தது. இந்தக் குப்பைகளை எப்போதோ தூக்கி எறியவேண்டும் என்று நினைத்திருந்தேன், இன்னும் செய்யவில்லை. வாலஸ் மட்டும் இல்லையென்றால் ஜூனியரை வண்டிக்கு அடியில் சென்று ஜாக்கியை பொருத்தச் சொல்லியிருப்பேன், இப்போது நானே முட்டி போட்டுக்கொண்டு அந்த வேலையைச் செய்ய வேண்டியதாயிற்று. ஒரு சிறுவன் சக்கரம் மாற்றத் தெரிந்துகொள்வதில் தவறு ஒன்றுமில்லை. நீங்கள் அதைச் சரிசெய்து மீண்டும் மாட்டப்போவதில்லை என்றாலும் இவ்வாழ்வில் சிலமுறையாவது அவற்றை மாற்றத்தான் வேண்டியிருக்கிறது. சக்கரத்தை தூக்கி நிறுத்துவதற்குள் மறுபடி விளக்கு அணைந்துவிட்டது. அதற்குள் எவ்வளவு கருமையாக

இருட்டிவிட்டது என்று வியந்தேன். அக்டோபரின் கடைசி. எனவே, குளிரும் தொடங்கிவிட்டது. "மீண்டும் அதைக் குலுக்கு" என்றேன். ஆனால் மறுபடி எரியும்போது வெளிச்சம் குறைந்து மினுமினுக்க ஆரம்பித்தது.

"ரேடியல் டயரில் இப்படிப்பட்ட தொல்லைகள் இல்லை" என்றான், வாலஸ். அவன் குரல் பல மனிதர்களுக்கிடையே பிரசங்கம்செய்யும் தொனியில் இருந்தது. இப்போது இருப்பதோ, நானும் ஜூனியரும். "ஒருவேளை வந்தாலும் ஃப்ளாட்ஃபிக்ஸ் என்ற திரவம் இருக்கிறது, அதை உள்ளே செலுத்தினால்போதும், வண்டியை ஓட்டலாம். ஒரு பாட்டில் 395$ தான்."

"பாபி பெரியப்பாவால் டயரை மாட்டுவார்" என்றான் ஜூனியர்; விசுவாசம் என்று நினைக்கிறேன். வண்டியின் அடியில் நுழைந்தபடி "மாட்டமுடியும்" என்றேன். வாலஸ் மட்டுமே அவனை வளர்த்திருந்தால் அம்மா கூறுவதுபோல, "மலைக் குகையிலிருந்து இறங்கிவந்தவன்"போலத்தான் பேசியிருப்பான். ஆனால் காருக்கு ரேடியல் டயர் வைத்திருப்பவன்.

"விளக்கை மறுபடி குலுக்கு" என்றேன். அது அணையும் நிலைக்கு வந்துவிட்டது. நட்டுகளைக் கழற்றி சக்கரத்தின் மூடியில் வைத்துவிட்டு, சக்கரத்தை வெளியில் இழுத்தேன். டயர் பக்கவாட்டில் நீளமாக வெடித்துக் கிழிந்திருந்தது. "இதை, இனிமேல் சரிசெய்து உபயோகிக்க முடியாது" என்றேன். எனக்கு அதைப்பற்றி ஒன்றும் வருத்தமில்லை. தோட்டத்தில் ஆளுயரத்திற்கு அடுக்கிவைத்திருக்கிறேன்.

விளக்கு அணைந்துவிட்டது. ஆனால் மறுபடி எரியும்போது முன்னைவிட பிரகாசமாக எரிந்தது. "மிக நல்லது" என்றபடி, சக்கரத்தை வண்டியில் பொருத்தினேன். மங்கிய இளஞ்சிவப்புநிற ஒளி வெள்ளமெனப் பாய்ந்தது. நட்டுகளை எடுக்கத் திரும்பியபோதுதான் கவனித்தேன் - ஜூனியரின் கையிலுள்ள விளக்கு எரியவில்லை. வெளிச்சம் மரங்களின் முடிவில் நின்றிருந்த இரண்டு கரடிகளின் கையிலிருக்கும் தீப்பந்தத்திலிருந்து வந்துகொண்டிருந்தது. பெரியவை, குறைந்தது முந்நூறு பவுண்டு எடை இருக்கலாம். பந்தத்தைப் பிடித்தபடி ஐந்தடி உயரத்துக்கு நின்றிருந்தன. வாலஸும் ஜூனியரும் அவற்றைப் பார்த்ததால் சிறிதும் அசையாமல் நின்றுகொண்டிருந்தனர். கரடிகளை அச்சுறுத்துவது நல்லதல்ல.

நட்டுகளைத் துழாவி எடுத்து சக்கரத்தில் வேகமாகப் பொருத்தினேன். வழக்கமாக, சக்கரத்தில் உயவுக்காக எண்ணெய் ஊற்றுவது வழக்கம். இப்போது அதையெல்லாம் செய்யவில்லை. வண்டியின் அடியிலிருந்த ஜாக்கியை இறக்கி வெளியே இழுத்தேன். மாட்டிய சக்கரம் வெகுதொலைவுக்குத் தாங்கும் என்பது ஆறுதலாக இருந்தது. எல்லாவற்றையும் தூக்கி வண்டியின் பின்புறம் வைத்தேன், சக்கரத்தின் மூடியைக்கூட மாட்டவில்லை, அதையும் உள்ளே எறிந்தேன். இவ்வளவும் நடக்கும்போது கரடிகளிடம் சிறு அசைவுகூட இல்லை. ஆர்வமா அல்லது உதவிசெய்யும் நோக்கமா என்பதைக் கணிக்க முடியவில்லை. அவற்றின் பின்னால் மேலும் சில கரடிகள் இருக்கலாம் என்று தோன்றியது. ஒரே நேரத்தில் மூன்று கதவுகளைத் திறந்து உள்ளே நுழைந்து வண்டியை விரட்டினோம். வாலஸ்தான் முதலில் பேசினான்.

“அவை நெருப்பை உண்டாக்க கற்றுக்கொண்டுவிட்டன என்று நினைக்கிறேன்”

கிட்டத்தட்ட நான்கு வருடத்துக்குமுன் (நாற்பத்தேழு மாதங்கள்), அம்மாவை முதலில் முதியோர் இல்லத்திற்கு கொண்டுசெல்வது என்று முடிவெடுத்தபோது அவள், தான் இறப்பதற்குத் தயாராக இருப்பதாக என்னிடமும் வாலஸிடமும் சொன்னாள்.

“என்னைப்பற்றி கவலைப்பட வேண்டாம்” தாதிக்குக் கேட்டுவிடாதவண்ணம் என்னையும் வாலஸையும் அருகில் அழைத்து, மெல்லிய குரலில் அவள் இறப்பதற்குத் தயாராக இருப்பதாகச் சொன்னாள். “எத்தனையோ லட்சம் மைல்களுக்கு வண்டி ஓட்டிவிட்டேன், இப்போது அக்கரைக்குச் செல் தயாராகவேயிருக்கிறேன், இன்னமும் இங்கேயே அலைந்துகொண்டிருக்க எனக்கு விருப்பம் இல்லை.” அவள், சிறு பள்ளிப் பேருந்தொன்றின் ஓட்டுநராக முப்பத்தொன்பது வருடங்கள் பணிபுரிந்தாள். வாலஸ் அங்கிருந்து சென்றபின் அவளுடைய கனவைப்பற்றி என்னிடம் மட்டும் பகிர்ந்து கொண்டாள். அவளுக்கு சிகிச்சை அளித்துக்கொண்டிருந்த மருத்துவர்கள், வட்டமாக அமர்ந்துகொண்டு அவளுடைய சிகிச்சையைப் பற்றி ஆலோசித்தனர். ஒருவர் சொன்னார், “நம்மால் என்ன செய்யமுடியுமோ அதைச் செய்தாயிற்று, இப்போது

அவளைப் போகவிடுவோம்.'' அனைவரும் ஆமோதித்து கைகளை உயர்த்தினர். ஆனால் இலையுதிர்காலத்தில், தான் எதிர்பார்த்தபடி இறக்காதபோது சற்றே ஏமாற்றம் அடைந்தாள். ஆனால் அடுத்துவந்த இளவேனிற்காலத்தில் வயதானவர்களுக்கேயான இயல்புப்படி அதை மறந்துபோனாள்.

ஞாயிற்றுக்கிழமைகளில் வாலஸையும் ஜுனியரையும் அழைத்துச் செல்வதுபோக நான் தனியாக செவ்வாய் மற்றும் வியாழக்கிழமைகளில் அவளைச் சென்று பார்ப்பதுண்டு. எப்போதும் அவள் தொலைக்காட்சிப் பெட்டியின் முன்பாக அமர்ந்திருப்பாள், அவள் அதைப் பார்க்காவிட்டால்கூட தாதி எப்போதும் அதை அணைப்பதில்லை. அதிலிருந்து வரும் மினுமினுக்கும் ஒளி வயதானவர்களுக்குப் பிடிக்குமாம். அவர்களைச் சமனப்படுத்தும் என்கிறார்கள்.

"என்ன இது, கரடிகள் நெருப்பைக் கண்டுபிடித்துவிட்டதாகக் கேள்விப்படுகிறேனே?'' அவளது நீண்ட வெண்ணிறக் கூந்தலை சிப்பியினால் செய்த சீப்பைக் கொண்டு சீவியபடி "உண்மைதான்'' என்றேன். அது வாலஸ், அவளுக்காக ஃப்ளோரிடாவிலிருந்து வாங்கி வந்தது. அந்த திங்கட்கிழமை லூயிஸ்வில்லின் கொரியர்-ஜர்னல் பத்திரிகையில் இதுபற்றி கட்டுரை வெளிவந்தது. செவ்வாய்க்கிழமை *NBC* அல்லது *CBS* இரவுநேரச் செய்திகளில். மக்கள் மாகாணத்தின் பல இடங்களில் கரடிகளைப் பார்க்கமுடிந்தது, விர்ஜீனியாவிலும் கூட. அவை குளிர்கால உறக்கத்தைத் துறந்துவிட்டன, குளிர்காலத்தை மாகாணங்களின் இடைப்பட்ட பகுதிகளில் கழிக்கப்போவதாகத் தோன்றியது. விர்ஜீனியாவின் மலைப்பகுதிகளில் எப்போதும் கரடிகள் உண்டு. ஆனால் இங்கே வடக்கு கெண்டக்கியில் கிடையாது. கிட்டத்தட்ட நூறு வருடங்களாகக் கிடையாது. கடைசி ஒன்று, அம்மா சிறுமியாக இருக்கும்போது கொல்லப்பட்டது என்பார்கள். கொரியர்-ஜர்னலில் அவை *I-65* நெடுஞ்சாலைவழியாக மிச்சிகன் மற்றும் கனடாவின் காட்டுப்பகுதியிலிருந்து வருவதாக கருத்து தெரிவிக்கப்பட்டது. ஆனால் ஆலன் கவுன்டியிலிருந்த ஒரு வயதானவர் (நேஷன்வைடு தொலைக்காட்சியின் நேர்காணல்), சில கரடிகள் எப்போதும் மலைப்பகுதிகளில் வசித்துவந்ததாகவும், அவை முற்றிலுமாக அழிந்துவிடவில்லை என்றும், அவை நெருப்பைக் கண்டுபிடித்துவிட்ட தங்களது இனத்தோடு சேர்ந்துகொள்ள இறங்கிவந்துவிட்டதாகத் தெரிவித்தார்.

“அவை இனி, குளிர்கால உறக்கம்கொள்ளப்போவதில்லை; நெருப்பை உண்டாக்கி குளிர்காலம் முழுக்க எரியவைக்கப் போகின்றன” என்றேன்.

“அவை அடுத்து, எதைப்பற்றி சிந்திக்குமென்று நான் சொல்கிறேன்” என்று அம்மா ஆரம்பித்தவுடன் தாதி, அம்மாவின் புகையிலைப் பெட்டியை எடுத்துச் சென்றாள். அது, அம்மா உறங்கச் செல்லவேண்டும் என்பதன் குறியீடு.

❧ ❧ ❧

ஒவ்வொரு அக்டோபரிலும் வாலஸ், தன் மனைவியோடு முகாமுக்குச் செல்லும்போது ஜுனியர் என்னோடுதான் இருப்பான். இது, சற்றே பிற்போக்கான விஷயம்தான் என்றாலும், என் சகோதரன் அமைப்பொன்றில் மதபோதகனாக இருக்கிறான் (நன்னடத்தை வழியின் இல்லம் - சீரமைக்கப்பட்டது). ஆனால் அவன் வருமானத்தில் மூன்றில் இரண்டு பங்கு, நிலங்களை வாங்கி விற்கும் தொழிலிலிருந்து வருவது. அவனும் அவன் மனைவி எலிசபெத்தும், கிழக்கு கரோலினாவில் உள்ள கிறிஸ்துவின் வெற்றிச் சமயநோன்பு சபையின் உறுப்பினர்கள். இச் சபை உறுப்பினர்கள் நாடெங்குமிருந்து ஓரிடத்தில் கூடி, ஒருவருக்கொருவர் பொருட்களை விற்று பயிற்சி எடுத்துக் கொள்கிறார்கள். இந்த விஷயங்கள் அவர்கள் சொல்லித் தெரிந்ததில்லை, தொலைக்காட்சியில் வரும் சுழற்சிமுறையிலான சமபங்குத் திட்டத்தின் விளம்பரங்கள் மூலம் தெரிந்துகொண்டேன்.

அவர்கள் கிளம்பிச்சென்ற புதன்கிழமை, பள்ளிப் பேருந்து ஜுனியரை என் வீட்டுக்கருகில் இறக்கிவிட்டுச் சென்றது. அவன், என்னுடன் தங்கும்போது அதிகமான சுமைகளைக் கொண்டுவரத் தேவையில்லை. அவனுக்கென்று தனி அறை இங்கே இருக்கிறது. வீட்டுக்கு மூத்தவன் என்றமுறையில் ஸ்மித்ஸ் க்ரூவில் உள்ள இந்த வீட்டில் நான் இருக்கிறேன். இது, சற்றே பழைய வீடு என்றாலும் ஜுனியருக்கும் எனக்கும் அது பிரச்சினையில்லை. அவனுக்கு பவுலிங் க்ரீனிலும் ஓர் அறை இருக்கிறது. இருந்தாலும் வாலஸும் எலிசபெத்தும் மூன்று மாதங்களுக்கு ஒருமுறை வீடு மாறுவதால் (இது திட்டத்தின் ஒரு பகுதி) அவன், தன்னுடைய .22 ரக துப்பாக்கி, காமிக்ஸ் புத்தகங்கள் மற்றும் அவன் வயதுப் பையன்களுக்கு முக்கியமாக இருக்கும் விஷயங்களை இங்கேதான்

வைத்திருப்பான். இந்த அறை, அவன் அப்பாவும் நானும் பகிர்ந்துகொண்டது. ஜூனியருக்கு இப்போது பன்னிரண்டு வயது, நான் வேலைமுடிந்து திரும்பும்போது (நான் பயிர்களுக்கான காப்புறுதி விற்பனையாளன்) வீட்டின் பின்பக்கத் திண்ணையில் அமர்ந்தபடி காட்டுப் பகுதிகளைப் பார்த்துக் கொண்டிருந்தான்.

உடைகளை மாற்றிக்கொண்டபின் நான், அவனுக்கு டயர்களில் ஏற்படும் புடைப்பை எவ்வாறு சரிசெய்வதெனக் கற்பித்தேன். ஒன்று சுத்தியல்மூலமாக அல்லது வண்டியை அதன்மீது ஏற்றுவதுமூலமாக. சோளப்பயிரை விளைவிப்பதுபோல டயர்களை கையால் மாட்டுவது அழிந்துவருகின்ற கலை. ஆனால் பயல் சீக்கிரமாக கற்றுக்கொண்டான், "நாளைக்கு சக்கரத்தில் டயரை சுத்தியல் மற்றும் இரும்புப் பட்டையைக் கொண்டு பொருத்துவது எப்படி என்று சொல்லித் தருகிறேன்" என்றேன்.

"எனக்கு கரடிகளைப் பார்க்கத்தான் ஆசை" என்றான் ஜூனியர். வயல்களைத் தாண்டியுள்ள நெடுஞ்சாலையைப் பார்த்துக் கொண்டிருந்தான், வடக்குப் பகுதியிலிருந்து வரும் சாலைகள் எங்கள் வயலை ஒட்டிச் செல்லும். இரவில் வாகனங்கள் செல்லும் ஓசை நீர்வீழ்ச்சியைப்போல கேட்கும்.

"பகலில் அவற்றின் நெருப்பொளியைப் பார்க்க முடிவதில்லை, இரவு வரை பொறுத்திரு" என்றேன்.

அன்று இரவு *CBS* அல்லது *NBC* (எதுவென்று மறந்துவிட்டது) நாடெங்கும் ஆர்வத்தைத் தூண்டிக்கொண்டிருக்கும் இதைப்பற்றிய சிறப்பு நிகழ்ச்சியொன்றை ஒளிபரப்பியது. அவை கெண்டக்கி, மேற்கு விர்ஜீனியா, மிசௌரி, இலினோய்ஸ் (தெற்கு) மற்றும் விர்ஜீனியாவிலும் தென்பட்டதைச் சொன்னார்கள். விர்ஜீனியாவில் எப்போதும் கரடிகள் உண்டு, சிலர் அதை வேட்டையாடவும் உத்தேசித்ததுண்டு. ஒரு விஞ்ஞானி, பனி குறைந்த, எரிப்பதற்கு கட்டைகள் கிடைக்கும் மரங்களடர்ந்த பகுதியை நோக்கி அவை செல்வதாகக் கூறினார். கேமராவுடன் அவர் சென்றிருந்தார் ஆனால் அதில் பதிவான காட்சிகள் தெளிவாகயில்லை. மங்கிய சிலஉருவங்கள் நெருப்பைச் சுற்றி அமர்ந்து கொண்டிருந்தன. மற்றொரு விஞ்ஞானி அவை மாகாணத்துக்கு இடைப்பட்ட இந்தப் பகுதியைத் தேர்ந்தெடுக்கக் காரணம், அங்கு வளரும் பழங்கள்தான் எனவும் இது புதிதாக உருவான செடியினம் என்றும் அண்மைய மனித வரலாற்றில் தாவரங்களில் புதிய

இனம் தோன்றியிருப்பது இதுவே முதல்முறை என்றும் அவை நெடுஞ்சாலைப் பகுதிகளில் வளரும் செடிகளின் கலப்பினம் என்றும் தெரிவித்தார். அதுமட்டுமன்றி, ஒரு பழத்தை எடுத்துச் சுவைத்துப் பார்த்து கோணலான முகத்துடன் அதற்கு 'நியூபெரி' என்று நாமகரணம் செய்தார். பருவங்களை ஆராயும் சுற்றுச்சூழல் விஞ்ஞானி ஒருவர் வெதுவெதுப்பான குளிர்காலம் (நாஷ்வில்லில் சென்ற குளிர்காலத்தில் பனியே இல்லை, லூயிஸ்வில்லில் திடீர்புயல் ஒன்று உருவானது) அவற்றின் குளிர்கால உறக்கச் சுழற்சியை மாற்றிவிட்டதாகவும் அதனால் வருடவாரியாக அவற்றிற்கு பழையவை எல்லாம் நினைவில் வந்துவிட்டது என்றும் தெரிவித்தார். "கரடிகள், பல நூற்றாண்டுக்குமுன்னமே நெருப்பைக் கண்டுபிடித்திருக்கக்கூடும் ஆனால் அதை மறந்திருந்தன" என்றார். மற்றொரு கோட்பாடு என்னவெனில், அவை பல வருடங்களுக்குமுன் மஞ்சள் பாறை நதிப்பகுதி பற்றியெரிந்தபோது நெருப்பைக் கண்டுபிடித்தன (அல்லது நினைவுகூர்ந்தன) என்பது.

தொலைக்காட்சிகள் கரடிகளைக் காண்பித்ததைவிடவும் அவற்றைப்பற்றி பேசும் ஆட்களையே அதிகம் காண்பித்தன. எனவே, ஜூனியருக்கும் எனக்கும் ஆர்வம் குறைந்துவிட்டது. இரவு உணவு முடிந்ததும் நான், ஜூனியரை வீட்டின் பின்னால் உள்ள வேலிப்பகுதிக்கு அழைத்துச் சென்றேன். தூரத்தில் காட்டுப்பகுதியின் மரங்களுக்கு இடையில் நெருப்பின் ஒளி தெரிந்தது. ஜூனியர் வீட்டுக்குப் போய் தன்னுடைய . 22 துப்பாக்கியை எடுத்துவந்து அவற்றில் ஒன்றை வேட்டையாட விரும்பினான். நான், அது தவறு என்று எடுத்துச் சொன்னேன்.

"சாலைகளுக்கு இடைப்பட்ட பகுதியில் வேட்டையாடுவது சட்டவிரோதமானது."

❧ ❧ ❧

சக்கரத்தில் டயரை பொருத்துவதற்கான ஒரேவழி, அதை மேலாகப் பொருத்திவிட்டு செங்குத்தாக கால்களுக்கிடையில் வைத்து மேலும்கீழுமாக அதை தரையில் அடிப்பது தான். டயர் முழுவதுமாக சக்கரத்தில் பொருந்தும்போது திருப்திகரமான ஒரு ஒலி 'டொப்' என்று கேட்கும். வியாழக்கிழமை, ஜூனியர் பள்ளியிலிருந்து திரும்பியதும் அதை அவனுக்குச் சரியாக வரும்வரை சொல்லிக் கொடுத்தேன். பிறகு எங்கள் வேலியைத்

தாண்டி கரடிகளைப் பார்ப்பதற்காகச் சென்றோம். 'குட்மார்னிங் அமெரிக்கா' என்ற நிகழ்ச்சியில், வடக்கு விர்ஜீனியாவில் உள்ள கரடிகள் தங்களது நெருப்பை பகலிலும் அணையாமல் வைத்திருக்கின்றன என்றனர். இங்கே வடக்கு கெண்டக்கியில், அக்டோபர் கடைசியிலும் சற்று வெப்பமாக இருப்பதால் இரவில் மட்டும் அவை நெருப்பைச் சுற்றி அமர்ந்துகொள்கின்றன. பகலில் எங்கே செல்கின்றன, என்ன செய்கின்றன என்பது எனக்குத் தெரியாது. அநேகமாக, அவை நியூபெரி புதர்களுக்கிடையிலிருந்து நானும் ஜுனியரும் அரசாங்க வேலியை தாண்டுவதைப் பார்த்துக்கொண்டிருக்கலாம். நான் ஒரு கோடாலியைச் சுமந்துகொண்டிருந்தேன். ஜுனியர், தன் 0. 22வைக் கொண்டு வந்திருந்தான் - கரடிகளைச் சுடவேண்டுமென்பதற்காக அல்ல; அந்த துப்பாக்கியைத் தோளில் சுமந்துகொண்டு நடப்பதை விரும்பினான். காட்டுப்பகுதி மேப்பிள், ஓக், சிகமோர் மரங்கள் அடர்ந்து புதர்களோடு பின்னிக்கிடந்தது. வீட்டிலிருந்து சில நூறடி தூரங்களே வந்திருந்தாலும் நான் இந்தப் பகுதிக்கு வந்ததேயில்லை என்பதை யோசித்தேன். எனக்குத் தெரிந்து யாரும் வந்ததில்லை. அந்த இடம் உருவாக்கப்பட்டதைப்போல் இருந்தது. நடுவில் ஒரு பாதையைத் தேர்ந்தெடுத்து சரிவில் நடந்தோம். அது, ஒரு சிற்றோடையை ஒட்டிச் சென்றது. கருமணலில் முதலில் கரடிகளின் தடத்தைப் பார்த்தோம், முடைநாற்றம் பரவியிருந்தது. ஆனால் மனதுக்கு ஒவ்வாததாக இல்லை. காட்டுமரங்கள் சூழ்ந்த வெற்றிடத்தில் தீ வளர்க்கப்பட்டதன் அடையாளம் இருந்தது. இப்போது வெறும் சாம்பல் மட்டுமே எஞ்சியிருந்தாலும், மரக்கட்டைகள்மூலம் ஒழுங்கற்ற வட்டம் உருவாக்கப்பட்டிருந்ததை அறியமுடிந்தது. அந்த நாற்றம் இப்போது சற்று அதிகமாகயிருந்தது. நான் கால்களால் நெருப்பைக் கிளறியதும், மீண்டும் நெருப்பை உண்டாக்கப் போதுமான அளவு கனல் இருந்ததைக் கவனித்தேன். மீண்டும் அது எப்படியிருந்ததோ அப்படியே சேர்த்து வைத்துவிட்டு நகர்ந்தோம். பாதுகாப்புக்காக ஒரு குச்சியை எடுத்து முனையைச் சீவி வைத்துக்கொண்டேன்.

ஒருவேளை, அப்போதும் கரடிகள் புதர்களின் பின்னாலிருந்து எங்களைப் பார்த்துக் கொண்டிருந்திருக்கலாம். அதை உறுதிசெய்ய ஏதும் வழியில்லை. ஒரு நியூபெரி பழத்தைச் சுவைத்தவுடன் துப்பிவிட்டேன், அளவுக்கதிகமான இனிப்பு மற்றும் புளிப்பு சேர்ந்திருந்தது. கரடிகளுக்குப் பிடித்தமான சுவை என்று நம்பலாம்.

❧ ❧ ❧

அன்று மாலை இரவு உணவுக்குப்பின் ஜூனியரிடம், என் அம்மாவைப் பார்க்க வருகிறாயா என்று கேட்டதும் உடனே சம்மதித்தான். அதில் எனக்கு எந்த ஆச்சரியமும் இல்லை. குழந்தைகள் எப்போதும் நாம் நினைப்பதைவிட பொறுப்போடுதான் இருக்கிறார்கள். நாங்கள் சென்றபோது அம்மா, இல்லத்தின் முகப்பில் அமர்ந்து நெடுஞ்சாலையில் விரையும் வாகனங்களைப் பார்த்துக் கொண்டிருந்தாள். எனக்கு அது ஆச்சரியம்தரும் விஷயமல்ல. ஒவ்வொரு இலையுதிர்காலத்திலும் அவள் பொறுமை இழந்துவிடுகிறாள், சரியாகச் சொன்னால் நம்பிக்கையிழக்கிறாள். உள்ளே அழைத்துச் சென்று அவளின் நீண்ட வெண்ணிறக் கூந்தலை சீவிவிட்டேன். தாதி, சேனலை மாற்றியபடி குறைசொல்லும் தொனியில், “தொலைக்காட்சியில் கரடிகளைத் தவிர வேறு எதுவும் இல்லை” என்றாள். தாதி நகர்ந்ததும் ஜூனியர் ரிமோட்டை எடுத்து மாற்றினான். *CBS* அல்லது *NBC* இதைப்பற்றிய சிறப்பு ஒளிபரப்பில் சில வேட்டைக்காரர்களின் பேட்டியை ஒளிபரப்பியது. விர்ஜீனியாவில் உள்ள அவர்களின் வீடுகள் எரியூட்டப்பட்டிருந்தன. அந்தப் பேட்டியில், ஒரு கணவனும் மனைவியும் தங்கள் ஷெனாண்டோவா பள்ளத்தாக்கிலுள்ள 1,17,500$ மதிப்புள்ள வீடு எரிக்கப்பட்டது குறித்து கூறினார்கள். அவள் கரடிகளைக் குறைகூறினாள். அவரோ, கரடியைக் குறைகூறாமல் தன்னிடம் முறையான வேட்டை உரிமம் இருப்பதாகவும், தான் மாநகராட்சியின்மீது நஷ்டஈடு கோரி வழக்கு தொடுக்கப்போவதாகவும் கூறினார். மாநகராட்சி வேட்டை உரிம அதிகாரி கூறும்போது, வேட்டை உரிமம் வைத்திருப்பது வேட்டையாடப்பட்டவை திருப்பித் தாக்குவதைத் தடுக்காது என்றார். ஒரு அதிகாரிக்கு இது சற்று விசாலமான பார்வைதான். அவர் இழப்பீடு தருவதில் ஆர்வமில்லாமல் இருந்தது தெரிந்தது. நல்லவேளையாக, நான் வேட்டைக்காரனில்லை.

அம்மா ஜூனியரிடம், “கண்டிப்பாக ஞாயிற்றுக்கிழமைகளில் என்னை வந்து பார்க்க வேண்டும் என்பதில்லை, எத்தனையோ லட்சம் மைல்களுக்கு வண்டி ஓட்டிவிட்டேன். இப்போது ஒரு கையை கதவில் வைத்துக் காத்திருக்கிறேன்” என்றாள். இதுமாதிரியான பேச்சுகள் எனக்குப் பழகிவிட்டது. ஒவ்வொரு இலையுதிர்காலத்திலும் அவள் இவ்வாறு பேசுவது வழக்கம்தான். ஆனால் இது ஜூனியரின் மனதைப் பாதிக்கலாம். திரும்பி வரும்போது அவன் முகத்தில் கவலை தெரிந்தது. என்ன என்று கேட்டதும், “எப்படி அவர்கள் பல லட்சம் மைல்கள்

வண்டி ஓட்டியிருக்கமுடியும்?" என்றான். அம்மா அவனிடம் சொன்ன கணக்கு, ஒரு நாளைக்கு நாற்பத்தெட்டு மைல்கள்வீதம் முப்பத்தொன்பது வருடங்கள், அவன் கணக்கிட்டுப் பார்த்து 3,36,960 மைல்கள் என்றான்.

"ஓட்டியிருக்கலாம். உண்மையில், காலையில் 48 மைல்கள் மாலையில் 48 மைல்கள் அதுபோக, கால்பந்துப் போட்டிகளுக்கான பயணங்கள் தனி. மேலும் பெரியவர்கள் எந்த விஷயத்தையும் சற்று மிகைப்படுத்தித்தான் சொல்வார்கள்" என்றேன். அம்மா, எங்கள் மாகாணத்தின் முதல் பெண் பேருந்து ஓட்டுநர், தினமும் வண்டியை ஓட்டிக்கொண்டு எங்களையும் வளர்த்தாள், அப்பா விவசாயம் மட்டும்தான்.

♪ ♪ ♪

திரும்பி வரும்போது வழக்கமாக, ஸ்மித் க்ரூவ் வழியாக இறங்கி வீட்டிற்கு வருவேன். ஆனால் அன்று இரவு ஜூனியரும் நானும் கரடிகளின் நெருப்பைப் பார்ப்பதற்காக வடக்கில் ஹார்ஸ் கேவ் வரை சென்று திரும்பிவந்தோம். தொலைக்காட்சியில் சொன்னதைப் போல ஆறு அல்லது ஏழு மைல்களுக்கு ஒன்று அல்லது மரங்கள் அடர்ந்த பகுதியில் அல்லது பாறைகளுக்கிடையில் என்றெல்லாம் கரடிகளின் நெருப்பு காணப்படவில்லை. ஒருவேளை, அவை மரக்கட்டைகளோடு நீர் இருக்கும் பகுதிகளைத் தேர்கின்றனவோ என்னவோ. ஜூனியர் வண்டியை நிறுத்த விரும்பினான், ஆனால் மாகாண இடைப்பகுதிகளில் வண்டியை நிறுத்துவது சட்டவிரோதமானது. காவல் துறையினர் வந்து நம்மை துரத்திவிடுவார்கள். வீடு வந்ததும் தபால்பெட்டியில் வாலஸிடமிருந்து வந்த தபாலட்டை இருந்தது. அவனும் எலிசபெத்தும் நலமாக இருக்கிறார்கள், பொழுது நன்றாகப் போகிறது. அவ்வளவுதான். ஜூனியரைப் பற்றி ஒரு வார்த்தை கேட்கவில்லை, அவனும் அதைக் கண்டுகொண்டாற்போல் தெரியவில்லை. அவன் வயதையொத்த மற்ற சிறுவர்களைப் போலவே அவனும் பெற்றோர்களுடன் வெளியில் செல்ல விரும்புவதில்லை.

சனிக்கிழமை மதியம், இல்லத்திலிருந்து என் அலுவலகத்திற்கு (பர்லி பெல்ட் ட்ராட் & ஹெய்ல்) வந்த தொலைபேசி அழைப்பு ஒன்று அம்மா போய்விட்டதைத் தெரிவித்தது. நான் சாலையில்

இருந்தேன். சனிக்கிழமைகளிலும் நான் வேலைசெய்வது வழக்கம். அன்றுதான் பகுதிநேர விவசாயிகள் பலரை வீட்டில் பார்க்க முடியும். நான் மீண்டும் அவர்களுக்கு அழைத்து விஷயம் தெரிவிக்கப்பட்டதும் என் இதயம் ஒரு துடிப்பைத் தவற விட்டது, ஒரே ஒரு துடிப்பை மட்டும்தான், நான் வெகு நாட்களாக எதிபார்த்திருந்த செய்திதான், தொலைபேசியில் தாதியிடம் “கடவுள் ஆசிர்வாதம்” என்றேன்.

தாதி, “இல்லை, உங்களுக்குப் புரியவில்லை, உங்கள் அம்மா சாகவில்லை, போய்விட்டார்கள். ஓடி விட்டார்கள், இல்லத்திலிருந்து தப்பிச் சென்றுவிட்டார்கள்.” யாரும் பார்க்காதபோது நடைபாதை வழியில் இருக்கும் கதவைத் திறந்து வெளியேறியிருக்கிறாள். இல்லத்திலிருந்து ஒரேயொரு போர்வையை மட்டும் எடுத்துக் கொண்டு தன்னுடைய சீப்பினைக் கதவில் ஆப்பு போல் செருகி விட்டுத் தப்பியிருக்கிறாள். அவளின் புகையிலைப் பெட்டி என்னவானது? என்றேன், அதையும் எடுத்துச் சென்றிருக்கிறாள். அப்படியென்றால் இது திட்டமிட்ட ஒன்றுதான். நான் ஃப்ராங்க்ளினில் இருந்தேன், இல்லத்திற்கு செல்ல கிட்டத்தட்ட ஒரு மணிநேரம் ஆனது. தாதி, சமீபமாக அம்மா மிகவும் குழப்பமாக நடந்து கொண்டதாகச் சொன்னாள். சொல்லத்தான் செய்வார்கள், இல்லத்தின் பின்புறமிருந்த அரை ஏக்கர் மைதானத்தில் தேடிப் பார்த்தோம், அங்கு மரங்கள் கூடக் கிடையாது, அதையடுத்து சோயாபீன் வயல். அவர்களே ஷெரிஃபின் அலுவலகத்திற்கு தகவல் தெரிவிக்கவும் உதவினார்கள். திங்கட்கிழமைதான் புகார் முறையாகப் பதிவு செய்யப்படும், அதுவரை அம்மாவைக் கவனித்துக் கொள்வதற்கான கட்டணத்தை நான் செலுத்தியாக வேண்டும் என்றனர்.

வீட்டிற்குச் சென்று சேரும்போது இருள் கவியத் தொடங்கியிருந்தது, ஜூனியர் இரவு உணவைத் தயாரிக்கும் வேலையில் ஈடுபட்டிருந்தான். தயாரிப்பது என்றால் ஏற்கெனவே தேர்ந்தெடுக்கப்பட்டு வைத்திருக்கும் சில குளிர்பானங்களைத் திறந்து வைப்பது மட்டுமே. நான் அவன் பாட்டி போன விஷயத்தை அவனிடம் சொன்னபோது தலையை ஆட்டி, “போகப்போவதாக அவர்களே சொன்னார்களே,” என்றான். ஃப்ளோரிடாவுக்கு அழைத்து இந்தத் தகவலைச் சொன்னேன். இனி செய்வதற்கு ஒன்றுமில்லை. சிறிது நேரம் தொலைக்காட்சியைப் பார்க்க முயற்சி செய்தேன், அதில் ஒன்றும் உருப்படியில்லை. பின்கதவு வழியாகப் பார்த்தபோது தூரத்தில் மரங்களுக்கிடையில்

நெருப்பின் வெளிச்சம் மினுமினுத்தது, அம்மா எங்கே இருப்பாள் என்று உணர்ந்தேன்.

குளிர் அதிகரித்துக் கொண்டிருந்தது, எனவே அதற்கான உடைகளை அணிந்து கொண்டு, ஜூனியரிடம் ‘வீட்டிலேயே இரு ஷெரிஃபின் அலுவலகத்தில் இருந்து தொலைபேசி அழைப்பு வரலாம்’ என்று சொல்லிவிட்டுக் கிளம்பினேன். சிறிது தூரம் நடந்தபின் திரும்பிப் பார்க்கும்போது ஜூனியர் வந்து கொண்டிருப்பது தெரிந்தது. குளிருக்கான ஆடைகள் எதையும் அணியாமல் வந்திருந்தான். என்னிடம் வரும்வரை காத்திருந்தேன். தன்னுடைய . 22-வைத் தோளில் சுமந்தபடி வந்து சேர்ந்தான். துப்பாக்கியை வீட்டின் வேலியருகே வைத்து விடும்படி கூறினேன். என் வயதுக்கு, பகலை விட இருளில் அரசாங்க வேலியைத் தாண்டுவது சிரமமாக இருந்தது. எனக்கு இப்போது அறுபத்தி ஒன்று. நெடுஞ்சாலை பரபரப்பாக இருந்தது, கார்கள் தெற்கு நோக்கி விரைந்து கொண்டிருந்தன, கனரக வாகனங்கள் வடக்கு நோக்கி விரைந்தன. நீலப்புற்களில் படிந்திருந்த பனித்துளி ஆடையை நனைத்து ஈரமாக்கிவிட்டிருந்தது.

முதலில் சில அடி தூரத்திற்கு மரங்களுக்கிடையில் கடும் இருட்டு, ஜூனியர் என் கையைப் பிடித்துக் கொண்டான். சற்று தூரத்தில் வெளிச்சம் பரவியிருந்தது. நான் முதலில் நிலவொளி என்று நினைத்தேன், வாகனங்களில் இருந்து வரும் வெளிச்சம்தான் மரங்களின் மேல் பட்டு நிலவொளி போல எதிரொளித்தது. நானும் ஜூனியரும் புதர்களுக்கிடையில் பாதையைத் தேர்ந்து நடக்க ஆரம்பித்தோம். சீக்கிரத்தில் சரியான பாதைக்கு வந்து விட்டிருந்தோம், கூடவே நன்கு தெரிந்த கரடிகளின் வாசனை.

இரவு வேளையில் கரடிகளை நோக்கிச் செல்கிறோம் என்பதால் கவனமாகவே இருந்தேன். அந்தப் பாதை மேலும் இருட்டான பகுதிக்கு எங்களை அழைத்துச் செல்லும் போலிருந்தது, புதர்களுக்கிடையில் நுழைந்து சென்றால் நாங்கள் அத்துமீறி நுழைபவர்கள் போல் தெரியலாம். துப்பாக்கியை எடுத்து வந்திருக்கலாம் என்று தோன்றியது. இருந்தாலும் நாங்கள் அந்தப் பாதையிலேயே தொடர்ந்து சென்றோம். வெளிச்சம் மரங்களில் இருந்து மழையைப்போல் இறங்கிக் கொண்டிருந்ததால் சுலபமாக நடக்க முடிந்தது. கால்கள் பாதையைத் தேர்ந்து சென்று

கொண்டிருந்தன. சிறிது நேரத்தில் மரங்களுக்கிடையில் நெருப்பின் வெளிச்சம் தெரிந்தது.

நெருப்பு, சிகமோர் மற்றும் பீச் மரக்கட்டைகளால் உண்டாக்கப்படுகிறது, இந்தக்கட்டைகளை எரிப்பதால் குறைந்த அளவே நெருப்பும் வெளிச்சமும் கிடைக்கும், ஆனால் புகை மிக அதிகமாக வரும், இன்னமும் கரடிகள் இந்த சூட்சுமங்களை அறியவில்லை. ஓரளவுக்கு நெருப்பை உண்டாக்கவும் அதைப் பாதுகாக்கவும் கற்றுக் கொண்டுவிட்டன. அளவில் பெரியதாக இருந்த இலவங்கப்பட்டை-பழுப்பு நிறக் கரடி, வடக்குப் பகுதியைச் சேர்ந்தவை போலத் தோற்றமுடைய ஒன்றுதான் குச்சியால் நெருப்பைக் கிளறிவிட்டுக் கொண்டிருந்தது, தன் அருகில் குவிக்கப்பட்டிருந்த மரக்கட்டைகளில் இருந்து அவ்வப்போது ஒவ்வொன்றாக எடுத்து நெருப்பில் போட்டபடி இருந்தது. மற்றவை சிறிய கருப்பு நிறக்கரடிகள் அல்லது தேன் கரடிகள், அவற்றில் ஒன்று தன் குட்டிகளுடன் இருந்தது. சில கரடிகள் நியூபெரி பழங்களைத் தின்று கொண்டிருந்தன. அவற்றுக்கிடையில் அம்மா இல்லத்திலிருந்து எடுத்து வந்த போர்வையைப் போர்த்திக்கொண்டு அமர்ந்திருந்தாள்.

ஒருவேளை கரடிகள் எங்களை முதலில் பார்த்திருந்தால் எங்களை அனுமதித்திருக்குமா என்பது சந்தேகம்தான். அம்மா தன் அருகில் உள்ள இடத்தைத் தட்டிக் காண்பித்து என்னை அமரச் சொன்னாள். ஒரு கரடி நகர்ந்து அம்மாவின் மறுபக்கம் அமர ஜூனியருக்கு இடமளித்தது. கரடிகளிமிருந்து வீசிய முடை நாற்றம் பழகி விட்டால் சங்கடப்படுத்துவதாக இல்லை. அம்மாவின் அருகில் குனிந்து பேச முயன்றதும் பலமாய்த் தலையை ஆட்டி மறுத்தாள். பேசும் சக்தி இல்லாதவற்றின் முன்னிலையில் ரகசியக் குரலில் பேசுவது சரியல்ல என்று எனக்கு உணர்த்தினாள். ஜூனியரும் அமைதியாக அமர்ந்திருந்தான். அம்மாவின் போர்வையைப் பகிர்ந்து கொண்டு பலமணி நேரம் நெருப்பைப் பார்த்தபடி அமர்ந்திருந்தோம்.

அளவில் பெரிய கரடிதான் நெருப்பை அணைய விடாமல் வளர்த்துக் கொண்டிருந்தது. நீளமான மரக்கிளைகளை மனிதர்களைப் போலவே ஒரு கையால் பிடித்து அதன் மீது ஏறி உடைத்துப் போட்டு நெருப்பை ஒரே அளவில் தொடர்ந்து எரிய வைப்பதில் திறமையானதாக இருந்தது. இன்னொன்று நெருப்பை அவ்வப்போது குச்சியால் கிளறி விட்டுக் கொண்டிருந்தது, மற்றவை

அமைதியாக அமர்ந்திருந்தன. சிலவற்றுக்கு மட்டும்தான் நெருப்பை வளர்க்கும் உத்தி தெரிந்திருக்கிறது, சிறு கரடி ஒன்று அவ்வப்போது தன் கைகளில் சில கட்டைகளைச் சுமந்து வந்து அருகில் குவித்துக் கொண்டிருந்தது. கட்டைகள் நீரில் அடித்து வரப்பட்டவை போல வெள்ளி நிறத்தில் இருந்தன.

ஜூனியர் மற்ற சிறுவர்கள் போல பொறுமை இல்லாதவன் அல்ல, இவ்வாறு நெருப்பைப் பார்த்துக் கொண்டு அமர்ந்திருப்பது என்னைப்போலவே அவனுக்கும் பிடித்திருக்கும். பொதுவாக நான் புகையிலை உபயோகிப்பவனில்லை என்றாலும் இப்போது அம்மாவின் பெட்டியில் இருந்து கொஞ்சம் எடுத்துப் போட்டுக்கொண்டேன். அம்மாவை இல்லத்தில் சென்று சந்திப்பது போலத்தான் இருந்தது, ஒரே சுவாரசியம் இந்தக் கரடிகள் மட்டுமே. முதல் வட்டத்தில் எட்டு அல்லது பத்து கரடிகள் வரை அமர்ந்திருந்தன. எரிந்து கொண்டிருந்த நெருப்பில் உருவாகி அழியும் உருவங்கள் ஒரு நாடகத்தை நிகழ்த்திக் கொண்டு இருந்தன. சிந்தனை வெகு வேகமாகச் சென்று கொண்டிருந்தது. சுற்றிலுமிருந்த கரடிகள் எதைக் கவனித்துக் கொண்டிருக்கின்றன என்று பார்த்தேன். சில கண்ணை மூடிக் கொண்டு அமர்ந்திருந்தன. அவை கூட்டமாக அமர்ந்திருந்தாலும் அவற்றின் ஆன்மா தனிமையில் இருப்பதாகவும் அவை ஒவ்வொன்றும் தனியாகத் தனக்கென ஒரு நெருப்பின் முன் அமர்ந்திருப்பதாகவும் எனக்குத் தோன்றியது.

சக்கரத்தின் மூடி ஒன்றில் நியூபெரி பழங்கள் வைக்கப்பட்டு வட்டத்தைச் சுற்றி வந்து கொண்டிருந்தது, எல்லோரும் ஆளுக்குக் கொஞ்சமாகப் பழங்களை எடுத்துக் கொண்டிருந்தோம். அம்மா என்ன செய்தாளென்று தெரியாது ஆனால் நான் பழத்தைத் தின்பது போல நடித்துக் கொண்டிருந்தேன், ஜூனியர் முகத்தைச் சுளித்து பழத்தைத் துப்பினான். அவன் தூங்க ஆரம்பித்ததும் போர்வையை மூவர் மீதும் போர்த்தினேன், இரவு மிகவும் குளிர் நிரம்பியதாக இருந்தது, அவற்றைப் போல் எங்களுக்கு உடலெங்கும் தடித்த உரோமங்கள் இல்லை. நான் வீட்டிற்குச் செல்லத் தயாராக இருந்தேன், ஆனால் அம்மா தயாராக இல்லை. தலைக்குமேல் மேற்கூரை போல் அடர்ந்திருந்த மரங்களின் மீதுள்ள வெளிச்சத்தைச் சுட்டிக் காட்டி பிறகு தன்னைச் சுட்டிக் காட்டினாள். ஒருவேளை தேவதைகள் தன்னை நோக்கி வருவதாக நினைத்தாளோ என்னவோ? உண்மையில் அது நெடுஞ்சாலையில் விரையும்

கனரக வாகனங்களின் வெளிச்சம்தான், ஆனால் அவள் முகத்தில் நிம்மதியும் சந்தோஷமும் தெரிந்தது. அவள் கையைப் பிடித்தபடி அமர்ந்திருந்தேன், அம்மாவின் உடற்சூடு தணிந்து கொண்டே வருவதை என்னால் உணர முடிந்தது.

．．．

ஜூனியர் என்னைத் தட்டியெழுப்பியதும் விழித்தேன். விடிந்து விட்டது, அவன் பாட்டி எங்களுக்கிடையில் அமர்ந்த நிலையில் இறந்திருந்தாள். சுள்ளிகள் குவித்து வைக்கப்பட்டிருந்தன, கரடிகளைக் காணவில்லை, யாரோ பாதையைப் புறக்கணித்து புதர்களுக்கிடையில் நுழைந்து வருவது தெரிந்தது. அது வாலஸ்தான். அவனுடன் இரண்டு வனத்துறையினரும் பின்னால் வந்தனர். அவன் வெள்ளைச் சட்டை அணிந்திருந்ததை வைத்து அன்று ஞாயிற்றுக்கிழமை என்று அறிந்தேன். அவனுள் அம்மா இறந்து போனதன் சோகத்தின் அடியில் புதைந்திருந்த எரிச்சலையும் என்னால் உணர முடிந்தது. வனத்துறையினர் காற்றினை மோப்பம் பிடித்தவாறு கொட்டாவி விட்டுக் கொண்டிருந்தனர். கரடிகளின் வாசனை இன்னமும் அடர்த்தியாக இருந்தது. வாலஸூம் நானும் அம்மாவின் உடலை அந்தப் போர்வையிலேயே சுற்றி நெடுஞ்சாலைக்கு எடுத்துச் சென்றோம். வனத்துறையினர் எங்களுடன் வராமல் பின்தங்கி கரடிகளின் நெருப்பைக் கலைத்துப் போட்டனர். தணலோடு இருந்த கட்டைகளைச் சுழற்றி வீசி புதர்களுக்குள் எறிந்தனர். உண்மையில் அந்தச் செய்கை அவர்களுக்கு ஒவ்வாததாக இருந்தது. அவர்களும் கரடிகளைப் போலத்தான் எனக்குத் தெரிந்தார்கள், தங்களின் சீருடைக்குள் தனிமையோடு.

வாலஸின் '98 ஆம் வருடத்தைய வண்டி ரேடியல் டயர்களோடு புற்களின் மீது நிறுத்தப்பட்டிருக்க, அதற்கு முன்னால் காவல்துறை வாகனமும் இரண்டு அதிகாரிகளும், ஒரு வனத்துறை அலுவலரும் நின்று கொண்டிருந்தனர். அதற்கு முன்னால் ஒரு அமரர் ஊர்தி, அதுவும் '98 ஆம் வருடத்தையது. வனத்துறை அலுவலர் வாலஸிடம், "கரடிகள் இவ்வாறு வயதானவர்களைத் தொந்தரவு செய்தது இதுதான் முதல் முறை" என்றார்.

"உண்மையில் நடந்தது அதுவல்ல" என்றேன், யாரும் என்னிடம் விளக்கம் ஏதும் கேட்கவில்லை. அவர்களுக்கென்று தனி வழிமுறைகள். இரண்டு சூட் அணிந்த ஆட்கள் அமரர் ஊர்தியிலிருந்து இறங்கிப் பின்பக்கக் கதவைத் திறந்தனர், உண்மையில் அம்மா இறந்து போனது அப்போதுதான் எனக்கு உறைத்தது. நான் ஜூனியரை அணைத்தபோது அவன் உடல் நடுங்கிக் கொண்டிருந்தது, உண்மையில் அவ்வளவு குளிர் இல்லை, அதிகாலை மரணம், சுற்றியிருந்த காவல்துறை, வனத்துறையினர், புற்களின் ஈரம், இந்த சூழல் நடுக்கத்தைக் கொடுக்கக் கூடியது.

சிறிது நேரம் நின்று அவர்களது வாகனங்கள் செல்வதைப் பார்த்துக் கொண்டிருந்தோம். "கடவுளின் ஆசிர்வாதம்" என்றான் வாலஸ். காலை 6.22க்கு இத்தனை வாகனங்கள் நெரிசலாகச் சென்று கொண்டிருப்பது ஆச்சரியமாக இருந்தது. அன்று மதியம் நான் அந்த இடத்திற்குச் சென்று வனத்துறையினர் கலைத்த நெருப்பில் சில கட்டைகளை வெட்டி வைத்து விட்டு வந்தேன், இரவில் மரங்களுக்கு ஊடாக மீண்டும் நெருப்பு வெளிச்சத்தைப் பார்க்க முடிந்தது.

அம்மாவை அடக்கம் செய்து இரண்டு இரவுகளுக்குப் பிறகு மீண்டும் அங்கே சென்றேன். நெருப்பு எரிந்து கொண்டிருந்தது அநேகமாக அதே கரடிகள். நான் அவற்றின் இடையே அமர்ந்து கொண்டேன், ஆனால் அவை என்னுடைய இருப்பை அசௌகரியமாக உணர்கின்றன என்று தெரிந்ததும் வீட்டிற்குத் திரும்பினேன். அங்கே நியூபெரி பழங்கள் வந்ததும் இரண்டு கைநிறைய அள்ளி எடுத்து வந்திருந்தேன், அதை அடுத்த ஞாயிறு ஜூனியருடன் சென்று அம்மாவின் கல்லறையைச் சுற்றி வைத்து அலங்கரித்தோம். மறுபடி முயற்சி செய்து பார்த்தேன், உபயோகமில்லை, உங்களால் அதைத் தின்ன முடியாது.

நீங்கள் கரடியாக இருந்தால் தவிர.

மியீகோ கனாய் (1947-)

ஜப்பானியப் பெண் புனைவெழுத்தாளர், சிறுகதைகள் மற்றும் கவிதைகளில் குறிப்பிடத்தகுந்தவர். நாவல்களும் எழுதியிருக்கிறார். *Rabbits burk, Platonic Love, Rotting Meat, Boshizo* ஆகியவை குறிப்பிடத்தகுந்த படைப்புகள். இலக்கிய விமர்சகர் என்ற முகமும் உண்டு. 1968இல் பெற்ற கென்டாய்ஷி டெக்கோ பரிசு உட்பட பல பரிசுகளைப் பெற்றவர்.

குரல்

"ஏன் கணமாத்திரமுள்ள சிறகுகளின் சத்தத்தின்பால் ஈர்க்கப்படுகிறேன், ஒரு விட்டிலைவிட அதிகமாக அலைகிறேன்?"

மற்றவரின் கனவுகளில்
"நீ எவ்வளவுநாள் வாழ்கிறாயோ, அவ்வளவு வயதாகிக்கொண்டே இருக்கிறாய்"

— யோஷியோகோ மினோருவின் 'நீர்க் கண்ணாடி'

பத்து அல்லது அதற்கு அதிகமான வருடங்களுக்கு முன்பு நண்பர்கள் பல புதினங்களுக்கான யோசனைகளைச் சொன்னதுண்டு, ஆனால் கடைசியில் அவை எழுதப்படவில்லை. அவை, ஒருவர் வளர்ந்தவிதம் பற்றிய ஒப்புதல் வாக்குமூலத்தை ஒத்திருக்கும் அல்லது காதோடு ரகசியமாகக் கிசுகிசுக்கப்பட்ட காதல் சமாச்சாரங்களாக, அதை வெளியிட்டால் 'அடுத்தவர் மனைவிக்கு' சிக்கலாகும்விதத்தில் இருக்கும். நிச்சயமாக, அவற்றில் பட்டை தீட்டப்படாத வைரம்போல சில கருக்களும் இருந்தன. திறமையாகக் கையாளப்பட்டால், நெடுங்கால அனுபவம்மூலம் கைகூடும் உத்திகளைக் கையாண்டு சிறுகதையாக எழுதப்பட்டால் உறுதியாக மற்றவர்களைக் கவரக்கூடியவை. பிறகு ஏன், அவர்கள் அதை எழுதவில்லை? அதேசமயம்,

அவர்கள் அதை எழுதவில்லை என்பதை என் வெற்றியாகக் கருதும் என் குரூரத்தையும் நான் மறுக்க விரும்பவில்லை. மற்றவர்கள் எழுத முயற்சிசெய்து அவர்களால் முடியவில்லை என்பதில் தோன்றும் இவ் விநோதமான வெற்றியுணர்வு என்னை எப்போதும் உணர்ச்சிகளால் நிறைத்துவிடுகிறது. தெளிவாகச் சொன்னால், அவற்றை வெறுக்கிறேன். இது எளிதாக, அவர்களது இயல்பிலிருந்து பார்வைமூலமாக வெளிப்பட்ட இலக்கியத்தின்பால் இருந்த பெருவிருப்பை நான் விரும்பவில்லை என்று கூறுவதல்ல; என்னால் அவர்களை வெறுக்க முடியாது. ஏன், இவ்வெழுத்தாளர்கள் பெரும் சோகத்திற்கு ஆளாவதில்லை? நான் உக்கிரமான நிலையைத் தேர்ந்தெடுத்து அவர்கள் எழுத முயற்சி செய்துகொண்டிருக்கும் கதைகளைப் பார்த்து, அவர்களது வெகுளித்தனமான இலக்கிய விருப்பத்தைக் கேலி செய்திருக்கிறேன். இப்போதுகூட அதுபோன்ற சம்பவங்களை வருத்தத்தோடு என்னால் நினைத்துப் பார்க்க முடிகிறது. ஆனால் (தீவிரமான வாசகர்கள் இந்நேரம் புரிந்துகொண்டிருப்பார்கள் என்பதால் இங்கே அதைக் குறிப்பிட வேண்டியதில்லை) நான் எழுத முயற்சி செய்துகொண்டிருக்கும் சிறுகதை குறித்து எனக்கும் சில யோசனைகள் இருந்ததுண்டு (குழந்தைத்தனமானவை), எனக்கேயான வெகுளித்தனமான இலக்கிய விருப்புகளும் உண்டு. சுருங்கச் சொன்னால், இதை அப்போது ஒருக்காலும் ஒப்புக்கொண்டிருக்கமாட்டேன் என்றாலும் - நாங்கள் ஒருவரையொருவர் ஒத்திருந்தோம்.

என் சகோதரியின் படைப்புகளுக்கான கண்காட்சியில், பத்து அல்லது அதற்கும் அதிகமான ஆண்டுகளாக சந்தித்திராத எழுத்தாளர் ஒருவரைச் சந்தித்தேன். வித்தியாசமானதொரு வெட்க உணர்வால் உந்தப்பட்டு, ஆச்சரியப்படுவதுபோல நடிப்பை வெளிப்படுத்தி, இதுபோன்ற சந்தர்ப்பங்களில் எல்லோரும் செய்வதுபோல பெறப்போகும் பதில்களில் எந்த ஆர்வமும் இல்லாமல் இத்தனை ஆண்டுகளாக என்ன செய்துகொண்டிருந்தார் என்று விசாரித்து, கொஞ்சம் சாக்லேட்டுகளை, உள்ளூர் பிராந்தியைச் சாப்பிடும்படி வற்புறுத்தினேன். உண்மையில், இத்தனை வருடங்கள் அவரை என்ன செய்திருந்தன என்பது எனக்கு அலுப்பானது: இந்தத் தடித்த நாற்பதை நெருங்கிக்கொண்டிருக்கும் மனிதர், பார்வைக்கு வங்கி குமாஸ்தாபோல் இருப்பவர், முழுத் தன்னம்பிக்கையோடு இருக்கிறார் - நுணுக்கமாகக் கவனிக்கக்கூடிய எவரும் அது நடிப்பு என்று கண்டுகொள்வர்; இப்படியான நடுத்தர

வயதுக்காரர்களைப் பற்றி எழுதுவதும் அலுப்பூட்டக்கூடியதே. மதியநேரத்தில் உள்ளே நுழைந்த அவர், பிராந்தியைச் சுவைத்தபடி கண்காட்சி மூடும் நேரம்வரை அமர்ந்திருந்தார். முடிவில், நாங்கள் அவரை இரவு உணவுக்கு அழைக்கவைக்கும் முயற்சியில் வெற்றியும் பெற்றார். முன்நாட்களிலும் இதேவழியில் தன் இருத்தலை இரவு உணவு நேரம்வரை அவர் நீட்டித்ததுண்டு. இருப்பினும், நானும் என் சகோதரியும் அவர் தானாகவே மறுத்துவிடும்வகையில் அவரை அழைத்தோம்; நாங்கள் அழைக்கும்விதத்தை அவர் கவனிக்கவில்லை என்றால், அதைப் பொருட்படுத்தவேண்டாம் என்ற முடிவில் இருந்திருக்கிறார் என்றே பொருள். எங்களது உரையாடலில் ஓர் இடைவெளி உருவாகும்போல் இருந்தது. ஆனால் சோர்வடையச்செய்யும், செரிக்கமுடியாத அவ்வுணவை முடித்து, அதற்குப் பிறகான காபியை அருந்தும்போது அவர், தன்னுடைய எதிர்பாராத வருகைக்கான காரணத்தை விளக்க ஆரம்பித்தார். வெகுஇயல்பாக என் கதைகளைப் பற்றிய விமர்சனமாக ஆரம்பித்தார். அது, உள்நோக்கத்தோடு கூடிய முகத்துதி கலந்து, மிகஅபாயகரமான முன்முடிவுகளோடு, அவ்வுரையாடலை அவர் விரும்பியபடி நீட்டித்துச் செல்லும் விஷயங்களோடு இருந்தது. பத்து வருடங்களாக அவர் அசைபோட்டுக் கொண்டிருந்த கருவை வைத்து புதினம் ஒன்றை எழுதியிருக்கிறார் ('நான் இதைப்பற்றி ஏற்கெனவே உங்களிடம் பேசியிருக்கிறேன், நிச்சயமாக உங்களுக்கு ஞாபகமிருக்கும்'). அழகியலாக அமைந்துவிட்ட சில பகுதிகளை, அவருடைய தனித்தன்மையான நடையை வெளிக்கொணரும் வகையிலமைந்த, அதேசமயம் அதன் குறைபாட்டையும் வெளிச்சம் போட்டுக் காட்டும் பகுதிகளை (உவமையாகச் சொன்னால், இருபுறமும் கூர்மையான கத்திபோல) நீக்கிவிடத் தீர்மானித்திருக்கிறார். அதற்குப்பதிலாக துல்லியமான, பலமான அதேசமயம் எளிமையான நடையைத் தேர்ந்தெடுத்துள்ளார். பரவசத்தால் ஒளிரும் முகத்தோடும் பிராந்தி மற்றும் ஒயின் கொடுத்த போதையோடும் உளறத் துவங்கினார்: 'என் புதினங்களின் கரு என்பது தத்துவார்த்த வாதத்தின் மும்மை மற்றும் பொதுவான உணர்ச்சிகளின் வெளிப்பாடு மற்றும் இயற்பியல் தத்துவம் சார்ந்தது என்று அநேகமாக உங்களுக்குத் தெரிந்திருக்கலாம்.' தன்னைக் குறித்த பெருமிதத்தோடு, கருணைநிறைந்த புன்னகையுடன் எங்களைப் பார்த்து முழங்கைகளை மேசைமீது வைத்தபடி இரண்டு கைகளையும் சேர்த்து உரசிக் கொண்டார். சிறிய இடைவெளிக்குப்பின் தனது உரையை மீண்டும் ஆரம்பித்தார் -

அவருடைய உண்மையான நோக்கம் அதுதான். அதாவது, சிறிய புத்தக வெளியீட்டு நிறுவனம் ஒன்று அவருடைய தற்போதைய நாவலை வெளியிடும் எண்ணமிருப்பதாகக் கூறியுள்ளது (மூவாயிரம் பக்கங்களைத் தாண்டிய கைப்பிரதி), இறுதியாக ஓர் அழுத்தம் கொடுத்தால் காரியம் முடிந்துவிடும். அந்த இறுதி அழுத்தத்தை முடிந்த அளவு பலமாகக் கொடுக்கவும், அவருடைய புதினத்திற்கு மேலும் மதிப்பைக் கூட்டும் வகையிலும், ஹனியா யுடாகா பின்னுரை எழுதித் தரவேண்டும் - உண்மையில், புகழ்பெற்ற ஒரு எழுத்தாளரின் முந்தானையைப் பிடித்துக்கொள்வது என்பதில் இவருக்கே விருப்பம் இல்லைதான் என்றாலும், என்ன செய்வது என்று கூறிவிட்டு, நான் நகரவொட்டாமல் காயை நகர்த்தினார். "என்னை அவருக்கு அறிமுகம் செய்துவையுங்கள்." பதிலுக்கு நான், எனக்குத் தனிப்பட்ட முறையில் அவரை அல்லது அவர்போன்ற புகழ்பெற்றவர்கள் யாரையும் தெரியாது மேலும் அவருடைய எழுத்துகளை நான் படித்ததுகூட இல்லையென்று தெரியப்படுத்தினேன். இதைக் கேட்டு ஏமாற்றமும் சங்கடமும் அடைந்தாலும் இன்னும் சில புகழ்பெற்ற எழுத்தாளர்களின் பெயர்களை முன்வைத்தார். அவர்களில் யாரையுமே எனக்குத் தனிப்பட்ட முறையில் அறிமுகமில்லை என்று தெரிந்ததும் வாயடைத்து மௌனமாக அமர்ந்திருந்தார். அவரது ஏமாற்றத்தைப் பார்த்து அவரிடம் மன்னிப்புக் கேட்கவேண்டும் என்ற உணர்வு உண்டானது.

அதற்குப்பின் சிலகாலம் வரை, அவருடைய தொலைபேசி அழைப்பு குறித்த பயத்துடனேயே வாழ்ந்தேன். அதிர்ஷ்டவசமாக அன்று அவர் குறிப்பிட்ட யாரையுமே எனக்குத் தெரிந்திருக்கவில்லை. ஆனால் எப்போது வேண்டுமானாலும் அவர் எனக்குத் தொலைபேசி, அவருக்குத் தோன்றிய இன்னொரு பெயரைக் கூறி, என்னை அறிமுகம் செய்துவைக்கக் கேட்டுவிடலாம். என்ன ஒரு மனச்சோர்வு தரும் சிந்தனை! நான் அதை மறுத்துவிட்டாலும் அவரது முழு உரையாடலைக் கேட்கவேண்டியிருக்கும், அதுதான் மோசமான விஷயம். என் மனஉளைச்சல் என் சகோதரியின் பேச்சால் இன்னமும் அதிகரித்தது. அவள் இந்த விஷயம் எவ்வளவு மோசமாக மாறக்கூடும் என்பதைக் கணிப்பதில் சந்தோஷமாக இறங்கினாள். "அந்த தலைக்கனம் பிடித்த மனிதர், தன்னுடைய பழமையான இலக்கியத் தத்துவங்களோடு இருப்பவர்" என்று ஆரம்பித்து, "நிச்சயமாக உன்னை அழைத்து, உன்னால் நினைத்துப் பார்க்கவேமுடியாத

ஒரு எழுத்தாளரை அறிமுகம் செய்துவைக்கும்படி கேட்கத்தான் போகிறார். அப்புறம், தன்னுடைய மூவாயிரம் பக்கங்களைத் தாண்டிய படைப்பை உனக்கு அனுப்பிவைக்கப் போகிறார் என்பதில் எனக்குச் சந்தேகமேயில்லை...'' என்பாள்.

காலப்போக்கில், இந்த விஷயத்தை என்னுடைய அன்றாட வாழ்க்கைக்கு இடையில், அதாவது நடைக்குச் செல்வது, திரைப்படங்கள் பார்ப்பது, நண்பர்களுடன் பேசிக்கொண்டிருப்பது, குளிர்காலத்துக்கான கம்பளி ஆடைகளைப் பின்னுவது, படுக்கையில் படித்துக்கொண்டிருப்பது போன்ற செயல்களின்மூலம் மறந்துவிட்டேன். பல வருடங்களுக்கு முன்பு ஓர் இலக்கியச் சந்திப்பின்போது அல்லது வேறெங்கோ, வெளிநாடுகளில் பலவருடங்களைக் கழித்த பெண் எழுத்தாளர், என்னிடம் திடீரென்று எழுப்பிய கேள்வி ஞாபகத்திற்கு வருகிறது. "உன் அன்றாட வாழ்வில் மகிழ்ச்சியாக இருக்கிறாயா?'' நான் அது குறித்தெல்லாம் சிந்தித்ததே இல்லை - என் அன்றாட வாழ்வு மகிழ்ச்சியாக இருக்கிறதா, இல்லையா? – எனவே, அப்போது என்ன பதில் சொல்வது என்று எனக்குத் தெரியவில்லை. ஆனால் இப்போது அந்த அச்சுறுத்தும் தொலைபேசி அழைப்பு வரவில்லை, தபாலில் மூவாயிரம் பக்கங்களைத் தாண்டிய புதினம் எதுவும் வரவில்லை என்பதால், எனக்குத் தோன்றியது. ஆமாம், என் அன்றாட வாழ்வு மகிழ்ச்சியானது. தவிரவும் என் கடந்தகாலத்தில் எழுதும்படியான உணர்ச்சிபூர்வமான சம்பவங்கள் எதுவுமில்லை. எனவே யாராலும் பழிவாங்கப்படுவதற்கோ அல்லது அவர்களது குரலைக் கேட்கப் பயப்படுவதற்கோ ஒன்றுமில்லை. ஆக, என் அன்றாட வாழ்வு மகிழ்வானதா, இல்லையா என்று யோசிக்காமல் வாழ எனக்கு உரிமையிருந்தது. 'புதின எழுத்தாளர்' ஒருவருக்கு, இது பெரிய பலவீனமாக இருக்கலாம் அல்லது புதின எழுத்தாளரின் இருப்பையே சந்தேகத்துக்குள்ளாக்கும் குறையாகக்கூட இருக்கலாம்; இருந்தாலும் இதற்காக நான் என்ன செய்துவிடமுடியும்? நான் சிறுகதை எழுதவில்லையென்றாலும், மற்றொரு சுயஇருப்பு - தெளிவாகச் சொன்னால், மற்றொரு நான் - அதைத் தொடரத்தான் போகிறது. அது 'இன்னொரு நான்' - ஆக இல்லாவிட்டாலும் ஏதும் குறைபடப்போவதில்லை என்றே தோன்றுகிறது. உண்மையில், அதை 'நான்' என்ற அடையாளத்திற்கான அனைத்து அர்த்தங்களும் இல்லாமல் போய்விட்ட இடத்திலுள்ள எண்ணிக்கையற்ற இருப்புகளிடம் விட்டுவிடலாம். இது சிற்றின்பத்திற்கு ஈடான

மகிழ்ச்சியென்று தோன்றியது. எங்கோ ஓவியக் கண்காட்சியில் பார்த்த பெரிய புலியின் ஓவியமொன்று என்னைப் பாதித்தது, ஆனால் ஓவியத்தை நீண்டநேரம் பார்த்துக்கொண்டிருப்பதால் பைத்தியமாவதற்கு நான் ஒன்றும் வீஸ்மாஹ்ஸ்-சின் புதினத்தில் வரும் கதாபாத்திரம் அல்லவே! அந்த ஓவியத்தில், புலியின் பின்னால் மின்னும் வானத்தின் வரிவரியான மேகங்கள், ஒருவகையில் குழந்தைத்தனமான, ஆக்ரோஷமான தோற்றத்துடன், புலிகளின் வரியை ஒத்திருக்கும், வானத்தின் கண்ணாடி புலியின் வரிகளை மட்டுமே பிரதிபலிப்பதுபோல இருக்கும். இது, போர்ஹேயின் கதையில் உள்ள பின்வரும் வரிகளை எனக்கு நினைவூட்டியது. அந்த ஓவியம், 'புலிகளைப் போன்ற வரிகளோடும், கிடைநிலையில் மௌனத்தைச் சுமந்ததுபோல் இருக்கிறது.' புலிக்கும் வரிகளுடைய வானத்திற்கும் இடையிலுள்ள சீரமைவில், உறுதியாக வளர்ந்துகொண்டிருக்கும் தனிமையான பித்துநிலை - இதன் பொருள் தனிமையற்ற பித்துநிலை என்ற ஒன்று உண்டு என்பதல்ல - அதுதான் என்னைப் பாதித்தது.

மேலும் நான் புலியின் ஓவியத்தைப் பற்றி மட்டும் சிந்தித்துக் கொண்டிருக்கவில்லை. வானத்தின் மேகங்களை ஒத்திருக்கும் கோடுகளோடு புலி என் கனவில் வருவது என்பது குறிப்பிடத்தகுந்த அளவு பித்துநிலைக்குள் வருகிறதுதான். ஆனால் கனவில் அதுவொரு பெரிய பூனை, வரிகளோடு உள்ள பூனை - சரியாகச் சொன்னால், புலியின் மலினமான பிரதி- என் படுக்கையறை சன்னல்வழியாக, மீண்டும் மீண்டும் ஒயிலாகக் குதித்து நுழைகிறது.

* * *

நான் இதுபற்றி யோசிக்கும்போதெல்லாம், அந்தக் குரல், என் கனவில் சன்னலின்வழி நுழையும் அந்தப் பூனையைப் போன்று இல்லாதது அல்ல என்று உணர்ந்தேன். அது, மீண்டும் மீண்டும் வருவது.

அந்தக் குரலை என்னவென்று அழைப்பது என எனக்குத் தெரியவில்லை அல்லது அதற்கு என்ன பெயர் சொல்வது.

அது திடீரென்று கீச்சிடும் குரலில் அழைத்த இயந்திரத்தின்வழி உள்நுழைந்தது. தான் யாரென்று கூறவில்லை. நான் கேட்டபோது,

வெகுதூரத்திலிருந்து வருவதுபோன்ற வறண்ட சிரிப்புடன், “என் பெயரை உனக்குச் சொல்வதில் பெரிதாக அர்த்தம் ஏதும் இல்லை” என்று பதிலளித்தது. பிறகு அது, மீண்டும் மீண்டும் இப்போது தொலைபேசியில் இருப்பது “உண்மையில் எழுத்தாளர் கனாய் தானே?” என்று - சில சொற்களின் முடிவில் நடுக்கத்துடன், அவசரமான குரலில் கேட்கும். உறுதியாக ஒரே விஷயத்தைப் பிடித்துத் தொங்கிக் கொண்டிருப்பாள்: “உண்மையில், அந்தப் புதினத்தை எழுதியது நீதானே? அந்த அருவெறுப்பான புதினம்?.” இதுபோல அர்த்தமற்ற, இரக்கமற்ற, இன்னமும் சொல்வதானால் குயுக்தியான கேள்விகளுக்கு (அதையும் நாகரிகமற்ற முறையில் யாரென்று தெரியாத குரல் கேட்கிறது) நான் பதில் கூற வேண்டியதில்லை என்று நினைப்பேன். ஆனாலும் தொடர்பைத் துண்டிப்பதில்லை, எல்லோருக்கும் சமயங்களில் தோன்றக்கூடிய துன்புறுத்தலில் இன்பம் அடையும் குணம் மற்றும் தனக்குத்தானே இடப்படும் சவால் உணர்ச்சி: இது அவ்வளவு எளிதாகப் புறக்கணிக்கக்கூடியதாக இருந்தாலும் தனக்குப் பிடிக்காத ஒன்றைச் சந்திக்க நேரும்போது ஒருவர் தேர்ந்தெடுக்கவேண்டிய உணர்வு. இதன் இயற்கையற்றதன்மை அல்லது இதுபோன்ற சூழ்நிலையில், தன்னை உணரும்போது உண்டாகும் எரிச்சலூட்டும் அருவெறுப்புடன், மகிழ்ச்சியற்ற, அன்பற்ற, விருப்பமற்ற குரலில் சுருக்கமாக, வேதனையை வெளிக்காட்டாமல் இறுக்கத்துடன் ‘ஆமாம்,’ என்கிறேன். ஆனால் மறுமுனையிலிருப்பவர் மீண்டும் மீண்டும் அதே கேள்வியைக் கேட்கிறார், குரல் மெதுவாக மன்றாடும்நிலைக்கு, குழந்தையின் அழுகைபோல, மெலிதான துன்புறுத்தும் தொனிக்கு மாறிக்கொண்டிருக்கிறது. என்னால் “நான்தான் நாவலாசிரியர் கனாய் மியீகோ” என்று கூறவே முடியவில்லை; ஆனால் அக்குரல் அந்த வார்த்தைகளைக் கூறவைக்கத்தான் முயற்சி செய்கிறது என்றுணர்ந்தேன். ஆனால் அது மிகவும் செயற்கையாக இருக்கும். கூறப்போனால், என் காதுகளுக்கே கடைந்தெடுத்த பொய்யாகத் தோன்றும். திடீரென்று இத்தொலைபேசி அழைப்பு வந்தபோது (தொலைபேசி அழைப்புகள் எல்லாமே திடீரென்றுதான் வரும்.) லிட்ரரி ஆர்ட்ஸ்-சின் நவம்பர் இதழில் யோஷியோகா மினோருவின் கவிதைகளை வாசித்துக்கொண்டிருந்தேன். இரவு பத்து மணியைத் தாண்டி சிறிதுநேரம் ஆகியிருந்தது.’நீர்க்கண்ணாடி’ என்ற அக்கவிதை, என்னில் தனித் தாக்கத்தை ஏற்படுத்தியது. சில வாரங்களுக்குமுன்பு ஒரு மதியநேரம், மியாகவா ஜூன் (‘உயிரோடிருக்கும் எழுத்தாளர்களைப் பற்றி நான் எழுத

விரும்பவில்லை,' அவர் சொல்வது: மரணத்தின் வாசனையை உமிழ்ந்துகொண்டேயிருக்கும் உடலுக்கான அவமரியாதை அது...) அவர்களது இறுதிச்சடங்கில் கலந்துகொண்டு திரும்பிவரும் வழியில் தேநீர் அருந்தும்போது கேள்விப்பட்டேன், யோஷியோகோ மினோரு தற்போது எழுதிய கவிதையொன்றில் என்னுடைய சில வரிகளைப் பயன்படுத்தியிருக்கிறார். பொதுவாக, கவிஞர்கள் தம் கவிதைகளில் பிறரது வரிகளை உள்ளே வைத்து (அல்லது பின்னி வைத்து) எழுதுவதுண்டு என்று எனக்குத் தெரியும். நான் யோஷியாகோவின் அக் கவிதை வரிகளை சிலிர்ப்புடன், விருப்பத்துடன் வாசித்திருக்கிறேன். கவிதையில், அடைப்புக்குறிக்குள் உள்ள வார்த்தைகள் முன்பு எப்போதோ நான் எழுதியது - ஆனாலும் இப்போது அந்த உண்மை கொஞ்சம் குறைவுபட்டதாக, ஆசுவாசத்தை, விடுதலையுணர்வைத் தருகிறது. தெளிவாகச் சொன்னால் 'இது நான் எழுதியது...' என்பதிலிருந்து எனக்கு விடுதலை கிடைப்பது அளவுகடந்த மகிழ்ச்சியைத் தருகிறது. அதன் சுவையை இப்போது நான் பரிசோதிக்க வேண்டியதில்லை; நான் அதற்குக் கொடுக்க முயன்ற அர்த்தம் இப்போது மறைந்துவிட்டது; எனக்கு முன்பாக அர்த்தமற்ற பொருட்களாக வந்த வார்த்தைகள் இப்போது புதியதாக, பரிசுத்தமாக இருப்பதாகத் தோன்றியது.

உதாரணத்திற்காக, சில வரிகள்:

ஓர் இரவில் உத்திரத்தின் நீர்த்துளி வழிந்து
பாத்திரத்தைக் கழுவிச் செல்கிறது, நான் யோசிக்கிறேன்
"நாம் நெருங்குவதென்பது
உடல்களைக் காட்டிலும்
நம் பார்வை வழியிருக்கிறது."

இவ்வார்த்தைகளை எழுதியது யாரென்று யோசிப்பது அர்த்தமற்றது.

தொலைபேசியின் வழியே வடிகட்டப்பட்டு வரும் குரலில் உண்மையற்றதன்மை இருந்தது, உலோகத்தனமான உண்மையற்றதன்மை. யாரிடமாவது என் காதலை ஒப்புக்கொள்ளும்படியான அதிர்ஷ்டம் எனக்கு அமைந்தால் (அல்லது அப்படியொரு துடிப்பு ஏற்பட்டால், என்பதே சரியாக இருக்கும்), அதைச் செய்வதற்கு தொலைபேசியைப் பயன்படுத்தத் தயங்கமாட்டேன். தொலைபேசியைப் பயன்படுத்தத்

தயங்கமாட்டேன் என்றாலும், அப்படி ஒப்புக்கொள்வதில் எனக்கு ஊசலாட்டம் இருக்கும் என்பது உறுதி: ஏனென்றால் முடிவுகள் எப்போதும் துடிப்பில் எடுக்கப்படுபவை. ஆனால் அக்குரல் நிச்சயமாக ஓர் அர்த்தமற்ற வாக்குமூலம், ஊசலாட்டத்தினால் வெளிப்படும் துடிப்பு. மூவாயிரம் பக்கங்களைத் தாண்டிய, தத்துவார்த்தவாதக் கோட்பாட்டியல்களின் மும்மைத்துவ இலக்கியம், சகிக்கமுடியாத உணர்ச்சிகளின் குவியல் மற்றும் இயற்பியல் தத்துவங்களடங்கிய ஒரு புதினம் எனக்கு வந்து சேர்வதிலிருந்து நான் ரட்சிக்கப்பட்டுவிட்டேன். பதிலாக இந்தக் குரலை, நிச்சயம் அவள் இளமையான பெண்தான், என் ‘வாசகர்’ என்று தன்னை அழைத்துக்கொள்பவளின் குரலைக் கேட்கும்படி ஆகிவிட்டது. எது எப்படியோ அது, காலம் என்பதற்கு அப்பாற்பட்டு என் திசைநோக்கி வருகிறது. அக்குரல், என்னோடு தொலைபேசி மூலம் தொடர்பில் உள்ள அந்தக் குரல் (அல்லது அக்குரலின்தன்மை) மீண்டும் மீண்டும் வாக்கிய முடிவில் நடுக்கத்துடன், என்னைத் தொந்தரவு செய்யும்படியான பதட்டத்துடன், ஒரே கேள்வியைக் கேட்கிறது: நான் உண்மையிலேயே எழுத்தாளர் கனாய் தானா. “உண்மையாகவா? உண்மையில், இது அந்த எழுத்தாளர்தானா? உண்மைதானா?” இக்குரலின் காரணமாக, விநோதமானதொரு உண்மையற்றதன்மையால் தொந்தரவுக்கு உள்ளாகிறேன். அக்குரலின் விதவிதமான மென்மையான தொனிகூட என்னைப் பீடிப்பதாய் இருக்கிறது, தொடர்புகொள்ளக்கூடிய ஆனால் குணப்படுத்தமுடியாத நோயைப் போல; இது என்னைத் தின்றுவிடும் என்றே தோன்றுகிறது. விருப்பமின்மையால், சுவாரசியம் இன்றி தொலைபேசியை வைக்க முயன்றால் மெதுவாக முனகுவாள், “அப்படியென்றால், என்னோடு பேசுவது உனக்கு அவ்வளவு வெறுப்பாக இருக்கிறது?” ஒரு பெண்ணுக்குத் துரோகம் செய்துவிட்ட ஆணாக நான் மாறிவிட்டதாக குரூரமான முறையில் எனக்குள்ளே மாயத்தோற்றம் உருவாகும். ஒரே இரவில், ஏழு முறை அக்குரலின் தொலைபேசி அழைப்பு. சமயத்தில் சிலருக்கு மற்றவர்களது, வளர்ச்சியுறாத முட்டையைப் போன்று முதிர்ச்சியற்ற, விளங்கிக்கொள்ளமுடியாத, பொருளற்ற பைத்தியக்காரத்தனங்களைத் தெரிந்துகொள்வதில் மகிழ்ச்சியிருக்கும். எவ்விதமான சார்புமின்றி இதைச் சொல்கிறேன், சூழ்நிலை எவ்வளவு துக்ககரமானதாக இருந்தாலும் அபத்தமென்பது சிரிப்பை வரவழைக்கக் கூடியது. அவமானம் அல்லது பதட்டத்திலிருந்து தம்மைத் திசைதிருப்ப - உளவியல்

நோக்கங்களினால் விவரிக்க முடியாத அத்தியாவசியமான விசித்திரத்தன்மையின் காரணமாக - மனிதர்கள் அபத்தத்தை நோக்கிச் சிரிக்கிறார்கள்.

தொலைபேசியில் ஒலிக்கும் அக்குரலிலும் ஏதோவொரு விசித்திரத்தன்மை இருந்தது. சோகமான விசித்திரத்தன்மை, இதயத்தைப் பிழியக்கூடியது, புனைவு வார்த்தைகளின்மூலம் உண்மையைத் தேடிக்கொண்டிருக்கும் கருத்தார்ந்த விசித்திரத்தன்மை.

♪ ♪ ♪

ஒருவேளை, அது "என் இதயத்திலிருந்து" அல்லது "என் சிந்தனை உலகிலிருந்து" வருகிறதா? அது "உண்மையில், என் நிழல், என் எதிரொலிதானா?" உண்மையாக இருக்குமா? எனக்குள்ளும் ஒரு மிருகத்தன்மை ஒளிந்திருக்கிறதா? நான் எழுதிய வார்த்தைகளான "என் கடந்தகாலத்தில் எழுதும்படியான உணர்ச்சிபூர்வமான சம்பவங்கள் எதுவுமில்லை" என்பது உண்மைதான்; ஆனால் நான் எழுதிய எழுத்துகள் எனக்குத் தெரிந்திராதவர்களின் "நிகழ்காலத்தை" உருவாக்க உதவுகிறது. அத் தொலைபேசிக் குரல் குழப்பமாக நீட்டிமுழக்கி, தெளிவற்ற வார்த்தைகளால், தனக்குத்தானே கூறிக்கொள்வதுபோல, நான் அவளது எதிர்காலத்தைத் திருடிவிட்டேன் என்பதைக் கூறிக்கொண்டேயிருக்கிறாள். தன் மூவாயிரம் பக்க புதினமொன்றை எழுதிமுடித்துவிட்ட மனிதர் (நண்பர் என்று கூறமுடியாதென்றாலும், தெரிந்தவர்) துக்கம்தோய்ந்த கசப்புடன் அன்று இரவு அங்கிருந்து புறப்பட்டுச் செல்லும்போது கூறுகிறார், "நீங்கள் கணக்கற்ற முறை என்னைப்பற்றி உங்கள் கதைகளில் எழுதியிருக்கிறீர்கள், என் கடந்தகாலத்தைப் பாதித்திருக்கிறீர்கள்." இதைக் கேட்டிருக்கக் கூடாது என்பதுபோல, பெருந்தகைமையான புன்னகையோடு, ஓர் அசல் எழுத்தாளரைப் போல, எவ்வளவு உறுதிபடக் கூறமுடியுமோ கூறுகிறேன், "உங்கள் புதினம்குறித்து வேறு ஏதேனும் உதவி தேவைப்பட்டால் என்னை அழைப்பதற்குச் சங்கடப்பட வேண்டாம்." (பெரும்பாலான ஆண்கள் தங்கள் இறப்பிற்குப்பின் 'தன்னுரையாடல்கள்' மற்றும் முடிக்கப்படாத 'பகுதி'களை விட்டுச் செல்கிறார்கள்.)

"உன் எதிர்காலத்தை நான் எப்படித் திருடமுடியும்?" என்பதுதான், நான் அவளுக்கு அளித்த பதில். "எப்படி உன்னால் இவ்வளவு சுயநலமாகப் பேசமுடிகிறது?" என்றாள், அவள். "என்னைக் குறித்து எந்த வருத்தமும் இல்லையா? என்னிடம் அவ்வளவாகப் பணம் இருந்ததில்லை, ஆனால் உன் புத்தகத்தை சொந்தப் பணத்தில் வாங்கினேன் - என் சொந்தப் பணம்! உன் கதைகளை வெளியிட்டுள்ள இதழ்களைக்கூட வாங்கினேன், அவை அனைத்தையும் வாசிக்கிறேன்! 'கரைகளற்ற கட'லின் இருபத்து ஆறாவது பக்கத்தைப் படிக்கும்போது சாவதுபோல உணர்ந்தேன் தெரியுமா? நீ என்னவென்றால், உன் தற்பெருமையான கிழவியின் குரலில் பேசிக்கொண்டிருக்கிறாய் - அப்புறம் நீ குண்டாகவும் இருக்கிறாய், அக்கேசியாவின் வீரர்கள் கதையுடைய அட்டைப்படத்தைப் பார்த்துதான் சொல்கிறேன்! நான்கூட நாவல்கள் எழுத விரும்பினேன். சரி, இப்போது அதுபற்றி பேசவேண்டாம். உன் புத்தகத்தில் வரும் பாத்திரங்கள்போல, ஒழுங்குசெய்யப்பட்ட, தன்னை மறுத்து வாழ்கிற சந்நியாசி வாழ்க்கையல்ல என்னுடையது; பாதை தவறிச் சென்றவர்களை நீ கேவலமாகப் பார்ப்பாய் என்று எனக்குத் தெரியும். ரொம்பவும் தனிமையாக உணர்ந்ததால் சற்றுநேரத்திற்குமுன் கொஞ்சம் குடித்தேன். (தேம்புகிறாள். இதற்குப்பிறகு அழுகையினூடே பேசுகிறாள்.) "எனக்... - எனக்குப் பன்னிரண்டு வயதுதான் ஆகிறது, என்ன செய்துகொண்டிருக்கிறேன் பார், குடித்து என் வாழ்க்கையை வீணடித்துக் கொண்டிருக்கிறேன்! இப்போது 'கரைகளற்ற கட'லின் இருபத்து ஆறாவது பக்கத்தைப் படித்துக்கொண்டிருக்கிறேன்..."

அடுத்த நாள், இருபத்து ஆறாம் பக்கத்தில் என்ன எழுதியிருக்கிறேன் என்று பார்ப்பதற்கான உந்துதலை என்னால் தவிர்க்கமுடியவில்லை - அதில் உள்ளதை நினைவில் வைத்திருப்பேன் என்று எப்படி எதிர்பார்க்கமுடியும். (பொதுவாக, புத்தகமாகிவிட்ட என் எழுத்துகளை மறந்துவிடவேண்டும் என்று நினைப்பவள் நான்.) இருபத்தி ஆறாம் பக்கம் இப்படி ஆரம்பிக்கிறது:

நான் இனிமேலும் குழந்தையல்ல என்பதில் எந்தச் சந்தேகமும் இல்லை. இன்னொருவகையில் கூறினால், நான் இனி இளமையாக இல்லை. என்னைப் பார்த்தவுடன் என்னால் அதைக் கூறமுடியும். முன்போல சருமம் ஈரப்பதமும் எண்ணெய்ப்பசையும் கொண்டிருக்கவில்லை, ரத்தமும் சற்றுக் குறைவாகத்தான்

உள்ளது! ஈரப்பதம், எண்ணெய்ப்பசை - இவைதானே நம்மை இளமையாக்குகின்றன. தேனும் பாலும் என்பதுபோல அவை வளத்தின் குறியீடுகள். இது உண்மை, தவறவிடமுடியாத உண்மை, என் வாழ்வின் நிதர்சனம். வெளிப்படையாகச் சொன்னால், எனக்கு வயதாகிவிட்டது. மீண்டும் இந்த வீட்டிற்கு, நான் பிறந்து வளர்ந்த வீட்டிற்கு வந்தபின், இதைக் கண்டுகொண்டேன். இனி விடுதலையாக, மகிழ்ச்சியுடன் வாழ வழியில்லை. இந்த வீடு முழுமையும் அதைத்தான் எனக்குச் சொல்கிறது. என் குடும்பத்திலிருந்து யாரும் இப்போது வாழாத இவ் வீடு, என் முதற்பயணத்தைத் தொடங்கிய துறைமுகம்.

என்னவொரு அலுப்பான எழுத்து! இது தன்னைக் குறித்த பெருமிதங்களை நசுக்கிவிடக் கூடியதென்றாலும், நானும்கூட இந்நாவலில் இதைக்காட்டிலும் நன்றாக இருக்கிற சில பகுதிகளை எழுதியிருக்கிறேன் என நினைக்கிறேன்.

***

இரண்டு அல்லது மூன்று நாள் கழித்து, அந்தக் குரலிடமிருந்து மீண்டும் அழைப்பு. இம்முறை ‘கரைகளற்ற கடல்’ நாவல் தன்னுடையது என்கிறாள். “நீ அதைத் திருடிவிட்டாய் என்று கூறவில்லை. ஒரே நாவலை கிட்டத்தட்ட, ஒரே காலத்தில் வேறொருவர் எழுதுவது - அல்லது அநேகம்பேர் எழுதுவது - ஒருவருக்கு மற்ற எழுத்தாளரைத் தெரியாது என்பது விநோதமாக இருக்காதா என்ன?” என்று விளக்கமளித்தாள்.

இதற்கு அடுத்தநாள், அவளிடமிருந்து மற்றுமொரு அழைப்பு. “இது உனக்கு ஏற்கெனவே புரிந்திருக்கும் என்று எனக்குத் தெரியும் - நீ யூகித்தபடி, நான் நேற்று சொன்னதுதான் அடுத்து எழுதப்போகும் நாவலுக்கான கரு” என்று, சுவாரசியமற்ற குரலில் கூறினாள். பிறகு “அதன் தலைப்பு, கரைகளற்ற கடல் என்றுதான் இருக்கும்” என்றாள், வெற்றிச் சிரிப்புடன்.

அவளிடமிருந்து மற்றொரு அழைப்பு வந்தது.

“நீ தைரியமான, வெட்கங்கெட்ட, குரூரமான பிறவி. என்னை, உன் கதையில் பயன்படுத்தத் திட்டமிட்டிருப்பது எனக்குத் தெரியும். ஏன், இது நாவலுக்கான விஷயம் என்றுகூட நீ நினைக்கலாம்.

அநேகமாக, நான் பேசுவதைக் குறிப்பெடுத்திருப்பாய் - அல்லது அதை ஒலிப்பதிவு செய்திருக்கலாம். அக் கதைக்கு, குரல் என்று தலைப்பிட்டு, என்னை 'என் நிழல், என் எதிரொலி, என் சிந்தனை உலகிலிருந்து வந்தவள்...' என்று விவரிப்பாய், யுகியோ மிஷிமாவின் '*From the wilderness*'-லிருந்து மேற்கோள் காட்டுவாய். சரியாகக் கூறிவிட்டேன் இல்லையா? பரவாயில்லை, எழுதிக் கொள்."

எனவே, இதை எழுதிவிட்டேன். அவள் நம்பியதற்கு முரணாக அவளுடைய அழைப்புகளை குறிப்பெடுக்கவோ அல்லது ஒலிப்பதிவு செய்யவோ இல்லை. ஆனால் அவள் கூறியவற்றில் பெரும்பாலானவை சரி. சரியாகச்சொன்னால், ஒருபகுதி சரி. அவள் இதைப் படிப்பாளா, இப்போது எழுதிக்கொண்டிருக்கும் இக் கதையைப் படிப்பாளா? என்று யோசிக்கிறேன். "ஏன், கதை எழுதுகிறாய்?" என்று கேட்டாள். "உண்மையைச் சொல்." உண்மை! ஏன் "எல்லோரும்" உண்மையைத் தெரிந்துகொள்ள நினைக்கிறார்கள்?"

உண்மையைக் கூறவேண்டுமென்றால், என் வாழ்க்கை முழுதும் வாசகராக இருக்கவே விரும்பினேன். நான் எழுதாத விஷயங்களைப் பொறுத்தவரை இன்னமும் நான் வாசகர்தான்; என்றாலும் அவ்வப்போது இந்த வரையறைகள் இல்லாமல் நான் வெறும் வாசகராக மட்டும் இருந்திருக்கலாம் என்று நினைப்பதுண்டு: தான் எழுதியது என்று எதுவுமில்லாத வாசகர். மேடம் பொவேரி அல்லது டான் க்விக்ஸோட் போன்றல்ல; தன் வாழ்க்கை முழுதும் வாசிப்பதன்மூலம் உண்டாகிற எளிமையான மகிழ்ச்சிக்காக, தவறுதல் ஏதுமில்லாத வாசகராக இருக்கவேண்டும். என்றோ ஒருநாள் இது எனக்குச் சாத்தியப்படும் என்று தோன்றுகிறது. அல்லது மீண்டும் மீண்டும் புதிய விஷயங்களை எழுதிக்கொண்டே இருப்பேனா, என் தனிமையின் கனவில் வரும் பீச் பழங்களைப் போல: "ஓர் இளவேனில் நாளில், தன்னுள் தேன் நிறைத்துவைத்திருந்த வெளிர்சிவப்பு மொட்டுகள், மஞ்சள்நிறமான பீச் பழத்தின் உள்ளே கனிதலாய்ச் சொட்டுகிறதா?" நான் எழுதிய சொற்கள் குறித்து தடுமாற்றத்துடன் இருந்தாலும் மீண்டும் மீண்டும் எழுதிக்கொண்டிருப்பேனா? எந்த இடத்தில் விரலால் அழுத்தப்பட்டதோ அந்த இடத்திலிருந்து அழுக ஆரம்பிக்கும் பீச் கனிகள்போல, தனித்தன்மையான நெருக்கத்தில் வலுவற்றுப்போகின்றன சொற்கள் - இன்னமும் எழுதுவதற்கு ஏதோ இருக்கிறது என்கிற விநோத மாயத்தோற்றம்தான்

என்னை எழுதுவதோடு கட்டிவைத்திருக்கிறது. இந்த விநோத மாயத்தோற்றம் ஒருகட்டத்தில், தன் குரூரமான, உண்மை வடிவைக் காட்டுமா? என் விமர்சன எழுத்துகள், அதைக் குழந்தையின் பிதற்றல் என்றும் கூறலாம் அல்லது இதுவரை நான் எழுதிய சிறுகதைகள் மற்றும் கவிதைகள் கொடுக்கும் கசப்புக்குப் பின் இன்னமும் கசப்பைச் சுவைக்கும் விருப்பம் எனக்கில்லை (நானே ஒப்புக்கொள்கிறேன், இவை மோசமாகச் செய்யப்பட்டவை அல்லது மோசமானவற்றுக்குச் சற்று அதிகமாக; அவை எப்போதும் நிலைத்திருக்கும் துண்டுப் பகுதி என்பதைத் தாண்டி வேறெதுவுமில்லை). எழுத்தாளன் எழுத விரும்பாவிட்டாலும் எழுதிமுடித்த கசப்பு மட்டுமே அவனுக்கு மிஞ்சும் என்றாலும், எதையோ எழுதிவிட்டபின் அவை மலினமாகவே எழுத்தாளனுக்குத் தோன்றுகின்றன. மேலும் - இது முக்கியமான விஷயம் - எவ்வளவு மலினமாக அல்லது மோசமாக அவை எழுதப்பட்டிருந்தாலும் அவற்றை நான்தான் எழுதினேன் என்பதை என்னால் ஏற்றுக்கொள்ள முடியாததுபோல் தோன்றும். ஒரு கவிஞன், தன் படைப்புகளைக் குறித்து, 'இதை நானா எழுதினேன்?' என்று எழுதியிருக்கிறார், ஜானதன் ஸ்விஃப்ட், வயதாகி நோயுற்றிருந்தபோது, கலிவரின் பயணங்கள் அவருக்கு வாசித்துக் காட்டப்பட்டபோது, "இது நான் எழுதியதா?" என்று கேட்டிருக்கிறார். நான் என்னுடைய எழுத்துகளை கலிவரின் பயணங்களுக்கு ஒப்பாகவோ அல்லது சந்தேகமற்றமுறையில் தனித்தன்மை வாய்க்கப்பெற்ற அக் கவியின் படைப்புகளுக்கு ஈடாகவோ கூறிக்கொள்ளவில்லை. ஓர் எழுத்தாளருக்கும் - அது அவனோ அல்லது அவளோ - படைப்புக்குமான வித்தியாசமான உறவைப்பற்றி பேசுகிறேன்.

என்னைப் பொறுத்தவரை, என் படைப்புகளிடமிருந்து எவ்வளவு பிணைப்பற்று இருக்க முடியுமோ அவ்வளவு இருக்கவேண்டுமென்று விரும்புவேன் (இந்த 'படைப்பு' என்ற சொல்லே விவாதத்துக்குரியது, முழுவதுமாக அங்கீகரிக்கப்படாத சொல்லாகும்). நான் பாத்திரத்தைக் கழுவிக்கொண்டிருக்கும்போது உத்திரத்து நீர் சொட்டினால் எனக்குத் தோன்றுவது இதுதான். நான் எழுதிய எழுத்துகள், அவை நான் எழுதியவை என்ற உண்மையிலிருந்து விலகியிருந்தாலும் மற்றவர்களது முன்னிலையில் கிட்டத்தட்ட குருட்டுத்தனமான துடிப்போடு அவற்றை முழுமுற்றாக மறந்துவிட்டதான பாவனையில் (சற்றே வலுக்கட்டாயமாக) இருப்பதாக உணர்கிறேன். அக்குளுக்குள்

வியர்ப்பதுபோல (உடைகளால் மூடப்பட்ட பகுதி) அல்லது ஒருவரின் கன்னங்களில் ரத்தம் பாய்வதுபோல (தோலுக்கு அடியில் ரத்தம் பாய்வது திடீரென்று தெரியும்) - உடலின் செயல்பாடுபோல (மற்றவர்கள் கவனித்தாலும் இல்லாவிட்டாலும் நடக்கும்) - எதையாவது மறைக்க முயலும்போது, ஒருவர் பொய் சொல்லும்போது, இது என்னளவில் கட்டுப்படுத்த முடியாததாக இருக்கிறது. எனவேதான், 'நான் மோசமான இடத்திலிருந்து ஒன்றுமற்று குளிரில் நிற்கும் மரத்தை உருவரையாகப் பார்த்துக் கொண்டிருக்கிறேன்.'

🌴 🌴 🌴

யியூன் லீ (Yiyun li)

பெய்ஜிங்கில் பிறந்த யியூன் லீ, தற்போது வசிப்பது அமெரிக்காவின் கலிபோர்னியா மாகாணத்தில். இவரது படைப்புகள் *Newyorker, The paris review* ஆகிய பத்திரிகைகளில் வெளியாகியுள்ளன. *Frank O' Corner, Mc Arthur fellow, Granta, PEN/Hemingway award* உட்பட பல்வேறு இலக்கிய விருதுகளைப் பெற்றவர். இரண்டு சிறுகதைத் தொகுப்புகள், இரண்டு நாவல்கள் எழுதியுள்ளார். இந்தச்சிறுகதை, 2005இல் வெளியான இவருடைய முதல் தொகுப்பின் தலைப்புச் சிறுகதை.

ஆயிரம் வருடங்களின் நற்பிரார்த்தனைகள்

நானொரு ராக்கெட் விஞ்ஞானி. சீனாவில், நீங்கள் என்ன வேலையில் இருந்தீர்கள் என்று யாரேனும் கேட்டால், திரு. ஷி இப்படித்தான் சொல்வார். பணி ஓய்வு பெற்றுவிட்டதை மற்றவர்களின் ஆச்சரியத்தினூடே தன்னடக்கத்துடன் அதற்கடுத்துச் சொல்வார். திரு. ஷி டெட்ராய்ட்டில் தங்கியிருந்தபோது, இந்த வார்த்தைகளை ஒரு பெண்ணிடமிருந்து கற்றுக்கொண்டார், அவருடைய வேலைகுறித்து அவளுக்கு விளக்க முற்பட்டபோது அவரது ஆங்கிலம் உதவாமல் அவரைக் கைவிட்டபின் காற்றில் படம் வரைந்து காட்டினார். 'ராக்கெட் விஞ்ஞானியா!' என்று அவள் ஆச்சரியத்தோடு வாய்விட்டுச் சிரித்தாள்.

அமெரிக்காவில் அவர் சந்திக்கும் நபர்கள், அவருடைய வேலையைத் தெரிந்துகொண்டதும் ஏற்கெனவே நட்பாகிவிட்டதுபோலத் தோன்றும். எனவே, வாய்ப்புக் கிடைக்கும்போதெல்லாம் அவர் அந்த வார்த்தைகளைப் பயன்படுத்தினார். மிட்வெஸ்ட் நகரத்திலுள்ள அவருடைய மகள் வீட்டிற்கு வந்து ஐந்து நாட்கள்தான் ஆகிறது என்றாலும் திரு. ஷி, நிறைய தொடர்புகளை உருவாக்கியிருந்தார். குழந்தைகளை வண்டியில் வைத்துத் தள்ளிக்கொண்டு வரும் அம்மாக்கள் அவரைப் பார்த்துக் கையசைத்தனர். ஒரு

வயதான தம்பதி, கணவர் கோட்-சூட்டிலும் மனைவி அரைப்பாவாடையிலும் இருப்பாள். தினமும் காலை ஒன்பது மணிக்கு கைகோர்த்தபடி அந்தப் பூங்காவிற்கு வருபவர்கள்; நின்று அவரை விசாரித்துவிட்டுத்தான் செல்வார்கள். எப்போதும் கணவர்தான் பேசுவார், மனைவி புன்னகையோடு அருகில் நின்றுகொண்டிருப்பாள். அங்கிருந்து ஒரு கட்டடம் தள்ளி அமைந்திருக்கும் முதியோர் இல்லத்தில் தங்கியுள்ள ஒரு பெண்மணி அவரோடு பேசுவதற்காகவே வருவாள். அவளுக்கு வயது எழுபத்து ஏழு, அவரைவிட இரண்டு வயது கூட. ஈரானிலிருந்து வந்தவள். இருவருக்கும் ஆங்கிலம் குறைவாகத்தான் தெரியும் என்றாலும் ஒருவரையொருவர் புரிந்துகொள்வதில் எந்தச் சிரமமும் இருக்கவில்லை. வெகுசீக்கிரமே நண்பர்களாகிவிட்டனர்.

அவ்வப்போது, ‘அமெரிக்கா நல்ல நாடு’ என்பாள். மகன்கள் நன்றாகச் சம்பாதிக்கின்றனர்.

உண்மையில், அமெரிக்கா நல்ல நாடுதான். திரு. ஷியின் மகள் இங்கே கல்லூரியில் கிழக்காசியத் துறையின் நூலகராகப் பணிசெய்கிறாள். அவர், இருபது வருடங்களில் சம்பாதித்தைக் காட்டிலும் அதிகமாக ஒரு வருடத்தில் சம்பாதிக்கிறாள்.

‘என் மகளும் நிறையப் பணம் சம்பாதிக்கிறாள்.’

‘அமெரிக்கா பிடித்திருக்கிறது. எல்லோருக்கும் நல்ல நாடு.’

‘ஆமாம், ஆமாம். நான் சீனாவில் ராக்கெட் விஞ்ஞானி. ஆனால் மிகவும் ஏழை. ராக்கெட் விஞ்ஞானி தெரியுமா?’ கைகளை கூம்பாக்கியபடி திரு. ஷி சொல்வார்.

‘சீனா எனக்குப் பிடிக்கும். சீனா நல்ல நாடு, மிகவும் பழையது.’

‘அமெரிக்கா இளமையான நாடு, இளைஞர்களைப் போல.’

‘அமெரிக்கா மகிழ்ச்சியான நாடு.’

‘இளைஞர்கள்தான் வயதானவர்களைவிடச் சந்தோஷமாக இருக்கிறார்கள்’ என்றார் திரு. ஷி. ஆனால் அவருக்கே வெகுசீக்கிரமாக அம்முடிவுக்கு வந்துவிட்டதாகத் தோன்றும். வாழ்க்கையில் எப்போதும் இருந்ததைவிட இந்தக் கணம் மகிழ்வாகத்தான் உணர்கிறார். அவருக்கு எதிரேயுள்ள, காரணம்

இருந்தாலும் இல்லாவிட்டாலும் எல்லாவற்றையும் நேசிப்பவளான இப்பெண்மணியும் சந்தோஷமாகத்தான் தெரிகிறாள்.

சமயத்தில் அவர்கள் இருவருக்குமே ஆங்கிலம் தீர்ந்துவிடுகிறது. பிறகு அவள், கொஞ்சம் ஆங்கிலம் கலந்த பெர்சிய மொழிக்குத் தாவிவிடுவாள். திரு. ஷிக்கு, அவளிடம் சீனத்தில் பேசுவது சிரமமாக இருக்கும். அதற்குப்பிறகு பத்து அல்லது இருபது நிமிடங்களுக்கு அவள்தான் தனியாக பேச்சை நகர்த்திச்செல்வாள். அவர் தலையாட்டிக்கொண்டு புன்னகையை வெளிப்படுத்துவார். அவள் என்ன சொல்கிறாள் என்பது முழுவதுமாகப் புரியாது, ஆனால் அவரோடு பேசிக்கொண்டிருப்பதால் அவளடையும் மகிழ்ச்சியை அவரால் உணரமுடியும். அவள் பேசுவதைக் கேட்டுக்கொண்டிருப்பதில் அவர் அடையும் அதே மகிழ்ச்சி.

திரு. ஷி, காலைவேளைகளில் பூங்காவில் அமர்ந்தபடி அவளுக்காகக் காத்திருக்கும் நேரங்களை எதிர்பார்க்க ஆரம்பித்துவிட்டார். 'மேடம்' என்றுதான் அவளைக் குறிப்பிடுவார். இதுவரை அவள் பெயர் என்னவென்று கேட்டதில்லை. மேடம் எப்போதும், அவள் வயதிலிருக்கும் பெண்கள் அல்லது அவள் எங்கிருந்து வருகிறாளோ அந்த இடத்துக்குப் பொருந்துமென அவர் கற்பனை செய்திராதவகையில் சிவப்பு மற்றும் இளஞ்சிவப்பு, ஊதா மற்றும் மஞ்சளில் ஆடை அணிவாள். அவளிடம் ஒரு ஜதை உலோகத்தால் ஆன கொண்டை ஊசி உண்டு. ஒன்று, வெள்ளை யானை. மற்றொன்று, நீலம் மற்றும் பச்சை நிறத்தாலான மயில். அவற்றில் ஒன்று, அவளுடைய அடர்த்தியற்ற கூந்தலை தளர்ச்சியாகக் கவ்விப் பிடித்திருக்கும்விதம் அவருடைய மகளின் சிறுவயதை - முழுவதும் வளர்ந்திராத கூந்தலில், ப்ளாஸ்டிக்கால் ஆன பட்டாம்பூச்சி க்ளிப் நெற்றியில் தொங்கிக்கொண்டிருக்கும் பருவத்தை - ஞாபகப்படுத்தும். திரு. ஷி, சிலசமயங்களில் மேடத்திடம், தன் மகள் சிறுமியாக, வாழ்க்கை நம்பிக்கையோடு இருந்த அந்த நாட்களை தான் எவ்வளவு விரும்புகிறேன் என்று சொல்ல நினைப்பார். ஆனால் தொடங்கும் முன்னமே அவரது ஆங்கிலம் அவரைக் கைவிட்டுவிடும் என்பது அவருக்குத் தெரியும். தவிரவும், கடந்த காலம் குறித்துப் பேசிக்கொண்டிருப்பது அவர் வழக்கமல்ல.

♪ ♪ ♪

மாலைநேரங்களில் மகள் வீட்டிற்குள் வரும்போது திரு. ஷி இரவு உணவைத் தயார் செய்திருப்பார். சில வருடங்களுக்குமுன்பு, மனைவி இறந்தபின் சமையல் வகுப்பொன்றில் சேர்ந்து இதைக் கற்றுக்கொண்டார். கல்லூரியில், கணிதம் மற்றும் இயற்பியலை எப்படி ஆர்வத்துடன் பயின்றாரோ அதே ஆர்வத்துடன் இதையும் கற்றுக்கொண்டார். இரவு உணவின்போது, "ஒவ்வொரு மனிதனும் பிறப்பிலேயே அவன் உபயோகிப்பதைவிடவும் அதிகத் திறமைகளைக் கொண்டிருக்கிறான்" என்றார். "நான், கற்பனை செய்துகூடப் பார்த்திராத விஷயம், இந்த சமையல். ஆனால் இப்போது பார், கற்பனை செய்ததைவிட நன்றாகச் செய்கிறேன்."

"ஆமாம், மிக நன்றாக இருக்கிறது" என்பாள் மகள்.

"அதைப்போலவே..." என்று, மகளை ஒரு பார்வை பார்ப்பார் - "வாழ்க்கையும் நாம் அறிந்ததைவிட அதிக சந்தோஷங்களைக் கொண்டிருக்கிறது. அவற்றைப் பார்ப்பதற்காக நாம் நம்மைத் தயார்ப்படுத்திக்கொள்ள வேண்டும்."

மகளிடமிருந்து பதில் வராது. அவர், தன் சமையல்குறித்து பெருமைப்பட்டுக் கொண்டாலும் மகள் அதைப் பாராட்டினாலும், அவள் உண்ணும் அளவு மிகக் குறைவானது - கடமைக்காக உண்டாள். வாழ்க்கையை எவ்வளவு ஆர்வத்துடன் அணுகவேண்டுமோ அவ்வளவு ஆர்வம் அவளிடம் இல்லாததுதான் அவருக்குக் கவலை. அவளிடம் அதற்கான காரணம் உண்டு. ஏழு வருடத் திருமண வாழ்க்கைக்குப்பிறகு சமீபமாக விவாகரத்தானவள். அவருடைய முன்னாள் மருமகன், விவாகரத்துக்குப் பின் நிரந்தரமாக பெய்ஜிங் சென்றுவிட்டான். அவர்களின் திருமணப் படகு எதன் காரணமாக மறைவாக இருந்த பாறையில் மோதியது என்று அவரால் அறியமுடியவில்லை. காரணம் எதுவாக இருந்தாலும் அது, அவளது தவறாக மட்டும் இருக்கமுடியாது. அவள் நல்ல மனைவியாக உருவானவள், மென்மையான குரலும் கருணைநிரம்பிய இதயமும் கொண்டவள், கடமையுணர்ச்சியும் அழகும் நிறைந்தவள். அவள், தனது அம்மாவின் இளையவடிவம். அவள், அவரை தொலைபேசியில் அழைத்துத் தன்னுடைய விவாகரத்து குறித்து தெரிவித்தவுடன் திரு. ஷி, அவளுடைய தாங்கமுடியாத துயரத்தை உணர்ந்தார். தான் அமெரிக்காவுக்கு வந்து, அவள் இயல்புநிலைக்குத் திரும்ப உதவுவதாகக் கூறினார். அவள் மறுத்துவிட்டாள். ஒருமாத ஓய்வூதியம் முழுவதையும் செலவழித்துத் தினமும் அவளுக்குத்

தொலைபேசியில் அழைத்து மன்றாடினார். கடைசியில், தன்னுடைய எழுபத்து ஐந்தாவது பிறந்தநாளுக்கான விருப்பமாக அமெரிக்காவைப் பார்க்கவேண்டும் என்றதும் ஒப்புக்கொண்டாள். அது பொய்தான். ஆனால் அது நல்லதொரு காரணமாக அமைந்தது. அமெரிக்காவும் பார்க்கவேண்டிய இடம்தான்; அதைவிடவும் ஒரு ராக்கெட் விஞ்ஞானி, நன்கு உரையாடக்கூடியவர், அன்பான அப்பா, மகிழ்ச்சியான மனிதன் என அமெரிக்கா அவரைப் புதியதொரு மனிதனாக்குகிறது.

இரவு உணவுக்குப்பின் திரு. ஷியின் மகள் படுக்கையறையில் படிக்கச் சென்றாள் அல்லது வெளியில் கிளம்பிச் சென்றுவிட்டு நள்ளிரவில் திரும்பினாள். திரு. ஷி, அவளோடு வெளியில்செல்ல அவள் தனியாகச் சென்று பார்க்கிறாள் என்று யூகித்த திரைப்படங்களுக்கு உடன்வருவதாகக் கேட்பார். ஆனால் அவள் பணிவாக, அதேசமயம் உறுதியோடு அதை மறுத்துவிடுவாள். தனிமையில் நிறையநேரம் இருப்பது நல்லதல்ல- அதுவும் அவரது மகளைப்போல சிந்தனைவயத்தில் இருக்கிற பெண்களுக்கு நிச்சயம் நல்லதல்ல. அவளது தனிமையைச் சமாளிக்கும்விதமாக அவர் பேசத் துவங்குவார். அவரது கண்முன் நிகழாத அவளது வாழ்க்கையின் மற்றொரு பகுதியைக் குறித்து கேள்விகள் எழுப்புவார். அன்றைக்கு வேலை எப்படி இருந்தது? என்று கேட்பார். களைப்புடன், நன்றாகயிருந்தது என்பாள். ஆனாலும் இவர் அசராமல் அவளுடன் பணிபுரிபவர்கள் குறித்து கேட்பார். ஆண்களைவிடப் பெண்கள் அதிகமாக இருக்கிறார்களா, அவர்களுக்கு என்ன வயதாகிறது, அவர்களுக்கெல்லாம் திருமணமாகிவிட்டதா, குழந்தைகள் உண்டா என்று விசாரிப்பார். மதிய உணவாக என்ன சாப்பிட்டாள், தனியாகச் சாப்பிட்டாளா, என்னமாதிரியான கணினியை உபயோகிக்கிறாள், என்ன புத்தகம் படிக்கிறாள் என்று கேட்பார். இந்த விவாகரத்து விஷயத்தினால் வெட்கப்பட்டு தொடர்பற்றுப் போயிருப்பார்கள் என்று இவர் யூகிக்கும் அவளது பள்ளிக்காலத்து நண்பர்கள் குறித்து விசாரிப்பார். அவளது சூழ்நிலையை மாற்ற வேண்டியதன் அவசரம் அவளுக்குப் புரியும் என்ற நம்பிக்கையில் அவளுடைய எதிர்காலத் திட்டம் குறித்து விசாரிப்பார். திருமணத்திற்குத் தகுதியாக இருபதுகளில் அல்லது முப்பதுகளின் தொடக்கத்தில் இருக்கும் பெண்கள், அப்போதுதான் மரத்திலிருந்து பறித்தெடுக்கப்பட்ட விளச்சிப் பழங்களைப் போன்றவர்கள். கடக்கும் ஒவ்வொருநாளும் அவர்களைப் பழையதாக்கி விருப்பக்குறைவானதாக மாற்றிவிடும்.

அவர்கள், தங்களது மதிப்பை வெகுசீக்கிரம் இழந்து தள்ளுபடி விலைக்கு வந்து கைகழுவி விடப்படுவர்.

தள்ளுபடி விலை என்ற வார்த்தையை அவளிடம் குறிப்பிடக்கூடாது என்பது திரு. ஷி-க்கும் தெரியும். என்றாலும் வாழ்க்கையின் பயன்குறித்து அறிவுரைக்காமல் இருக்க அவரால் முடியவில்லை. எவ்வளவு பேசுகிறாரோ அவ்வளவு பொறுமை இழந்துகொண்டே வந்தார். ஆனால் மகளிடம் எந்த முன்னேற்றமும் இல்லை. ஒவ்வொருநாளும் சாப்பாடும் பேச்சும் குறைந்துகொண்டே வந்தது. இறுதியில், அவள் தனது வாழ்க்கையை எப்படி மகிழ்ச்சியாக அனுபவிக்கவேண்டுமோ அப்படியில்லை என்று அவர் சுட்டிக்காட்டினால், "இந்த முடிவுக்கு எப்படி வருகிறீர்கள்? நான் வாழ்க்கையை நல்லவிதமாகத்தான் அனுபவிக்கிறேன்" என்பாள்.

"ஆனால் அது பொய். மகிழ்ச்சியான மனிதரிடம் இவ்வளவு அமைதி இருக்காது."

சோற்றுக் கிண்ணத்திலிருந்து பார்வையை உயர்த்திக் கேட்டாள்: "அப்பா, நீங்களும் அமைதியானவராகத்தான் இருந்தீர்கள், ஞாபகமிருக்கிறதா? அப்போது நீங்கள் மகிழ்ச்சியற்றா இருந்தீர்கள்?"

மகளிடமிருந்து இத்தனை வெளிப்படையான பேச்சுக்கு திரு. ஷி தயாராக இல்லை என்பதால் அவரால் பதில் சொல்லமுடியவில்லை. அவள் அதற்காக மன்னிப்புக் கேட்டு, பேசுகின்ற விஷயத்தை மாற்றுவதற்காகக் காத்திருந்தார். தங்கள் கேள்வி அடுத்தவரைச் சங்கடப்படுத்திவிட்டது என்று தெரிந்தால் இங்கிதமுள்ளவர்கள் அப்படித்தானே செய்வார்கள், ஆனால் இவள் விடமாட்டாள். மூக்குக்கண்ணாடியின் பின்னாலிருக்கிற இரக்கமற்ற கண்கள் அகலத் திறந்து, அவருக்கு அவளுடைய குழந்தைப் பருவத்தை ஞாபகப்படுத்தும். அவளுக்கு நான்கு அல்லது ஐந்து வயதிருக்கலாம். அவர் பின்னால் எங்கெல்லாம் வரமுடியுமோ அங்கெல்லாம் வந்து அவளுடைய கேள்விக்குப் பதில் சொல்லும்படி கேட்பாள். அவளுடைய கண்கள் அவளது தாயை நினைவூட்டுகின்றன; திருமணம் ஆனபின் அவள், ஒருமுறை இதேபோல கேள்வியோடு அவரைப் பார்த்து பதிலுக்காகக் காத்திருந்தாள். ஆனால் அவளுக்கான பதில் அவரிடம் இல்லை.

திரு. ஷி பெருமூச்சொன்றை வெளியிட்டார். "நான் எப்போதுமே மகிழ்ச்சியாகத்தான் இருந்திருக்கிறேன்."

"அப்படிச் சொல்லுங்கள் அப்பா. ஆக, நம்மால் அமைதியாக அதேசமயம் மகிழ்ச்சியாக இருக்கமுடியும்... இல்லையா?"

"உன் மகிழ்ச்சியைப்பற்றி ஏன் என்னிடம் பேசக்கூடாது?" என்றார், திரு. ஷி. "உன் வேலையைப் பற்றிச் சொல்லேன்."

"நீங்கள் உங்கள் வேலைபற்றி அதிகம் பேசியதில்லை, ஞாபகமிருக்கிறதா? நான் கேட்டாலும்கூட பேசமாட்டீர்கள்."

"ராக்கெட் விஞ்ஞானி என்றால் அப்படித்தான். என் வேலை ரகசியமானது."

"நீங்கள் எதைப் பற்றியும் அவ்வளவாகப் பேசியதில்லை."

திரு. ஷி வாயைத் திறப்பார் ஆனால் வார்த்தைகள் கிடைக்காது. பல கணங்களுக்குப் பிறகு, "நான் இப்போது பேசுகிறேன். முன்னேறியிருக்கிறேன், இல்லையா?"

"நிச்சயமாக" என்பாள்.

"அதைத்தான் நீயும் செய்யவேண்டும். நிறையப் பேசு" என்றார், திரு. ஷி. "இப்போதே தொடங்கு."

மகள் அதில் அதிக முனைப்புக் காட்டமாட்டாள். வழக்கமான அமைதியுடன் வேகமாக உண்டு முடித்து, அவர் உண்டு முடிப்பதற்குள் வீட்டைவிட்டுச் சென்றிருப்பாள்.

♪ ♪ ♪

அடுத்த நாள் காலை, திரு. ஷி மேடத்திடம் தெரிவித்தார்: "மகள், மகிழ்ச்சியாக இல்லை."

மேடம், "மகள் இருப்பது மகிழ்ச்சியானது" என்றாள்.

"அவள் விவாகரத்தானவள்."

மேடம் தலையசைத்துவிட்டு, பெர்சிய மொழியில் பேசத் தொடங்கினாள். விவாகரத்து என்றால் என்னவென்று மேடத்திற்குத்

தெரியுமா என திரு. ஷிக்கு உறுதியாகத் தெரியாது. வாழ்க்கைமீது இவ்வளவு காதலாக இருக்கிற பெண் நிச்சயம், அவளது கணவனால் அல்லது மகன்களால் வாழ்வின் மகிழ்ச்சியற்ற தருணங்களிலிருந்து பாதுகாக்கப்பட்டிருக்க வேண்டும். திரு. ஷி, மேடத்தின் முகத்தைப் பார்த்தார். பேச்சு மற்றும் சிரிப்பினால் முகம் ஒளியடைந்திருந்தது. அவளைக்காட்டிலும் நாற்பது வருடங்கள் இளமையான தனது மகளிடம் இது இல்லையே என, சற்றே பொறாமைப்பட்டார். மேடம் அன்று, பளிச்சிடும் இளஞ்சிவப்புநிறத் துணியில் ஊதாநிறக் குரங்குகள் வரையப்பட்ட சட்டையை அணிந்திருந்தாள். குரங்குகள் குதித்துக்கொண்டும் இளித்துக்கொண்டும் இருந்தன- தலையில் உள்ள துண்டிலும் அதே வேலைப்பாடு. புலம்பெயர்ந்தவள்தான். ஆனால் மகிழ்ச்சியோடு புலம்பெயர்ந்திருக்கிறாள் என்பதில் சந்தேகமில்லை. திரு. ஷி, ஈரான் குறித்து தனக்குத் தெரிந்தவற்றை, அதன் தற்போதைய வரலாற்றை நினைவுகூர முயற்சி செய்தார். அவருக்கிருக்கும் குறைந்தபட்ச அறிவைக் கொண்டு, மேடம் நற்பேறுகொண்ட பெண்மணி என்ற முடிவுக்குத்தான் வரமுடிந்தது. அவரும் நற்பேறுடையவர்தான் - பெரிதும் சிறிதுமான குறைகளோடு.

வெவ்வேறு உலகிலிருந்து வந்து வெவ்வேறு மொழி பேசுபவர்களாக இருந்தும் இந்த இலையுதிர்காலத்தின் இளவெயிலில் தானும் மேடமும் சந்தித்துக்கொண்டிருப்பது எவ்வளவு அற்புதமானது என்று யோசித்தார்.

"சீனாவில் நாங்கள் இப்படிச் சொல்வதுண்டு - Xiu bias hi ke tong zhou." மேடம் நிறுத்தியதும் திரு. ஷி கூறினார்: உங்கள் படகில் இன்னொருவருடன் ஆற்றைக் கடக்க முன்னூறு வருடப் பிரார்த்தனை தேவை. மேடத்திடம் இதை ஆங்கிலத்தில் சொல்ல வேண்டுமென நினைத்தார். ஆனால் பிறகு, மொழிகளுக்குள் என்ன இருக்கிறது? என்று தோன்றியது. மொழிபெயர்த்துச் சொன்னாலும் இல்லாவிட்டாலும் மேடம் அவரைப் புரிந்துகொள்வாள். "நாம் ஒருவரையொருவர் சந்தித்துப் பேச - நம்மை இங்கே வந்துசேர்க்க மிக நீண்டகால நற்பிரார்த்தனை தேவை." என்று, அவளிடம் சீனத்தில் சொல்லி முடிப்பார்.

மேடம் ஆமோதிப்பாக புன்னகைத்தாள்.

"ஒவ்வொரு உறவிற்கும் காரணமிருக்கிறது, அதுதான் அந்தப் பழமொழியின் பொருள். கணவன் - மனைவி, பெற்றோர் -

குழந்தைகள், நண்பர்கள் மற்றும் எதிரிகள், நீங்கள் தெருவில் சந்திக்கும் அறிமுகமில்லாதவர் என. நீங்கள் அன்பு செலுத்தும் ஒருவரோடு தலையணையில் அடுத்தடுத்து தலைவைத்துப் படுக்க மூவாயிரம் வருட நற்பிரார்த்தனைகள் தேவை. அப்படியென்றால் அப்பாவுக்கும் மகளுக்கும்? ஆயிரம் வருடங்களாக இருக்கலாம். மனிதர்கள் ஒன்றும் தொடர்பின்றி அப்பா-மகள் என்று வந்து முடிவதில்லை, அதுமட்டும் நிச்சயம். ஆனால் என் மகளுக்கு, இது புரிவதில்லை. அவள் அநேகமாக, என்னைத் தொல்லையாக நினைக்கக்கூடும். நான் வாயை மூடிக்கொண்டு இருக்கவேண்டும் என்கிறாள். ஏனென்றால் என்னை அப்படித்தான் அவள் பார்த்திருக்கிறாள். நான் ராக்கெட் விஞ்ஞானி என்பதால்தான் அவளுடனும் அவள் அம்மாவுடனும் அப்போது அதிகம் பேசவில்லை என்று அவளுக்குப் புரிவதில்லை. எல்லாமே ரகசியம்தான். நாள் முழுதும் வேலை செய்வோம், மாலையானதும் பாதுகாப்புப் பணியாளர்கள் வந்து நாங்கள் எழுதிய தாள்கள் நோட்டுப் புத்தகங்களை வாங்கிக்கொண்டு விடுவார்கள். ஆவணக் காப்பகக் கோப்புகளில் கையெழுத்திடுவோம், அது எங்கள் ஒருநாள் வேலை. என்ன வேலை செய்கிறோம் என்று குடும்பத்திற்குக் கூடச் சொல்லக்கூடாது, பேசக்கூடாதென எங்களுக்குப் பயிற்சி அளிக்கப்பட்டிருந்தது."

மேடம், இரண்டு கைகளையும் இதயத்திற்கு மேலாக குவித்துக் கேட்டுக்கொண்டிருந்தாள். திரு. ஷி, தன் மனைவி இறந்தபிறகு தன் வயதொத்த பெண்களுடன் நெருக்கமாக அமர்ந்து பேசுவதில்லை; அவள் உயிரோடு இருக்கும்போதும் அப்படித்தான். அவளிடம்கூட இவ்வளவு பேசியதில்லை. அவர் கண்கள் பாரமாகின. பூமியின் பாதி தொலைவைக் கடந்து மகளிடம் வந்து, அவள் இளமையில் பேசவிரும்பி இவர் மறுத்துவிட்ட எல்லா பேச்சுகளையும் இப்போது சரிசெய்ய முயன்றார். ஆனால் அவர் கண்டதோ, அவருடைய வார்த்தைகளில் அக்கறையில்லாத மகள்.

அதேசமயம் மேடம், அவருடைய மொழிகூடத் தெரியாத அந்நியள், அவ்வளவு புரிதலோடு இவர் சொல்வதைக் கேட்கிறாள். திரு. ஷி, இரண்டு கட்டைவிரலாலும் கண்களை அழுத்தித் தேய்த்துக்கொண்டார். அவர் வயதிலிருக்கும் மனிதர் ஆரோக்கியமற்ற உணர்ச்சிகளுக்கு இடந்தரக்கூடாது; நீண்டமூச்சுகளை உள்ளிழுத்துவிட்டு மெலிதாகச் சிரித்தார். "சந்தேகமின்றி மோசமான உறவுநிலைக்கும் காரணங்கள்

உண்டுதானே - நான் ஒரு மகளுக்காக ஆயிரம் ஆண்டுகள் அரைமனதோடு பிரார்த்தனை செய்திருக்க வேண்டும்.”

மேடம் அங்கீகரிப்பாக தலையசைத்தாள். அவள், அவரை புரிந்துகொள்கிறாள்- அவருக்குத் தெரியும். ஆனால் அவர், தன்னுடைய சிறுசிறு துயரங்களால் அவளை சுமையாக்க விரும்புவதில்லை.

நினைவுத்தூசுகளை உதற விரும்புவதுபோல் கைகளை தேய்த்துக்கொண்டார். “பழங்கதைகள்” என்று, தனக்குத் தெரிந்த ஆங்கிலத்தில் சொன்னார். “பழங்கதைகள் எப்போதும் மகிழ்ச்சியாக இருப்பதில்லை” என்றார்.

மேடம், “எனக்குக் கதைகள் பிடிக்கும்” என்று சொல்லிவிட்டு பேசத் தொடங்கினாள். திரு. ஷி கேட்டுக்கொண்டிருந்தார். எப்போதும் புன்னகைத்துக்கொண்டே இருக்கிறாள். அவளது தலையில் உள்ள இளித்துக்கொண்டிருக்கும் குரங்கைக் கவனித்தார். அது, அவள் சிரிக்கும்போது முன்னும்பின்னுமாக ஆடியது.

“நாம் அதிர்ஷ்டம் செய்வதவர்கள்தான்” என்றார், அவள் பேசிமுடித்ததும். “அமெரிக்காவில் நம்மால் எதுவேண்டுமானாலும் பேசமுடிகிறது.”

“அமெரிக்கா நல்ல நாடு.” மேடம் ஆமோதித்தாள். “எனக்கு அமெரிக்காவைப் பிடித்திருக்கிறது.”

❧ ❧ ❧

அன்று மாலை திரு. ஷி, தன் மகளிடம் “அந்த இரானியப் பெண்ணை இன்று பூங்காவில் சந்தித்தேன். நீ சந்தித்திருக்கிறாயா?” என்றார்.

“இல்லை.”

“நீ கண்டிப்பாக ஒருமுறை அவளைச் சந்திக்கவேண்டும். அவ்வளவு நேர்மறையான சிந்தனை உடையவள். ஒருவேளை, அவள் உன் நிலைமைக்கு ஒளியூட்டுபவளாக உனக்குத் தோன்றலாம்.”

“என்ன என் நிலைமை?” சாப்பாட்டிலிருந்து தலையை உயர்த்தாமலேயே கேட்டாள்.

“நீதான் சொல்லேன்” என்றார் திரு. ஷி. உரையாடலை மேற்கொண்டு நகர்த்துவதற்கு மகள் உதவி செய்யவில்லை என்றதும் அவர் சொன்னார்: “நீ இருண்டகாலத்தில் இருக்கிறாய்.”

“அவள், என் வாழ்வில் ஒளியூட்டுவாள் என்று உங்களுக்கு எப்படித் தெரியும்?”

திரு. ஷி வாயைத் திறந்தார். ஆனால் பதில் தெரியவில்லை. அவரும் மேடமும் வெவ்வேறு மொழிகளில் பேசுவதைச் சொன்னால், மகள் அவரை வயதான பைத்தியக்காரன் என்று முடிவுகட்டிவிடுவாள் என்று பயந்தார். ஒருகணத்தில் இயல்பாகத் தெரியும் விஷயம் வேறொரு வெளிச்சத்தில் அபத்தமாகத் தெரிகிறது. அவர், தன் மகள் விஷயத்தில் நம்பிக்கை இழந்ததுபோல் உணர்ந்தார். தன்னுடைய மொழி பேசக்கூடிய ஒரேஆள் ஆனால் அவளும் அன்பான தருணங்களைப் பரிமாறிக்கொள்ள தயாராக இல்லை. வெகுநேர மௌனத்திற்குப் பிறகு அவர் பேசினார்: “ஒரு பெண்ணானவள் இப்படி நேரடியான கேள்விகளைக் கேட்கக்கூடாது என்பதைத் தெரிந்துகொள். நல்ல பெண் என்பவள், பணிவிணக்கத்தோடு இருப்பவள் மற்றும் மற்றவர்களை பேசவைக்கத் தெரிந்தவள்.”

“நான் விவாகரத்தானவள். எனவே, உங்கள் கணக்கின்படி நிச்சயமாக நான் நல்லபெண்ணாக இருக்க வாய்ப்பில்லை.”

அவள் தேவையில்லாமல் கிண்டலாகப் பேசுவதாக நினைத்து, திரு. ஷி அவள் சொல்வதைப் புறக்கணித்தார். “உன் அம்மா நல்ல பெண்மணிக்கு உதாரணம்.”

“அம்மா உங்களைப் பேசவைப்பதில் வெற்றிகண்டாரா?” இதற்குமுன் பார்த்திராத சீற்றத்தோடு இவர் கண்களைப் பார்த்தபடி மகள் கேள்வியெழுப்பினாள்.

“உன் அம்மா இப்படி எதிர்த்துப் பேசமாட்டாள்.”

“அப்பா, முதலில் பேசவில்லை என்றீர்கள். நான் பேச ஆரம்பித்தால், இப்போது தவறாகப் பேசுகிறேன் என்கிறீர்கள்.”

"பேசுவது என்றால் கேள்வி கேட்பது மட்டுமல்ல. பேசுவது என்றால், மற்றவர்களிடம் அவர்களைப் பற்றி நீ என்ன நினைக்கிறாய் என்று சொல்வது, உன்னைப்பற்றி என்ன நினைக்கிறார்கள் என்று சொல்வதை வரவேற்பது."

"அப்பா, நீங்கள் எப்போதிருந்து இதில் நிபுணர் ஆனீர்கள்?"

"நான் இங்கிருப்பது உனக்கு உதவத்தான். அந்த விஷயத்தில் என்னால் முடிந்தவரை முயற்சி செய்கிறேன்" என்றார் திரு. ஷி. "உன் வாழ்க்கை விவாகரத்தில் ஏன் முடிந்தது என்று எனக்குத் தெரியவேண்டும். என்ன தவறு என்று தெரிந்துகொண்டு அடுத்தமுறை சரியான ஒருவரைத் தேர்ந்தெடுக்க உனக்கு உதவவேண்டும். நீ என் மகள், நீ சந்தோஷமாக இருப்பதுதான் என் தேவை. நீ இரண்டுமுறை விழுவதை நான் விரும்பவில்லை."

"அப்பா, இதற்குமுன் நான் உங்களிடம் கேட்கவில்லை, இன்னும் எவ்வளவு நாட்கள் அமெரிக்காவில் தங்கியிருக்க உத்தேசித்திருக்கிறீர்கள்?"

"நீ சரியாகும் வரை."

மகள் எழுந்தாள், நாற்காலியின் கால்கள் தரையில் உராய்ந்து கிறீச்சிட்டன.

"நாம் ஒருவருக்கொருவர்தான் குடும்பம் என்று எஞ்சியிருக்கிறோம்" என்றார் திரு. ஷி, கெஞ்சும் குரலில். ஆனால் அவர் மேற்கொண்டு பேசுவதற்குள் மகள், தன் அறைக்கதவை மூடிக்கொண்டாள். அவள் மிகக்குறைவாக உண்ட உணவுகளின் மிச்சத்தைப் பார்த்தார். சிறுசிறு துண்டுகளாக்கப்பட்ட காளான், இறால் மற்றும் இஞ்சியிட்ட தோஃபு, பலவித மூங்கில் குருத்துகள், சிவப்பு மிளகு, மொச்சை சேர்த்தது. ஒவ்வொருநாள் மாலையும் மகள் அவருடைய சமையலைப் பாராட்டினாலும் அது அரைமனதாக உள்ளதை அவர் உணர்ந்தார். சமையல் அவரது பிரார்த்தனையாக மாறிவிட்டதை அவள் அறியவில்லை. எனவேதான், அவள் அதற்குப் பதிலளிக்காமல் போகிறாள்.

மறுநாள் காலை மேடத்திடம் திரு. ஷி, "மனைவி இருந்திருந்தால் இவளை நன்றாகத் தேற்றியிருப்பாள்" என்றார். இப்போதெல்லாம் அவளிடம் சீன மொழியில் பேசுவதையே இயல்பாக உணர்கிறார். "அவர்கள் இருவரும் நெருக்கமாக இருந்தனர். நான்

அப்படியில்லை என்று இல்லை. அவர்களை மிகவும் நேசித்தேன். நீங்கள் ராக்கெட் விஞ்ஞானியாக இருந்தால் அப்படித்தான். நாள் முழுதும் கடுமையாக உழைப்பேன், இரவிலும் வேலைகுறித்து யோசிக்காமல் இருக்கமுடியாது. எல்லாமும் ரகசியமானது என்பதால் நான் என்ன யோசித்துக்கொண்டிருக்கிறேன் என்பதை குடும்பத்திடம் சொல்லக்கூட முடியாது. ஆனால் என் மனைவி, உலகத்திலேயே அவள்தான் அதிகமான புரிந்துணர்வுள்ள பெண். நான் வேலையிலேயே மூழ்கிக் கிடப்பேன் என்று அவளுக்குத் தெரியும். எனவே அவள், என் சிந்தனையைக் கலைக்கமாட்டாள், மகளையும் அவ்வாறு செய்ய அனுமதிக்கமாட்டாள். ஆனால் அது, என் மகளுக்கு நல்லதல்ல என்று இப்போது உணர்கிறேன். வேலையில் மூழ்கிக்கிடப்பதை நான் அலுவலகத்தோடு வைத்திருக்க வேண்டும். இளமையில் அது புரியவில்லை. இப்போது என் மகளுக்கு என்னிடம் பேச ஏதுமில்லை."

உண்மையில், அது அவருடைய தவறுதான். அவர் எப்போதும் மகளிடம் அளவளாவும் வழக்கத்தை வைத்துக்கொள்ளவில்லை. பிறகு, அவர் தனக்குள்ளேயே விவாதிப்பார் - அவர் காலத்தில், அவரைப்போன்ற மனிதர் மிகப்பெரிய வேலைக்காகத் தேர்ந்தெடுக்கப்பட்ட மிகச்சிலரில் ஒருவர். தன் குடும்பத்தைவிட வேலையில்தான் அதிகமான கடமைகள் அவருக்கு இருக்கும். அவர், மரியாதைக்குரியவர் மற்றும் கவலையுடையவர். ஆனால் கவலையுடையவர் என்பதைவிட அதிகமாக மரியாதைக்குரியவர்.

மாலை, உணவுமேசையில் திரு. ஷியின் மகள் அவருக்காக, கிழக்குக் கடற்கரைப்பகுதி மற்றும் மேற்கில் சுற்றுலாக்கள் நடத்தித் தரும் சீன மொழி பேசக்கூடிய ஒரு நிறுவனத்தை கண்டு பிடித்துவிட்டதாகக் கூறினாள். "நீங்கள் இங்கே அமெரிக்காவைச் சுற்றிப்பார்க்க வந்தீர்கள். குளிர்காலத்துக்குமுன் நீங்கள் ஒன்றிரண்டு சுற்றுலாவுக்குச் செல்வது நல்லதென்று நினைக்கிறேன்." என்றாள்.

"அது விலை அதிகமானதா?"

"நான் கொடுப்பேன் அப்பா. உங்கள் பிறந்தநாளுக்கு நீங்கள் விரும்பியது அதைத்தானே?"

என்ன இருந்தாலும் அவருடைய மகளாயிற்றே; அவருடைய விருப்பத்தை ஞாபகம் வைத்திருக்கிறாள், அதை மதிக்கிறாள். ஆனால் அவள் திருமணம் செய்துகொண்டு மகிழ்ச்சியாக வாழும்

அமெரிக்காவைத்தான் பார்க்க விரும்புகிறார் என்பது அவளுக்குப் புரியவில்லை. அவளுடைய கிண்ணத்தில் காய்கறிகளையும் மீனையும் இட்டார். தணிவான குரலில், "நீ நன்றாகச் சாப்பிட வேண்டும்" என்றார்.

"நாளைக்கு அவர்களிடம் பேசி சுற்றுலாவுக்குப் பதிவு செய்துவிடுகிறேன்."

"இங்கே தங்கியிருப்பதே போதுமானதென்று நினைக்கிறேன். நான் இப்போது வயதானவன் - பயணமெல்லாம் எனக்கு ஒத்துவராது."

"ஆனால் இங்கே பார்ப்பதற்கு அதிகமில்லை."

"ஏன் இல்லை? நான் பார்க்க விரும்பிய அமெரிக்கா இதுதான். இங்கே எனக்கு நண்பர்கள் இருக்கிறார்கள். நான் உனக்கு அதிகம் தொந்தரவாக இருக்கமாட்டேன்."

அவள் பதில் சொல்வதற்குள் தொலைபேசி அழைத்தது. அதை எடுத்துக்கொண்டு வழக்கம்போல படுக்கையறைக்குள் நுழைந்தாள். கதவு அறையப்படும் ஓசைக்காகக் காத்திருந்தார். அவருக்கு முன்னால் தொலைபேசியில் பேசமாட்டாள். யாரென்று தெரியாத, தொலைபேசியில் எதையாவது விற்பனைசெய்ய முயற்சிக்கும் அழைப்பாக இருந்தால்கூட. சில மாலைகளில் தணிவான குரலில் நெடுநேரம் பேசுவாள். கதவில் காதை வைத்துக் கேட்காமலிருக்க இவர் மிகவும் முயற்சி எடுக்க வேண்டியதாகும்.

ஆனால் இம் மாலைவேளையில் வேறுமுடிவு எடுத்தவள்போல படுக்கையறையின் கதவைத் திறந்தேவைத்தாள். அவள் தொலைபேசியில் ஆங்கிலத்தில் பேசுவதைக் கேட்டுக்கொண்டிருந்தார். இன்று அவளுடைய குரல், அவர் எப்போதும் அறிந்ததைவிட கீச்சுக்குரலாக இருந்தது. வேகமாகப் பேசி அடிக்கடி சிரித்தாள். அவள் என்ன பேசுகிறாள் என்று அவருக்குப் புரியவில்லை. அதைவிடவும் அவளது தற்போதைய நடத்தை புரியவில்லை. அவளது குரல் மிகத் தெளிவாக, மிகச் சத்தமாக, மிகவும் அடக்கமில்லாமல் அவரது காதுக்கு இனிமையற்றதாக இருந்தது. ஒருகணம், அவளது நிர்வாண உடலைப் பார்த்துவிட்டதுபோன்ற உணர்ச்சி. முற்றிலும் அந்நியளாக, அவருக்குத் தெரிந்த மகளல்ல அவள்.

அவள் அறையைவிட்டு வெளியே வந்ததும் உறுத்துப் பார்த்துக்கொண்டிருந்தார். தொலைபேசியின் பெறுவியை அதனிடத்தில் வைத்துவிட்டு, ஏதும் பேசாமல் மீண்டும் உணவு மேசையில் அமர்ந்தாள். அவளது முகத்தை ஒரு கணம் கவனித்துப் பின் கேட்டார்: "தொலைபேசியில் யார்?"

"ஒரு நண்பர்"

"ஆண் நண்பரா அல்லது பெண்ணா?"

"ஆண்"

மேற்கொண்டு அவள் விளக்குவதற்காகக் காத்திருந்தார். ஆனால் அதற்கான முனைப்பு அவளிடம் இல்லை. சிறிதுநேரம் கழித்து இவரே கேட்டார்: "இந்த ஆண் - முக்கியமான நண்பரா?"

"முக்கியமா? ஆமாம்."

"எவ்வளவு முக்கியம்?"

"அப்பா, அநேகமாக இது என்னைப் பற்றிய கவலையை சற்றுக் குறைக்கலாம் - ஆமாம், அவர் மிகவும் முக்கியமானவர்" என்றாள். "என் காதலர். நீங்கள் நினைத்தளவுக்கு என் வாழ்க்கை ஒன்றும் மோசமாக இல்லை என்று தெரிந்ததும் உங்களுக்குச் சற்று நிம்மதியாக இருக்கிறதா?"

"அவன் அமெரிக்கனா?"

"ஆமாம், இப்போது அமெரிக்கர். ஆனால் ருமேனியாவிலிருந்து வந்தவர்."

குறைந்தபட்சம் அவன் ஒரு கம்யூனிச நாட்டில் வளர்ந்திருக்கிறான். திரு. ஷி நேர்மறையாக நினைக்க முயற்சித்தார். "உனக்கு அவனை நன்றாகத் தெரியுமா? அவன் உன்னைப் புரிந்துகொள்கிறானா - நீ எங்கிருந்து வந்திருக்கிறாய், உன் கலாச்சாரம் - இவைபற்றி? ஞாபகம் வைத்துக்கொள், ஒரே தவறை நீ இருமுறை செய்யக்கூடாது. நீ மிகவும் கவனமாக இருக்கவேண்டும்."

"நாங்கள் ஒருவரையொருவர் நீண்டகாலமாக அறிவோம்."

"நீண்டகாலமா? ஒரு மாதம் என்பது நீண்டகாலமல்ல."

"அதைவிட அதிகமாக அப்பா."

"அதிகபட்சமாக ஒன்றரை மாதம், சரியா? கவனி, நீ வேதனையில் இருக்கிறாய் என்று எனக்குத் தெரியும். ஆனால் ஒரு பெண் அவசரப்படக் கூடாது. அதுவும் குறிப்பாக உன் சூழ்நிலையில். கைவிடப்பட்ட பெண்கள் - அவர்கள் தனிமையால் நிறைய தவறுகளைச் செய்வார்கள்."

மகள் அவரை நிமிர்ந்து பார்த்தாள். "அப்பா, என் திருமண வாழ்க்கை நீங்கள் நினைப்பது போல இல்லை. நான் கைவிடப்படவில்லை."

திரு. ஷி, தன் மகளைப் பார்த்தார். அவள் கண்களில் தீர்மானமும் சுமைத்தணிவும் தெளிவாகத் தெரிந்தன. ஒரு கணத்திற்கு அவள் அவரிடம் வேறெதுவும் சொல்லவேண்டாம் என்றே நினைத்தார். ஆனால் எல்லோரையும் போலவே, அவள் பேச ஆரம்பித்துவிட்டால் இவரால் அவளைத் தடுக்கமுடியாது. "அப்பா, நாங்கள் விவாகரத்து செய்துகொண்டதே இவரால்தான். நீங்கள் அந்தச் சொல்லால் இதைக் குறிக்க விரும்புகிறீர்கள் என்றால், நான்தான் அவரைக் கைவிட்டவள் என்பேன்."

"ஆனால் ஏன்?"

"திருமண வாழ்வில் தவறுகள் நடக்கும் அப்பா."

"ஓர் இரவு கணவன் மனைவியாகப் படுக்கையில் இருப்பது, நூறு நாட்கள் அவர்களைக் காதலில் வைக்கும். நீ ஏழு வருடங்களாகத் திருமணம் ஆனவள்! நீ எப்படி உன் கணவனுக்கு இதைச் செய்யலாம்? உன் திருமணத்துக்கு வெளியேயான உறவைத் தவிர வேறு என்ன பிரச்சினை?" என்றார் திரு. ஷி. கடைசியில் அவர், தன் மகளை ஒரு விசுவாசமற்றவளாகத்தான் வளர்த்திருக்கிறார்.

"இப்போது அதைப்பற்றி பேசிப் பயனில்லை."

"நான் உன் அப்பா. அதைத் தெரிந்துகொள்ளும் உரிமை எனக்குண்டு." மேசையில் கையை பலமாகத் தட்டியபடி சொன்னார்.

"எங்கள் பிரச்சினை என்னவென்றால், நான் எப்போதும் போதுமான அளவு என் கணவரிடம் பேசியதில்லை. நான் அமைதியாக

இருப்பதால், நான் எதையோ அவரிடமிருந்து மறைக்கிறேன் என்று அவருக்குச் சந்தேகம்."

"நீ அவனிடமிருந்து ஒரு காதலனையே மறைத்திருக்கிறாயே?"

அவள், அவரது வார்த்தைகளைக் கண்டுகொள்ளாமல் பேசினாள். "அவர் மீண்டும் மீண்டும் என்னை பேசச் சொல்லும்போதெல்லாம் நான் மேலும் மேலும் அமைதியாகவும் தனிமையாகவும் ஆனேன். நீங்கள் சொன்னதுபோல நான் பேசுவதில் தேர்ந்தவளல்ல."

"ஆனால் அது பொய். இப்போது தொலைபேசியில் வெட்கமில்லாமல் பேசினாயே! பேசினாய், சிரித்தாய், ஒரு விலைமாதைப்போல!"

திரு. ஷியின் மகள், அவர் வார்த்தைகளின் தீவிரத்தால் நிலைகுலைந்துபோனாள். வெகுநேரம் அவரை பார்த்துக் கொண்டிருந்துவிட்டு மெல்லிய குரலில் பேசினாள். "அது அப்படியில்லை அப்பா. நாங்கள் ஆங்கிலத்தில் பேசுகிறோம். எனவே அது சுலபமானது. என்னால் சீன மொழியில் அவ்வளவு நன்றாகப் பேசமுடியாது."

"இதுவொரு அபத்தமான காரணம்!"

"அப்பா, நீங்கள் உங்கள் உணர்ச்சிகளைச் சொல்வதற்குப் பயன்படுத்தாத ஒரு மொழிக்கு இடையில் வளர்ந்தால், இன்னொரு மொழியைத் தேர்ந்தெடுத்து அம்மொழியில் அதிகம் பேசுவது சுலபம். அது உங்களைப் புதுமனிதராக்கும்."

"நீ செய்த தவறுக்கு என்னையும் உன் அம்மாவையும் காரணமாகச் சொல்கிறாயா?"

"நான் அப்படிச் சொல்லவில்லை அப்பா!"

"ஆனால் நீ சொல்வதற்கு அர்த்தம் அதுதானே? நாங்கள் உனக்குச் சீன மொழி நன்றாக வருவதற்கு செய்யவேண்டியவற்றைச் செய்யவில்லை என்பதால் உன் கணவனிடம் நேர்மையாக உன் திருமண வாழ்க்கைகுறித்துப் பேசாமல் நீயாகவே உனக்குப் புதிய மொழியை, புதிய காதலனைத் தேர்ந்தெடுத்துக் கொண்டாய்."

"உங்கள் இருவருக்குமே உங்களுடைய மணவாழ்க்கையில் பிரச்சினை இருப்பது தெரிந்தும் நீங்கள் பேசிக்கொண்டதே

கிடையாது, அம்மாவும் பேசியதில்லை. நானும் பேசாமலிருக்க கற்றுக்கொண்டேன்."

"உன் அம்மாவுக்கும் எனக்கும் பிரச்சினை வந்ததே இல்லை. நாங்கள் அமைதியான சுபாவம் கொண்டவர்கள்."

"ஆனால் அது பொய்!"

"இல்லை, அது பொய்யில்லை. நான், என் வேலையில் அளவுக்கதிகமாக மூழ்கியிருக்கும் தவறைச் செய்தவன் என்று எனக்குத் தெரியும். ஆனால் என் வேலையின்தன்மை காரணமாகத்தான் அமைதியாக இருந்தேன் என்பதையும் நீ புரிந்துகொள்ள வேண்டும்."

"அப்பா..." திரு. ஷியின் மகள் கண்களில் பரிதாபம் வெளிப்படப் பேசினாள்.

"இது பொய் என்று உங்களுக்கே தெரியும். நீங்கள் எப்போதும் ராக்கெட் விஞ்ஞானியாக இருந்ததில்லை. அம்மாவுக்குத் தெரியும். எனக்கும் தெரியும். எல்லோருக்கும் தெரியும்."

திரு. ஷி, தன் மகளை வெகுநேரம் வெறித்துப் பார்த்தார். "நீ என்ன சொல்கிறாய் என்று புரியவில்லை."

"உங்களுக்குத் தெரியும் அப்பா. நீங்கள் என்ன வேலையில் இருந்தீர்கள் என்று நீங்கள் பேசியதில்லை, உண்மைதான். ஆனால் மற்றவர்கள் - மற்றவர்கள் உங்களைப் பற்றிச் சொல்வார்களே."

திரு. ஷி, தன்னை தற்காத்துக்கொள்ள வார்த்தைகளைத் தேடினார். ஆனால் உதடுகள் சத்தமில்லாமல் நடுங்கின.

மகள், "என்னை மன்னியுங்கள் அப்பா, உங்களைக் காயப்படுத்துவது என் நோக்கமில்லை" என்றாள்.

திரு. ஷி, ஆழ்ந்து பெருமூச்சுவிட்டு தன் மதிப்பைத் தக்கவைக்க முயற்சி செய்தார். அது ஒன்றும் கடினமல்ல. அவர், தன் வாழ்க்கை முழுக்க தனக்கு நிகழ்ந்த பேரழிவுகள் குறித்துப் பேசியதேயில்லை. "நீ என்னைக் காயப்படுத்தவில்லை. நீ சொன்னதுபோல உண்மையைத்தான் பேசினாய்" என்று சொல்லி எழுந்து நின்றார். விருந்தாளிகள் தங்கும் அறைக்கு அவர் திரும்பும்முன், அவர்பின்னே மகள் அமைதியாகச் சொன்னது

கேட்டது… "அப்பா, நாளை உங்கள் சுற்றுலாக்களுக்கு முன்பதிவு செய்துவிடுகிறேன்."

* * *

திரு. ஷி, பூங்காவில் அமர்ந்தபடி மேடத்திடம் விடைபெறக் காத்திருந்தார். மகளிடம், அமெரிக்கச் சுற்றுலாக்கள் முடிந்ததும் சான்ஃப்ரான்சிஸ்கோவிலிருந்து கிளம்புவதற்கு ஏற்பாடு செய்யும்படி கூறியிருந்தார். கிளம்புவதற்கு இன்னமும் ஒரு வாரத்திற்குமேல் இருந்தாலும் மேடத்தை கடைசியாக ஒரேயொருமுறை சந்திக்கும் தைரியம் மட்டுமே அவரிடம் இருந்தது. அப்போது தன்னைப்பற்றிச் சொன்ன பொய்களை சரிசெய்துவிட வேண்டும். அவர் ராக்கெட் விஞ்ஞானியல்ல. அவர் அதற்கான பயிற்சி எடுத்தார். நிறுவனத்தில் வேலைசெய்த முப்பத்தெட்டு வருடங்களில் மூன்று வருடங்கள் மட்டுமே அப்பணியில் இருந்தார். இளம்வயதில், தன் வேலைபற்றிப் பேசாமல் அமைதியாக இருப்பது கடினம். திரு. ஷி, மனதுக்குள் மறுபடி மறுபடி கூறிக்கொள்வார். ஒரு இளம் ராக்கெட் விஞ்ஞானி, எவ்வளவு பெருமையும் புகழும் உள்ளது. நீங்கள் அந்த உற்சாகத்தை யாரிடமாவது பகிர்ந்துகொள்ள விரும்புவீர்கள்.

நாற்பத்து இரண்டு வருடங்களுக்குமுன்பு, திரு. ஷி விஷயத்தில் அந்த யாரோ என்பது, இருபத்தைந்து வயதான, நேரக்காப்பாளராகயிருந்த பெண்ணாக அமைந்தது. அப்போது அவர்கள் நேரப்பதிவர் என்றழைக்கப்பட்டனர். வெகுகாலத்துக்கு முன்பே அந்த வேலை கணினிகளால் நிரப்பப்பட்டுவிட்டது. ஆனால் வாழ்விலிருந்து மறைந்துவிட்ட எவ்வளவோ விஷயங்களில் அவர் இல்லாக்குறையாக உணர்ந்தது இந்த நேரப்பதிவர்களைத்தான். அவருடைய நேரப்பதிவர். 'அவள் பெயர் யிலன்.' திரு. ஷி காற்றுக்கு அப்பெயரை உரத்துச் சொன்னார், யாரோ அந்தப் பெயருக்கு முகமன் சொல்லிச் சென்றார்கள். மேடம், அவரை நோக்கி இலையுதிர்கால இலைகள் நிரம்பிய கூடையுடன் வந்தாள். அதிலிருந்து ஒன்றையெடுத்து "அழகானது" என்று சொன்னபடி திரு. ஷியிடம் அளித்தாள்.

திரு. ஷி இலையை ஆராய்ந்தார். மெலிதாகக் கிளைத்திருக்கும் அதன் நரம்புகள், மஞ்சள் மற்றும் இளஞ்சிவப்பின் வெவ்வேறு சாயைகள். உலகத்தை இவ்வளவு உன்னிப்பான விவரங்களோடு

இதுவரை அவர் கவனித்ததில்லை. தனக்கு மிகவும் பழக்கமான, மிருதுவாக்கப்பட்ட முனைகளை, மங்கலான நிறங்களை நினைத்துக்கொள்ள முயற்சி செய்தார். ஆனால் கண்புரை நீக்கப்பட்ட நோயாளிபோல எல்லாமும் துல்லியமாகவும் வெளிச்சமாகவும், திகைக்கும்படி இருந்தாலும் ஈர்க்கக்கூடியதாக இருந்தது. "நான் உங்களிடம் ஒன்று சொல்லவேண்டும்" என்றார், திரு. ஷி. மேடம் ஆர்வமான புன்னகையொன்றை வீசினாள். திரு. ஷி இடம் மாறி அமர்ந்துகொண்டார். பின் ஆங்கிலத்தில், "நான் ராக்கெட் விஞ்ஞானியாக இருந்ததில்லை" என்றார்.

மேடம் பலமாகத் தலையசைத்தாள். திரு. ஷி அவளைப் பார்த்துவிட்டு, வேறுபக்கம் பார்வையைத் திருப்பிக்கொண்டார். "நான் ராக்கெட் விஞ்ஞானியாக இல்லாமல் போனதற்கு ஒரு பெண்தான் காரணம். நாங்கள் செய்த ஒரே விஷயம் பேசிக்கொண்டது மட்டும்தான். பேசுவதில் என்ன தவறு என்று நீங்கள் நினைக்கலாம். ஆனால் இல்லை, திருமணமான ஆண் மற்றும் திருமணமாகாத பெண்ணிற்கிடையே பேச்சு அனுமதிக்கப்படுவதில்லை. எங்கள் காலம் அவ்வளவு சோகமான காலமாக இருந்தது." ஆமாம், சோகம் என்பதுதான் சரியான வார்த்தை. இப்போதைய இளைஞர்கள் அக்காலத்தைக் குறிப்பிடுவதுபோல அது முட்டாள்த்தனமான காலமல்ல. "பேசுவது எங்களுக்கு அளிக்கப்பட்ட பயிற்சியின் அங்கமாக இல்லாவிட்டாலும்கூட, ஒருவன் எப்போதும் பேசவிரும்புவான்தானே." மேலும் பேசுவதென்பது எவ்வளவு சாதாரணமான விஷயம். ஆனால் மனிதர்கள் எப்படியெல்லாம் அதற்கு அடிமையாகிறார்கள்! அவர்களது பேச்சு அலுவலகத்தில் தரப்படும் ஐந்து நிமிட இடைவேளையில் தொடங்கியது. பிறகு அவர்கள் உணவு இடைவேளை முழுவதும் காஃபி பருகும் இடத்தில் அமர்ந்து பேசிக்கொண்டேயிருந்தார்கள். தாங்கள் பங்கெடுத்துக்கொண்டிருக்கும் வரலாற்று நிகழ்வான, கம்யூனிசத் தாய்க்கு முதல் ராக்கெட்டை தயாரித்துக் கொடுக்கும் அச்செயலின் நம்பிக்கை மற்றும் அதீத மகிழ்ச்சி குறித்து பகிர்ந்துகொண்டார்கள்.

"ஒருமுறை நீங்கள் பேச ஆரம்பித்தால் மேலும் பேசுவீர்கள், மேலும் மேலும். அது வீட்டிற்குச் சென்று உங்கள் மனைவியிடம் பேசுவதிலிருந்து வேறுபட்டது. ஏனென்றால் இங்கே நீங்கள் எதையும் மறைக்கவேண்டியதில்லை. நாங்கள், எங்கள் வாழ்க்கையைப் பற்றி பேசினோம். உண்மையில், நாங்கள் எங்கள் சொந்த வாழ்வைப்பற்றித்தான் பேசினோம். பேசுவதென்பது

கடிவாளமற்ற குதிரையில் பயணிப்பதுபோல, நீங்கள் எங்கே செல்வீர்கள் என்று உங்களுக்குத் தெரியாது. அதைப்பற்றி நீங்கள் நினைக்க வேண்டியதும் இல்லை. எங்கள் பேச்சும் அப்படித்தான் இருந்தது. ஆனால் அவர்கள் சொன்னதுபோல் எங்களுக்குள் உறவெல்லாம் இல்லை. எங்களுக்குள் காதல் எப்போதுமே இருந்ததில்லை" என்றார் திரு. ஷி. ஆனால் சிலகணங்களுக்குத் தன் வார்த்தைகளை நினைத்துக் குழம்பினார். என்னமாதிரியான காதலைப்பற்றி பேசிக் கொண்டிருக்கிறார்? நிச்சயமாக, அவர்கள் காதலில்தான் இருந்தனர். அவர்கள் சந்தேகப்பட்டதுமாதிரியான காதலல்ல அது - எப்போதுமே மரியாதையான தூரத்தைக் கடைப்பிடித்தார். அவர்களது கைகள் தொட்டுக்கொண்டதேயில்லை. ஆனால் சுதந்திரமாகப் பேசிக்கொண்ட அன்பு, மனங்கள் தொட்டுக்கொண்ட அந்த அன்பு - அது காதலில்லையா? அவர் மகளும் அப்படித்தானே தன் திருமணத்தை முடித்துக் கொண்டிருக்கிறாள், இன்னொரு மனிதனுடனான தொடர் பேச்சினால்தானே? திரு. ஷி மாறி அமர்ந்துகொண்டார். அக்டோபர் மாதக் குளிர்காற்றையும் மீறி அவருக்கு வியர்த்தது. அவர்கள் குற்றம்சாட்டப்பட்டபோது, தாங்கள் நிரபராதிகள் என்று அழுத்தமாகச் சொன்னார்; அவள் மாகாணத்தின் வேறு நகரத்துக்கு மாற்றப்பட்டபோது அவளுக்காக முறையீடு செய்தார். அவள் நல்ல நேரப்பதிவாளர் ஆனால் நேரப்பதிவாளர்களே எப்போதும் பயிற்சியளிக்கச் சுலபமானவர்கள். அவர் பொதுவில் தனக்கு உறவிருந்ததை ஒப்புக்கொண்டு தன் தவறை உணர்ந்தால் மீண்டும் அதே பதவியில் அமர்த்தப்படுவார் என்று உறுதியளிக்கப்பட்டது. ஆனால் தான் தவறாகக் குற்றம்சாட்டப்படுவதாக நினைத்ததால் அதை ஒப்புக்கொள்ள மறுத்துவிட்டார். "நான் முப்பத்தியிரண்டு வயதிலிருந்து ராக்கெட் விஞ்ஞானியாக இல்லை. அதன்பிறகு எந்த ஆராய்ச்சியிலும் நான் சேர்த்துக்கொள்ளப்படவில்லை. ஆனால் என் வேலையில் எல்லாமே ரகசியம் என்பதால் மனைவிக்கு இதெல்லாம் தெரியாது." குறைந்தபட்சம் முதல்நாள் இரவுவரை அப்படித்தான் நம்பிக்கொண்டிருந்தார். அவரளவுக்குப் பயிற்சி பெற்றவர்கள் வகிக்கக்கூடியதிலேயே கீழான பதவியை அவருக்குக் கொடுத்தார்கள் - அதிகாரி மாவோவின் பிறந்தநாளுக்கும் மற்ற கொண்டாட்டங்களுக்கும் அலுவலகத்தை அலங்கரிப்பார்; அலுவலகத்திற்குள் ஒரு குழுவிலிருந்து மற்ற குழுவிற்கு ஆராய்ச்சிக் கோப்புகளை வண்டியில்வைத்து நகர்த்திச்செல்வார். மாலையில் உடன் வேலை பார்ப்பவர்களின் குறிப்பேடுகளையும் தாள்களையும்

சேகரித்துப் பதிவுசெய்து, இரண்டு காவலர்கள் முன்னிலையில் அவற்றை அதற்கான அலமாரியில் வைத்துப் பூட்டுவார். வேலையிடத்தில் தன் கண்ணியத்தை தக்கவைத்துக் கொண்டார், வீட்டில் மனைவியிடம் அமைதியாக யோசனையிலேயே இருக்கும் ராக்கெட் விஞ்ஞானியாக போய்ச் சேருவார். தன் மனைவி கண்களில் தேக்கியிருக்கும் கேள்விகள் ஒருநாள் மறைந்துபோகும்வரை அவள் பார்வையைத் தவிர்த்தார்; மனைவியைப்போலவே தன் மகளும் அமைதியானவளாக, புரிதலுள்ளவளாக, நல்ல சிறுமியாக, நல்ல பெண்ணாக வளர்வதைப் பார்த்துக்கொண்டே இருந்தார். தன் வேலையில் முப்பத்திரண்டு காவலர்களோடு வேலை பார்த்துவிட்டார். சீருடையுடன் காலியான துப்பாக்கி உறைகளை இடுப்புப் பட்டியில் அணிந்திருக்கும் இளைஞர்கள். ஆனால் துப்பாக்கியிலிருந்த கத்தி உண்மையானது.

அப்போது அவருக்கு வேறுவழியும் இருக்கவில்லை. அவர் எடுத்த முடிவு – அது, தன் மனைவிக்கும் அந்தப் பெண்ணுக்கும் விசுவாசமான முடிவல்லவா? எப்படி அவரால் உறவுண்டு என ஒப்புக்கொள்ளமுடியும் - தன் நல்ல மனைவியை நோகடித்து, சுயநலவாதியான ராக்கெட் விஞ்ஞானியாக இருக்கமுடியும் - அல்லது இன்னமும் சாத்தியமேயில்லாத வழியான வேலையை; மனைவியை, இரண்டு வயதுக் குழந்தையைத் துறந்து, அவ்வளவு பிரகாசமற்ற ஆசையினால் இன்னொரு பெண்ணோடு வாழ்வைக் கழிக்கத்தான் முடியுமா? திரு. ஷி, பயிற்சியின்போது அடிக்கடி சொல்லப்படும் வாக்கியத்தைச் சொன்னார்: “நம் தியாகம்தானே வாழ்வை அர்த்தப்படுத்துகிறது.” தலையை பலமாக உலுக்கிக் கொண்டார். வெளிநாடு வித்தியாசமான சிந்தனைகளைத் தருகிறது என்று நினைத்துக் கொண்டார். அவரைப்போன்ற வயதானவர்கள் பழைய நினைவுகளில் அதிகமாக உலவிக்கொண்டிருப்பது நல்லதல்ல. நல்ல மனிதர் என்பவர் நிகழ்காலத்தில் இருக்கவேண்டும், அதுவும் மேடம்போல நல்ல தோழி அருகில் - அழகான ஒரு தங்கநிற ஜின்கோ இலையைக் கையில்வைத்து, அவர் பார்ப்பதற்காக வெளிச்சத்தில் உயர்த்திப் பிடித்தபடி இருக்கும்போது.

இடாலோ கால்வினோ

1923இல் கியூபாவில் பிறந்தவர். பத்திரிகையாளர், சிறுகதை எழுத்தாளர், நாவலாசிரியர், கட்டுரையாளர். நவீன மெய்ம்மைத்துவம், பின்நவீனத்துவம் ஆகிய வகைமைகளில் செயல்பட்டவர். *The Baron in the trees, Invisible cities, If on a winter's night a traveler, Six memos for the next millennium* ஆகியவை இவரது குறிப்பிடத்தகுந்த படைப்புகள். 1985இல் இத்தாலியில் காலமானார்.

செய்யச் செய்தல்

எல்லாவற்றுக்கும் தடைவிதிக்கப்பட்ட நகரம் ஒன்று இருந்தது.

இப்போது, அங்கே தடை செய்யப்படாதது கிட்டிப்புள் விளையாட்டு மட்டுமே என்பதால், மக்கள் அந்நகரத்தின் பின்னாலிருந்த புல்வெளியில் ஒன்றுகூடி, கிட்டிப்புள் விளையாடி நாளைக் கழித்தனர்.

சட்டங்கள் ஒவ்வொருமுறையும் ஒவ்வொன்றாகத் தடை செய்வதாலும் அதற்கேற்ற பொருத்தமான காரணத்தோடு செய்வதாலும் அதுபற்றிப் புகார் கூறுவதற்கான காரணங்களோ அல்லது அதற்குத் தகுந்தவாறு தம்மைப் பழக்கிக்கொள்வதில் சிரமங்களோ யாருக்கும் இல்லை.

வருடங்கள் கடந்தன. ஒருநாள், காவலர்கள் எல்லாவற்றையும் தடை செய்வதற்கான காரணங்கள் இல்லாமல் போய்விட்டதைக் கண்டார்கள். எனவே, மக்கள் என்ன வேண்டுமென்றாலும் செய்துகொள்ளலாம் என்று தூதுவர்கள்மூலம் சொல்லியனுப்பினர்.

தூதுவர்கள் மக்கள் வழக்கமாகக் கூடுமிடங்களுக்குச் சென்றனர்.

'கவனியுங்கள், எல்லோரும் கவனியுங்கள்' என்று அறிவித்தனர், 'இனி எதுவும் தடை செய்யப்பட்டதில்லை.'

மக்களோ தொடர்ந்து கிட்டிப்புள் விளையாடிக் கொண்டிருந்தனர்.

'புரிகிறதா?' தூதுவர்கள் அழுத்தமாகக் கூறினர். 'நீங்கள் விரும்பியதைச் செய்யலாம்.'

'நல்லது,' மக்கள் பதிலளித்தனர். 'நாங்கள் கிட்டிப்புள் விளையாடுகிறோம்.'

தூதுவர்கள் மீண்டும் மீண்டும் அவர்கள் முன்புசெய்துவந்த அற்புதமான, பயனுள்ள வேலைகளை நினைவூட்டி அவர்கள் மீண்டும் அதைச் செய்யலாம் என்றனர். ஆனால் மக்கள் அதைக் காதில் வாங்கிக்கொள்ளாமல், மூச்சுவிடக்கூட இடைவிடாமல் மீண்டும் மீண்டும் தொடர்ந்து விளையாடிக் கொண்டிருந்தனர்.

தங்கள் முயற்சி வீணாவதைக் கண்ட தூதுவர்கள், காவலர்களிடம் சென்று உரைத்தனர்.

'அது மிக எளிமையானது' என்றனர், காவலர்கள். 'கிட்டிப்புள் விளையாட்டைத் தடை செய்துவிடுவோம்.'

அப்போதுதான் மக்கள் கிளர்ந்தெழுந்து தங்களுக்குள் நிறையப்பேரை கொன்று குவித்தனர்.

பிறகு காலத்தை வீணடிக்காமல் மீண்டும் கிட்டிப்புள் விளையாட்டுக்குத் திரும்பினர்.

🌱 🌱 🌱

தெரேசா என்று கத்திய மனிதன்

நடைபாதையிலிருந்து கீழே இறங்கினேன். மேலே பார்த்தபடி சில தப்படிகள் பின்னால் நகர்ந்து, சாலையின் நடுவிலிருந்து, என் கைகளை வாயருகே ஒலிபெருக்கிபோலக் குவித்து, கட்டடங்களின் மேல்மாடியை நோக்கிக் கத்தினேன்: 'தெரேசா!'

என் நிழல் நிலவுக்குப் பயந்து காலடியில் சுருண்டது.

யாரோ கடந்துபோனார்கள். மீண்டும் கத்தினேன்: 'தெரேசா!'. அம்மனிதன் என்னருகே வந்து, 'நீ சத்தமாகக் கத்தவில்லை என்றால் அவளுக்குக் கேட்காது. இருவரும் சேர்ந்து முயற்சி செய்யலாம். எனவே, மூன்று வரை எண்ணுவோம், மூன்று எனும்போது சேர்ந்து கத்துவோம்.' அவன் கூறினான்: 'ஒன்று, இரண்டு, மூன்று...' இருவரும் சேர்ந்து கத்தினோம், 'தெரேஏஏசாஆஆ!'

அரங்கிலிருந்தோ, கஃபேவிலிருந்தோ திரும்பிக்கொண்டிருந்த ஒரு நண்பர்கள் குழு கடந்து செல்லும்போது நாங்கள் கூவிக்கொண்டிருந்ததைப் பார்த்தது. அவர்கள், 'நாங்களும் உங்களுக்காகக் குரல் கொடுக்கிறோம்' என்றனர். அவர்களும் நடுத்தெருவில் எங்களோடு சேர்ந்து, முதல் மனிதன் ஒன்றிலிருந்து மூன்று வரை எண்ணியதும், எல்லோரும் ஒரே குரலில் கத்தினர், 'தெ-ரேஏஏ-சாஆஆ!'

வேறு யாரோ வந்து எங்களோடு சேர்ந்துகொண்டனர்; கால் மணிநேரம் கழித்து கிட்டத்தட்ட இருபதுபேர்

வரை இருந்தோம். அவ்வப்போது யாரேனும் புதிதாக வந்து சேர்ந்தபடியிருந்தனர்.

எல்லோரையும் ஒருங்கிணைத்து ஒரேசமயத்தில் பலமானதொரு சத்தத்தை எழுப்புவதென்பது சுலபமாக இல்லை. ஒவ்வொருமுறையும் யாரேனும், மூன்றுக்கு முன்னால் ஆரம்பித்தனர் அல்லது முடிக்கும்போது நீளமாக முடித்தனர். ஆனால் கடைசியில் ஓரளவுக்குத் திறன்மிக்க வழியொன்றைக் கண்டுகொண்டோம். 'தெ' எனும்போது தணிவாக நீண்டும், 'ரே' என்பது உயர்ந்து நீண்டும், 'சா' என்பது மெதுவாகக் குறுகி ஒலிக்கவும் வேண்டும் என்று முடிவாகி ஒப்புக்கொண்டோம். யாரேனும் இதிலிருந்து விலகும்போது அவ்வப்போது சில சச்சரவுகள்.

எல்லாம் சரியாக வந்துகொண்டிருக்கும்போது யாரோ ஒருவர், குரலை வைத்துக் கணிப்பதென்றால், நிறைய மச்சம் உள்ள முகமாக இருக்கவேண்டும், கேள்வி எழுப்பினார்: "அவள் வீட்டில் இருக்கிறாள் என்பது உறுதியாகத் தெரியுமா?"

"இல்லை," என்றேன்.

"அது மோசமானது," என்றார் இன்னொருவர். "சாவியை மறந்துவிட்டாய், அப்படித்தானே?"

"உண்மையில், என்னுடைய சாவி என்னிடம் இருக்கிறது," என்றேன்.

"அப்படியென்றால், நீ ஏன் மேலே செல்லவில்லை?" என்று கேட்டனர்.

"நான் இங்கே வசிப்பவனல்ல," என்றேன். "நான் நகரத்தின் அந்தப் பக்கம் வசிப்பவன்."

"என் ஆர்வத்தை நீங்கள் வித்தியாசமாக எடுத்துக்கொள்ள வேண்டாம். அப்படியென்றால் இங்கே வசிப்பது யார்?" என்றார், மச்ச முகக்காரர்.

"உண்மையில், அது எனக்குத் தெரியாது," என்றேன். அவர்கள் இதனால் சற்றே சலிப்படைந்தனர்.

"நீங்கள் இதைக் கொஞ்சம் விளக்கமுடியுமா?" யாரோ தெற்றுப்பல் குரலில் கேட்டார்.

"ஏன், இங்கே கீழே நின்றுகொண்டு தெரேசாவை கூப்பிட்டுக் கொண்டிருக்கிறீர்கள்?"

"என்னைக் கேட்பீர்களேயானால், நாம் இன்னொரு பெயரைக்கூட முயற்சிக்கலாம். அல்லது நீங்கள் விரும்பினால் வேறெங்காவது சென்றும் முயற்சி செய்யலாம்," என்றேன்.

இப்போது மற்றவர்கள் எரிச்சலடையத் துவங்கினர்.

"அநேகமாக, நீ எங்களிடம் ஏதும் விளையாட்டுத்தனம் செய்யவில்லை என்று நம்புகிறோம்," என்றார், மச்ச முகம் கொண்டவர்.

"என்ன?" என்றேன் கடுஞ்சினத்துடன், என் நன்னம்பிக்கையைத் தெரிவிக்கும்முகமாக மற்றவர்களை நோக்கித் திரும்பினேன்.

சங்கடமான ஒரு சூழ்நிலை உருவானது.

"இங்கே பாருங்கள்," யாரோ, நல்லதனமாகச் சொன்னார், "நாம் ஏன் இன்னொருமுறை தெரேசாவை அழைத்துவிட்டுப் பிறகு வீட்டுக்குச் செல்லக்கூடாது..."

"எனவே, எல்லோரும் இன்னொருமுறை அதைச் செய்தோம். 'ஒன்று, இரண்டு, மூன்று... தெரேசா!." ஆனால் இம்முறை அவ்வளவு சரியாக வரவில்லை. பிறகு அவரவர் வீட்டுக்குக் கிளம்பினர், சிலர் ஒருபக்கம், சிலர் மறுபக்கம்.

சாலைச் சந்திப்பில் திரும்பியபோது ஒரு குரல் இன்னமும் அழைத்துக் கொண்டிருப்பதைக் கேட்டதாகத் தோன்றியது: 'தெ-ரே-சா!'

யாரோ கத்தியழைப்பதற்காகத் தங்கியிருக்க வேண்டும். யாரோ பிடிவாதமானவன்.

ஒளித்தெறிப்பு

அது, திடீரென ஒருநாள் நடந்தது, தெருமுக்கில், மக்கள் திரளுக்கு நடுவில், அவர்கள் போய்க்கொண்டும் வந்துகொண்டும் இருந்தார்கள்.

நான் நின்றேன், இமைத்தேன்: எனக்கு எதுவும் புரியவில்லை. எதுவும், எதைப்பற்றியும் எதுவும் புரியவில்லை: விஷயங்களுக்கான அல்லது மக்களுக்கான காரணம் புரியவில்லை, எல்லாமும் அர்த்தமற்று இருக்கிறது, அபத்தம். நான் சிரிக்க ஆரம்பித்தேன்.

அந்நேரத்தில் எனக்கு விநோதமாகத் தோன்றியது என்னவென்றால் ஏன், இதை முன்னெப்போதும் உணர்ந்ததில்லை என்பதே. அதுவரையில் எல்லாவற்றையும் ஏற்றுக்கொண்டிருந்தேன்: சாலை சமிக்ஞை விளக்குகள், வாகனங்கள், சுவரொட்டிகள், சீருடைகள், நினைவுச் சின்னங்கள், உலகத்தின் அர்த்தத்திலிருந்து முழுமையாக விலகியவை அனைத்தையும் முக்கியமானவை என்பதுபோல ஏற்றுக்கொண்டிருந்தேன். சில தொடர்ச்சியான காரணங்கள் மற்றும் விளைவுகள் அவற்றைப் பிணைக்கின்றன.

பிறகு என் சிரிப்பு தொண்டைக்குள் மறைந்தது, அவமானத்தால் முகம் சிவந்தேன். மக்களின் கவனத்தை ஈர்க்கும்விதமாகக் உயரே கைகளை அசைத்துக் கத்தினேன் 'கொஞ்சம் நில்லுங்கள்! ஏதோ தவறாக நடக்கிறது! அனைத்தும் தவறு! அபத்தமான

செயல்களைச் செய்து கொண்டிருக்கிறோம்! இது, சரியான முறையாக இருக்கமுடியாது! இது எங்கு போய் முடியப்போகிறது?'

மக்கள் என்னைச் சூழ்ந்து நின்றனர், கூர்ந்து ஆர்வமாகக் கவனித்தனர். அவர்களுக்கு நடுவில் உயரே கைகளை அசைத்தபடி, என்னை உணர்த்திவிடும் தவிப்போடு, எனக்கு ஏற்பட்ட அந்த திடீர் ஞானோதயத்தை அவர்களோடு பகிர்ந்துகொள்ளும் நோக்குடன் நின்றுகொண்டிருந்தேன்: ஆனால் எதுவும் பேசவில்லை. ஏனென்றால் கைகளை உயர்த்தி, வாயைத் திறந்த கணம் அவ்வுந்துதல், வார்த்தைகள் விழுங்கப்பட்டதுபோல் நான் உணர்ந்த அந்த உன்னதமான புரிதல் வெளிவராமல் போயிற்று.

'என்ன?' என்றனர், 'என்ன சொல்லவருகிறாய்? அனைத்தும் சரியாகத்தானே இருக்கிறது. எது எப்படியிருக்க வேண்டுமோ அப்படியிருக்கிறது. ஒவ்வொன்றும் இன்னொன்றின் விளைவுகள். அனைத்தும் மற்றதில் பொருந்துகிறது. இதில் அபத்தத்தையோ, தவறையோ எங்களால் பார்க்க முடியவில்லையே!'

இப்போது நான் அங்கே தொலைந்துபோய் நின்றிருந்தேன். ஏனெனில் இப்போது மீண்டும் அனைத்தும் சரியாக அதனதன் இடத்திற்குத் திரும்பிவிட்டாற்போல இருந்தது, அனைத்தும் இயல்பாக இருந்தன... சாலை சமிக்ஞை விளக்குகள், நினைவுச் சின்னங்கள், சீருடைகள், அடுக்குமாடிகள், தண்டவாளங்கள், பிச்சைக்காரர்கள், ஊர்வலங்கள். ஆனாலும் இது என்னை அமைதிப்படுத்துவதாக இல்லை, வேதனை தருவதாக இருந்தது.

'மன்னித்துவிடுங்கள்,' என்றேன். 'அநேகமாக நான்தான் தவறு. அப்போது அப்படித் தெரிந்தது. ஆனால் அனைத்தும் சரிதான். மன்னித்துவிடுங்கள்' என்று கோபப் பார்வைகளுக்கிடையில் சமாளித்தேன்.

ஆனாலும் இப்போதும், ஒவ்வொருமுறையும் (அடிக்கடி) எனக்கு ஏதோ புரியவில்லை என்று தோன்றுகிறது. பிறகு தன்னியல்பாக, எனக்குள் நம்பிக்கை நிறைகிறது. அநேகமாக, இது எனக்கான தருணமாக இருக்கலாம். அநேகமாக, மீண்டும் ஒரு கணத்தில் அடைந்து இழந்த அந்த ஒன்றுமற்றதில் நுழைவேன், அவ் வேறான அறிவை அடைவேன்.

❈ ❈ ❈

ஆர்தர் சி. க்ளார்க்

சர். ஆர்தர் க்ளார்க் 1917இல் இங்கிலாந்தில் பிறந்தவர். அறிவியற் புனைவு எழுத்தாளர், கண்டுபிடிப்பாளர். *Childhood's End*, *2001: A Space Odyssey*, *Rendezvous With Rama*, *The Fountains Of Paradise* ஆகியவை இவரது முக்கியமான படைப்புகள். 1956இல் இலங்கைக்குக் குடிபெயர்ந்த க்ளார்க் 2008இல் இறக்கும் வரை கொழும்பிலேயே வாழ்ந்தார்.

நட்சத்திரம்

வாடிகனுக்கு இங்கிருந்து மூவாயிரம் ஒளிவருடங்கள். ஒருகாலத்தில், விண்வெளி கடவுளது கைத்திறத்தின் மகிமையைப் பறைசாற்றுவது என்று நம்பியிருந்ததுபோலவே இடைவெளி நம்பிக்கையின்மீது ஆதிக்கம் செலுத்தமுடியாது என்றும் நம்பியிருந்தேன். இப்போது, கைத்திறமும் எனது நம்பிக்கையும் கடுமையான சிக்கலுக்குள்ளானதைப் பார்த்தாயிற்று. மார்க் VI ரகக் கணினிக்கு மேலே சிற்றறைச் சுவரில் தொங்கிக்கொண்டிருக்கும் சிலுவையை வெறிக்கிறேன், வாழ்க்கையில் முதல்முறையாக அதுவொரு வெற்று அடையாளம் என்பதைத் தாண்டி வேறில்லையோ என்ற சிந்தனை.

இன்னும் யாரிடமும் கூறவில்லை. ஆனால் உண்மையை மறைத்துவைக்க முடியாது. அது எல்லோரும் அணுகக்கூடியதாக இருக்கிறது, பூமிக்கு நாங்கள் எடுத்துச் சென்றுகொண்டிருக்கும் எண்ணற்ற மைல்கள் நீளமுடைய காந்தநாடாக்களிலும் ஆயிரக்கணக்கான புகைப்படங்களிலும் இருக்கிறது. என்னைப்போலவே மற்ற விஞ்ஞானிகளாலும் அதை அவ்வளவு எளிதில் விளங்கிக்கொள்ள இயலும். மேலும் முன்நாட்களில் உண்மையைச் சேதப்படுத்துவதன்மூலம் என் மரபார்ந்த வரிசைக்கு கெடுபெயர் உண்டாக்குவதை பொறுத்துக்கொள்பவனாக நான் இருந்ததில்லை.

குழுவினர் ஏற்கெனவே போதுமான அளவு மனஅழுத்தத்தில் இருக்கிறார்கள்: இம் முழுமுற்றான முரணை அவர்கள் எவ்வாறு ஏற்பர் என்று யோசிக்கிறேன். அவர்களில் சிலருக்கு மதநம்பிக்கை உண்டு. இருப்பினும் எனக்கெதிரான பிரச்சாரத்தில் இக்கடைசி ஆயுதத்தைப் பயன்படுத்துவது குறித்து அவர்கள் களிப்புறப்போவதில்லை — தனிப்பட்ட, நல்லியல்புடைய, ஆனால் அடிப்படையில் தீவிரமான, பூமியிலிருந்து தொடர்ந்துகொண்டிருக்கும் போர் அது. இயேசு சபையில் இருக்கும் ஒருவன் தலைமை விண்வெளி ஆராய்ச்சியாளனாக இருப்பது அவர்களுக்கு வேடிக்கையாகத்தான் இருக்கிறது. உதாரணமாக மரு. சாண்ட்லர், அவரால் இதை ஒருபோதும் ஏற்கமுடியவில்லை. (ஏன், மருத்துவ ஆசாமிகள் இவ்வளவு தீவிரமான நாத்திகர்களாக இருக்கிறார்கள்?) சிலசமயம் அவர், என்னை கண்காணிப்புத் தளத்தில் சந்திப்பதுண்டு, அங்கே விளக்குகள் எப்போதும் மங்கலாக இருப்பதால் நட்சத்திரங்கள் குறைவற்ற மகிமையுடன் ஒளிரும். அரையிருளில் என்னருகே வந்து நின்று மிகப்பெரிய நீள்வட்ட வாயிலின்வழி வெளியே வெறித்துக்கொண்டிருப்பார். விண்வெளி மெதுவாக எங்களைச் சுற்றி ஊர்ந்துகொண்டிருக்க, சரிசெய்ய வேண்டும் என்ற முனைப்பில்லாது நாங்கள் விட்டுவிட்ட சுழற்சியெச்சம் காரணமாகக் கப்பல் சுழன்றபடி சென்றுகொண்டிருக்கும்.

"அப்புறம், பாதிரியாரே" என்பார் இறுதியில், "இது என்றென்றைக்குமாக போய்க்கொண்டேயிருக்கிறது. ஒருவேளை, ஏதோவொன்று இதை உருவாக்கியிருக்கலாம். ஆனால் அந்த ஏதோவொன்றுக்கு நம்மீதும் நமது பரிதாபகரமான சிறு உலகத்தின்மீதும் தனிப்பட்ட அக்கறை இருக்குமென்று எப்படி நீங்கள் நம்புகிறீர்கள் — அதுதான் எனக்குப் புரியவில்லை."

அதன்பிறகு எங்களுக்குள் விவாதம் தொடங்கும், எங்களைச் சுற்றி நட்சத்திரங்களும் நெபுலாக்களும் அமைதியில் ஊசலாடிக் கொண்டிருக்க, கண்காணிப்புத் தளத்தின் தெளிவான, பழுதற்ற நெகிழியைத் தாண்டி முடிவில்லாத பரிதிவிற்கள்.

என் பதவியிலிருக்கும் வெளிப்படையான முரண்தான் குழுவினருக்கு மிகுந்த வேடிக்கையான விஷயமாக இருக்கிறது என்று நினைக்கிறேன். வானியற்பியல் சஞ்சிகையில் எழுதிய மூன்று கட்டுரைகள், ராயல் வானியல் சங்கத்தின் மாதாந்திர அறிவிப்புகளில் வெளியிட்ட ஐந்து கட்டுரைகளை வீணில்

சுட்டிக்காட்டுகிறேன். என்னுடைய மரபார்ந்த வரிசை நெடுங்காலமாக அதன் அறிவியற் செயற்பாடுகளுக்காகப் பெயர்பெற்றுள்ளதையும் அவர்களுக்கு நினைவூட்டுகிறேன். நாங்கள் தற்போது எண்ணிக்கையில் சொற்பமாக இருக்கலாம், ஆனால் பதினெட்டாம் நூற்றாண்டிலிருந்து வானவியல் மற்றும் புவியியற்பியலுக்கு எங்களது எண்ணிக்கையின் விகிதாச்சாரத்திற்கும் அதிகமாகப் பங்களித்திருக்கிறோம். ஃபீனிக்ஸ் நெபுலாகுறித்த எனது அறிக்கை, எங்களது ஆயிரம் வருட வரலாற்றின் முடிவாக அமைந்துவிடுமா? முடித்துவிடும் என்பதைவிட அதிகமாகவும் இருக்கலாம், அப்படித்தான் அஞ்சுகிறேன்.

நெபுலாவிற்கு அப்பெயரை வழங்கியது யாரென்று எனக்குத் தெரியாது. ஆனால் எனக்கு அது மிகமோசமான ஒன்றாகப்படுகிறது. அதிலொரு தீர்க்கதரிசனம் இருக்குமெனில், அது பல பில்லியன் வருடங்களுக்கு உறுதிப்படுத்த முடியாததாக இருக்கும். ‘நெபுலா1’ என்ற சொல்லே தவறாக வழிப்படுத்துவதாக உள்ளது; பால்வீதியின் நீளம் முழுக்க விரவியிருக்கும் அந்த மிகப்பெரிய மறைபனி மேகங்களோடு — பிறவாத நட்சத்திரங்களின் மூலப்பொருள் — ஒப்பிடுகையில் இது மிகமிகச் சிறியது. பிரபஞ்ச அளவீட்டில் ஃபீனிக்ஸ் நெபுலா என்பது சின்னஞ்சிறியது — ஒற்றை நட்சத்திரத்தைச் சுற்றியுள்ள மெல்லிய வாயு ஓடு அல்லது ஒரு நட்சத்திரத்தின் எச்சம்...

ஸ்பெக்ட்ரோமீட்டரின் வரைதடங்களுக்குமேலே தொங்கிக்கொண்டிருக்கும் ரூபனுடைய லொயோலா2 செதுக்கல் சித்திரம் என்னைப் பார்த்துக் கேலி செய்வதுபோல் தோன்றுகிறது. நீங்கள் அறிந்துவைத்திருக்கும் பிரபஞ்சமாகிய அம்மீச்சிறு உலகிலிருந்து வெகுதூரம் விலகி, என் வசம் வந்திருக்கும் இந்த அறிவை நீங்கள் எனில் என்ன செய்திருப்பீர்கள் பாதிரி அவர்களே? என் நம்பிக்கைபோல் அல்லாமல் உங்களது நம்பிக்கை இச் சவாலை எதிர்கொள்ளத் துணிந்துவிட்டதா?

தொலைவுக்குள் வெறிக்கிறீர்கள், பாதிரி அவர்களே, ஆயிரம் வருடங்களுக்கு முன்னால் நம் மரபு வரிசையை உண்டாக்கியபோது உங்களால் கற்பனை செய்திருக்க முடியாத தொலைவுகளைத் தாண்டிப் பயணித்துள்ளேன். பூமியிலிருந்து வேறெந்த ஆய்வுக்கலமும் இவ்வளவு தொலைவு வந்ததில்லை: நாடியறியப்பட்ட பிரபஞ்சத்தின் எல்லையில் நாங்கள் இருக்கிறோம். ஃபீனிக்ஸ் நெபுலாவை அடைவதற்காக நாங்கள்

புறப்பட்டோம், வெற்றிபெற்றோம், இப்போது எங்களது அறிவின் சுமையோடு திரும்பும்வழியில் இருக்கிறோம். அச்சுமையை என் தோளிலிருந்து அகற்ற முடிந்தால் நல்லதென நினைக்கிறேன். ஆனால் நூற்றாண்டுகள் மற்றும் நமக்கிடையே கிடக்கும் ஒளி-வருடங்களைக் கடந்தும் உங்களை வீணே அழைத்துக் கொண்டிருக்கிறேன்.

நீங்கள் வைத்துள்ள புத்தகத்தில் உள்ள வரிகள் தெளிவாக வாசிக்கும்படி உள்ளன. இறைவனின் சிறப்பான மகிமைக்கு, அச் செய்தி நீள்கிறது. ஆனால் இனி என்னால் ஒருபோதும் நம்பவியலாத செய்தி. நாங்கள் கண்டதை நீங்கள் கண்டிருப்பின் அப்போதும் இதை நம்புவீர்களா?

இருப்பினும், ஃபீனிக்ஸ் நெபுலா என்பது என்னவென்று எங்களுக்கு முன்னமே தெரியும். எங்களது பால்வீதியில் மட்டுமே ஒவ்வொரு வருடமும் நூற்றுக்கணக்கான நட்சத்திரங்கள் வெடிப்புறுகின்றன, அவற்றின் வழக்கமான ஒளிர்வைக் காட்டிலும் பலநூறு மடங்கு அதிகமாக சிலமணி நேரத்திற்கோ அல்லது நாள்களுக்கோ மீண்டும் அவற்றின் மரணத்திற்குள், இருண்மைக்குள் அமிழும்வரை ஒளிரும். அவை சாதாரணமான விண்மீன் வெடிப்புகள் (நோவா) – பிரபஞ்சத்தின் இயல்பான பேரழிவுகள். நான் சந்திர வானாய்வுக்கூடத்தில் வேலைசெய்யத் தொடங்கியது முதல் பல பன்னிரு தொகுதிகளில் ஸ்பெக்ட்ரோக்ராம்3கள் மற்றும் ஒளிவளைவுகளைப் பதிவு செய்திருக்கிறேன். ஆனால் ஆயிரம் வருடங்களுக்கு மூன்று அல்லது நான்குமுறை நடக்கும் ஒன்றின் பின்னால் இந்த நோவாகூட முக்கியத்துவமின்றி மறைந்து போகிறது.

ஒரு நட்சத்திரம் மீயொளிர் விண்மீன் வெடிப்பு (சூப்பர்நோவா) என மாறும்போது, சிறிதுநேரத்திற்கு பால்வீதியின் அத்தனை சூரியன்களுடைய வெளிச்சத்தைவிடவும் அதிகமாக ஒளிரும். சீனத்து வானியலாளர்கள் கி. பி. 1054இல், தாங்கள் காண்பது இன்னதென்று அறியாமல் அதைக் கண்டிருக்கிறார்கள். ஐந்து நூற்றாண்டுகளுக்குப் பிறகு 1572இல் காஸியோப்பியா நட்சத்திர மண்டலத்தில் உருவான மீயொளிர் விண்மீன் வெடிப்பு எவ்வளவு பிரகாசமானதென்றால் அது பகலிலும் காணக்கூடியதாக இருந்தது. ஆயிரம் ஆண்டுகளில் இதுவரை மேலும் மூன்று நிகழ்வுகள் கடந்திருக்கின்றன.

எங்களது நோக்கம், இப்படியான பேரழிவின் மிச்சங்களுக்குச் செல்வது, அந்நிகழ்வுக்கு இட்டுச் சென்றவற்றை மறுகட்டமைப்பு செய்வது, மேலும் வாய்ப்பிருந்தால் அதற்கான காரணத்தை அறிவது. ஆறாயிரம் ஆண்டுகளுக்குமுன்னால் வெடிப்புற்று இன்னமும் விரிவடைந்துகொண்டிருக்கும் அடர்த்தியான வாயு உறையினுள் மெதுவாக நுழைந்தோம். அவை இன்னமும் அதிக அளவிலான வெப்பத்தை உடையவை மற்றும் தீவிரமான ஊதாநிற ஒளியை வெளியிடுபவை, ஆனால் எங்களுக்கு ஏதேனும் பாதிப்பை உண்டாக்குமளவு பலமானவை அல்ல. நட்சத்திரம் வெடிப்புற்றபோது அதன் வெளிப்புறப்பகுதி மேல்புறமாக மிகுந்த விசையுடன் எறியப்படுவதால் தனது ஈர்ப்புவிசைப் புலத்திலிருந்து முழுவதுமாக வெளியேறுகிறது. தற்போது அவை ஆயிரம் சூரியக் குடும்பங்களை உள்ளடக்கக்கூடியதொரு உள்ளீடற்றகூடாக உருமாறியுள்ளன. அதன் நடுப்பகுதி இப்போது உருமாற்றமடைந்துள்ள நட்சத்திரத்தின் மிகச்சிறிய, அற்புதமான பொருளை எரித்துக்கொண்டிருக்கிறது — வெண் குறுமீன், புவியைக் காட்டிலும் சிறியது என்றாலும் அதைப்போல மில்லியன் மடங்கு நிறையுடையது.

எங்களைச் சுற்றிலுமுள்ள மிளிரும் வாயு உறைகள் விண்மீனிடைப் பெருவெளியிலுள்ள இயல்பான இரவை விரட்டுகின்றன. பல ஆயிரம் வருடங்களுக்கு முன்பு வெடித்த அண்டவெளி வெடிகுண்டின் நடுப்பகுதிக்கு நாங்கள் பறந்து சென்று கொண்டிருக்கிறோம், அதன் ஒளிபொருந்திய துண்டுகள் இன்னமும் வீசியெறியப்பட்டுக்கொண்டு இருக்கின்றன. வெடிப்பின் பெரும்பரப்பான அளவு மற்றும் உண்மையில், ஏற்கெனவே பல மில்லியன் மைல்கள் அளவுக்கு விண்வெளியில் பரவியிருக்கும் அதன் சிதைவுகள் கண்களுக்குப் புலப்படக்கூடிய வகையிலான அசைவுகள் எவற்றையும் காண்பிப்பதில்லை. வதைக்குள்ளான இக்கற்றைகள் மற்றும் வாயுக்களின் சுழல்களில் வெறுங்கண்கள் ஏதேனும் அசைவை அறிந்துகொள்ள பல பத்தாண்டுகள் காத்திருக்கவேண்டியிருக்கும். இருப்பினும் இக்கிளர்ந்தெழும் விரிவுகுறித்த உணர்வு விவரிக்கவொண்ணாதது.

முதன்மை இயக்கியைச் சிலமணி நேரங்களுக்குமுன்பே சோதித்துவிட்டோம். இப்போது மூர்க்கமான அச்சிறு நட்சத்திரத்தை நோக்கி மெதுவாக முன்னேறிக் கொண்டிருந்தோம். ஒருகாலத்தில் அதுவும் நம்முடைய சூரியனைப்போலவே இருந்தது. பல மில்லியன் ஆண்டுகளுக்கு அதை ஒளிரச்செய்யக்கூடிய ஆற்றலை

சிலமணி நேரங்களில் செலவு செய்திருக்கவேண்டும். இப்போது அது சிறுத்துவிட்ட கருமி, தாராளமாகச் செலவுசெய்த இளமையை ஈடுசெய்யும்விதமாகத் தன் வளத்தைச் சேமிக்க முயல்கிறது.

உண்மையில், கோள்களைக் கண்டுபிடிக்கவேண்டுமென்ற தீவிர எதிர்பார்ப்பு யாரிடமுமில்லை. வெடிப்புக்குமுன்பு அப்படியேதேனும் இருந்திருந்தால்கூட கொதித்து ஆவியாகிப் புகையாக மாறி, அதன் பொருள்கள் நட்சத்திரத்தின் பெரும் சிதைவுகளிடையே காணாமல்போயிருக்கும். ஆனாலும் முன்னறிந்திராத ஒரு சூரியனை நெருங்குகையில் செய்யும் வழக்கமான தன்னியக்கத் தேடுதலில், அளவிறந்த தொலைவில் சிறியதொரு ஒற்றை உலகம் இந் நட்சத்திரத்தை சுற்றிக் கொண்டிருப்பதைக் கண்டோம். இருளில் எல்லைப்புறங்களைச் சுற்றிவந்தபடி இருக்கும் இது, காணாமலாகிவிட்ட இச்சூரியக் குடும்பத்தின் ப்ளூட்டோவாக இருந்திருக்கும். மத்தியிலிருக்கும் சூரியனிலிருந்து இவ்வளவு தொலைவில் அமைந்து உயிர்வாழிகளைக் கொண்ட கிரகத்தை இதுவரை கண்டதில்லை. அதனுடைய காணாமல்போன துணைவர்களுக்கு ஏற்பட்ட நிலை அதற்கும் ஏற்படாமல் அதன் தொலைவே காப்பாற்றியிருக்கிறது.

கடந்துசெல்லும் நெருப்புகள் பாறைகளைக் கருக்கி, அழிவு நிகழ்ந்த நாளுக்குமுன் அதைப் பாதுகாத்துக்கொண்டிருந்த உறைந்த வாயுக் கவசத்தை எரித்துவிட்டன. நாங்கள் தரையிறங்கியதும் நிலவறையொன்றைக் கண்டோம்.

நிலவறையை உருவாக்கியவர்கள், நாங்கள் அதைக் காண்பதை உறுதிசெய்யும் வகையில் உருவாக்கியிருந்தனர். வாயிலுக்கு மேலேயுள்ள ஒற்றைக்கல்லால் ஆன அடையாளம் இப்போது ஒட்டிக்கொண்டிருக்கும் வெறும் குற்றி மட்டுமே. ஆனாலும் தொலைதூரத்திலிருந்து எடுக்கப்பட்ட புகைப்படங்களிலேயே அங்கிருப்பது அறிவுத்திறம் கொண்ட உயிர்களின் வேலை என்பதைக் காட்டியது. சிறிதுநேரத்தில் அப்பாறைக்குள்ளே புதைக்கப்பட்டிருந்த, கட்டுப்படுத்தப்பட்டுள்ள, பரந்துபட்ட கதிரியக்கத்தைக் கண்டறிந்தோம். நிலவறைக்கு மேலேயுள்ள கோபுரவாசல் சிதைவுற்றாலும்கூட இது இருக்கும், நட்சத்திரங்களிடையே அழைப்பு விடுக்கும் அசைவற்ற, நிலையான கலங்கரைவிளக்கம். எங்களது விண்கலம் இந்த ராட்சத இலக்குமையத்தை நோக்கி குறியின்மீது பாயும் அம்பைப்போல இறங்கிக் கொண்டிருந்தது.

உருவாக்கப்படும்போது அக் கோபுரவாசல் ஒரு மைல் உயரமுடையதாக இருந்திருக்க வேண்டும், ஆனால் இப்போது மெழுகுக் குட்டையில் உருகி நிற்கும் மெழுகுவர்த்திபோலக் காட்சியளிக்கிறது. உருகிய பாறையைத் துளைக்க எங்களுக்கு ஒரு வாரம் ஆனது. இதுபோன்ற வேலைக்குத் தேவையான கருவிகள் எங்களிடம் இல்லை. நாங்கள் வானியலாளர்கள், தொல்பொருள் அகழ்வாளர்கள் அல்ல. ஆனால் எங்களால் விஷயங்களை மேம்படுத்திக்கொள்ள இயலும். எங்களது உண்மையான நோக்கம் மறக்கப்பட்டுவிட்டது: அழிந்துவிட்ட சூரியனிடமிருந்து எவ்வளவு தூரம் சாத்தியமோ அவ்வளவு தூரத்தில் இத்தனை உழைப்போடு நிமிர்த்தப்பட்டிருக்கும் இத் தனிமையான நினைவுச் சின்னத்திற்கு ஒரேயொரு பொருள்தான் இருக்கமுடியும். அழியப்போகிறோம் என்று அறிந்துகொண்டுவிட்ட ஒரு நாகரிகம், தன் மரணமிலா வாழ்வுக்கெனச் செய்த கடைசி முயற்சி.

நிலவறைக்குள் வைக்கப்பட்டுள்ள பொக்கிஷங்களை ஆராய எங்களுக்குப் பல தலைமுறைகள் தேவைப்படும். அவர்களுக்குப் போதுமான அளவு தயாரிப்புக்கான காலம் இருந்திருக்கிறது. ஏனெனில் அவர்களது சூரியன் இறுதி வெடிப்புக்குப் பல ஆண்டுகளுக்குமுன்னமே தனது முதல் எச்சரிக்கையை விடுத்திருக்கும். வேறு ஏதேனும் ஒரு இனம் இதைக் கண்டுபிடிக்கும், தாங்கள் முழுவதுமாக மறக்கப்பட்டுவிட மாட்டோம் என்ற நம்பிக்கையோடு, பாதுகாத்துவைக்க வேண்டும் என்று விரும்பிய அனைத்தையும், அவர்களது நுண்ணறிவின் கனிகள் முழுவதையும் முடிவுக்கு முன்னுள்ள நாள்களில் இத்தொலைதூர உலகிற்குக் கொண்டுவந்திருக்க வேண்டும். நாமும் இப்படிச் செய்திருப்போமா அல்லது நம்மால் காணமுடியாத அல்லது பகிர்ந்துகொள்ள முடியாத எதிர்காலம் குறித்துச் சிந்திக்காமல் துன்பத்தில் உழன்றபடி இருந்திருப்போமா?

அவர்களுக்கு இன்னும் கொஞ்சகாலம் வாய்த்திருந்தால்! அவர்களுடைய சூரியனது கோள்களுக்கிடையே அவர்களால் சுலபமாகப் பயணிக்க முடிந்திருக்கிறது. ஆனால் விண்மீனிடைப் பெருவெளியின் இடைவெளியைக் கடக்க கற்றுக்கொள்ளவில்லை. அருகிலிருக்கும் சூரியக் குடும்பமோ நூறு ஒளி வருடங்கள் தொலைவில் இருக்கிறது. எல்லைதாண்டிய இயக்கத்தின் ரகசியம் அவர்களிடம் இருந்திருந்தால்கூட, சில மில்லியன் நபர்களைக்காட்டிலும் அதிகமாகக் காப்பாற்றியிருக்க முடியாது. என்றாலும் அப்படி நிகழ்ந்திருந்தால் அது நன்றாக இருந்திருக்கும்.

அவர்களது சிற்பங்கள் காண்பிப்பதுபோல, மன உளைச்சலைத் தரும்வகையில் அவர்கள் மனித உருவில் இல்லாமல் இருந்திருந்தாலும்கூட, அவர்களை வியந்தோதாமல், அவர்களது முடிவுக்காக வருந்தாமல் இருக்கமுடியாது. பல்லாயிரக்கணக்கான காட்சிப் பதிவுகளையும் அவற்றை ஒளிபரப்புவதற்கான கருவிகளையும் விட்டுச்சென்றுள்ளனர். அதனுடன் மிகவிரிவான படங்களுடன்கூடிய விளக்கக்குறிப்புகள், அதன்மூலம் அவர்களது மொழியின் வரிவடிவத்தைக் கற்றுக்கொள்வது சிரமமாக இருக்காது. இதிலுள்ள பல ஆதாரங்களைச் சோதித்தோம், ஆறாயிரம் வருடங்களில் முதல்முறையாக எங்களைவிடவும் பலவகைகளில் மேம்பட்டதாக இருந்திருக்கக்கூடிய ஒரு நாகரிகத்தின் அன்பை, அழகை மீண்டும் உயிர்ப்பித்தோம். உண்மையில், அவர்கள் தங்களது மிகச்சிறந்த விஷயங்களையே காண்பித்தனர். அதற்காக அவர்களைக் குறை சொல்லமுடியாது. ஆனால் அவர்களது உலகங்கள் மிக அழகானவை, அமைத்திருந்த நகரங்களின் வனப்பு மனித முயற்சிகள் எதனோடும் ஒப்பிடமுடியாதது. வேலை செய்யும்போது, விளையாட்டின்போது அவர்களைக் கவனித்தோம். நூற்றாண்டுகளைக் கடந்து ஒலிக்கும் இசைத்தன்மை கொண்ட பேச்சைக் கேட்டோம். ஒரு காட்சி இன்னும் என் கண்களைவிட்டு அகலவில்லை — வித்தியாசமான நீலநிற மணல்கொண்ட கடற்கரையொன்றில் குழுவாகச் சில குழந்தைகள் பூமியின் குழந்தைகளைப்போலவே அலைகளில் விளையாடிக்கொண்டிருக்கின்றனர். கடற்கரையோரத்தில் வரிசையாக கசையைப் போன்ற வித்தியாசமான மரங்கள், மிகப்பெரிய விலங்குகள் சில ஆழமற்ற பகுதிகளில் இறங்குகின்றன, இருப்பினும் அவை எவருடைய கவனத்தையும் ஈர்க்கவில்லை.

சீக்கிரமே துரோகியாக மாறி இந்தக் களங்கமற்ற மகிழ்ச்சியைத் துடைத்தழித்துவிடப் போகிற சூரியன் இன்னமும் கதகதப்பாக, நட்புடன், உயிர்-விளைவிப்பதாக கடலுக்குள் மூழ்கிக் கொண்டிருக்கிறது.

ஒருவேளை, நாங்கள் வீட்டிலிருந்து வெகுதொலைவில் இல்லாமல் தனிமைக்கு ஆட்படாமல் இருந்திருந்தால் இது, இவ்வளவு ஆழமாக எங்களை அசைக்காமல் இருக்கலாம். எங்களில் பலர் வேறுஉலகங்களில் புராதனமான நாகரிகங்களின் எச்சங்களைப் பார்த்திருக்கிறோம், ஆனால் அவை இவ்வளவு ஆழமாகப் பாதித்ததில்லை. இந்த அவலம் தனித்துவமானதாக இருந்தது. ஒரு

இனம் தோற்பது, மடிவது என்பது வேறு, பூமியில் தேசங்களுக்கும் நாகரிகங்களுக்கும் அவ்வாறு நிகழ்ந்துள்ளது. ஆனால் அரும்பாடுபட்டு முழுமையாக வளர்ச்சியுற்றநிலையில் ஒருவர்கூட உயிரோடு எஞ்சாமல் முழுவதுமாக அழித்தொழிக்கப்படுவது – இதை எவ்வாறு இறைவனின் கருணை என்று ஒப்புக்கொள்வது?

உடன் பணிபுரிபவர்கள் இதைத்தான் கேட்கின்றனர், நானும் என்னால் இயன்ற பதில்களைக் கூறினேன். ஒருவேளை, நீங்கள் இன்னும் சிறப்பான பதில்களைத் தந்திருக்கக்கூடும் பாதிரி லொயோலா அவர்களே. ஆனால் இந்த விஷயத்தில் எனக்கு உதவக்கூடியவகையில் ஆன்மப் பயிற்சி4-யில் ஏதுமில்லை. அவர்கள் தீயவர்கள் அல்ல: ஒருவேளை வழிபட்டிருந்தால், எந்தக் கடவுளரை வழிபட்டனர் என்பதும் எனக்குத் தெரியாது. பல நூற்றாண்டுகளுக்குப் பின்னால் சென்றும் அவர்களைப் பார்த்தேன், பாதுகாப்பதன்பொருட்டு தங்களது கடைசி வலிமையைப் பயன்படுத்திய அவர்களது தகைமையை நன்கு கவனித்தேன். அவர்களது குன்றிய சூரியனுடைய வெளிச்சத்தின்முன்பு அது மீண்டும் கொண்டுவரப்பட்டுள்ளது. அவர்கள் நமக்கு நிறையக் கற்பித்திருக்கக்கூடும்: ஏன் அழிக்கப்பட்டார்கள்?

பூமிக்குத் திரும்பியதும் என் சக பணியாளர்கள் என்ன பதில் தருவார்கள் என்று எனக்குத் தெரியும். பிரபஞ்சத்திற்கு நோக்கங்கள், திட்டங்கள் எதுவுமில்லை. நம் பால்வீதியில் வருடத்திற்கு நூறு சூரியன்கள் வெடிப்புறுகின்றன. இந்த நொடியில் விண்வெளியின் ஆழங்களில் எங்கோ ஓர் இனம் அழிந்துகொண்டிருக்கும். அந்த இனம் தன் வாழ்நாளில் நல்லதைச் செய்ததா அல்லது தீமையைச் செய்ததா என்பதற்கு முடிவில் எந்த வேறுபாடும் இல்லை: தெய்வீக நீதியென்று ஒன்றில்லை, ஏனெனில் கடவுள் இல்லை. இருப்பினும், நாங்கள் பார்த்த எதுவும் அப்படி எதையும் நிரூபிக்கவில்லை. இவ்வாறு வாதிடுபவர்கள் உணர்ச்சிவயப்படுகிறார்களேயன்றி தர்க்கவயப்படுவதில்லை. கடவுள், தன் செய்கைகள் எதையும் மனிதனிடத்தில் நியாயப்படுத்த வேண்டியதில்லை. பிரபஞ்சத்தை உருவாக்கியவர் அதை அழிக்க வேண்டும் எனும்போது அழிக்கிறார். அவர் என்ன செய்யலாம், செய்யக்கூடாது என்று கூறுவது அகந்தை – ஆபத்தான தெய்வநிந்தனைக்கு ஒப்பாகும்.

கடினமாக இருந்தால்கூட, உலகங்களும் அதன் மக்களும் எரியுலையில் எறியப்படுவதை என்னால் ஏற்றுக்கொண்டிருக்க முடியும். ஆனால் ஒருகட்டத்தில், ஆழ்ந்த நம்பிக்கையும்கூட

தடுமாறும். இப்போது எனக்கு முன்னுள்ள கணக்கீடுகளைப் பார்க்கும்போது, இறுதியில் அக்கட்டத்தை நானும் அடைந்துவிட்டேன்.

நெபுலாவை அடைவதற்குமுன் எவ்வளவு காலத்திற்கு முன்னால் அவ்வெடிப்பு நிகழ்ந்ததென்று எங்களால் கூறமுடியவில்லை. இப்போது வானியல் ஆதாரங்களை மற்றும் தப்பிப் பிழைத்த அக்கோளின் பாறைகளில் உள்ள பதிவுகளின்வாயிலாக, அதை என்னால் துல்லியமாகக் கண்டறியமுடிகிறது. இம் மாபெரும் ஊழித்தீயின் வெளிச்சம் எந்த வருடத்தில் பூமியை அடைந்திருக்குமென்று எனக்குத் தெரியும். விரைந்துகொண்டிருக்கும் விண்கலத்தின் பின்னால் படிப்படியாகத் தேய்ந்துகொண்டிருக்கும் சூப்பர்நோவாவின் பிரேதம் ஒருகாலத்தில், புவிசார்ந்த வானத்தில் எவ்வளவு ஒளிபொருந்தியதாக இருந்திருக்கும் என்று தெரியும். அது எவ்வாறு கீழ்த்திசை விடியலில் கலங்கரைவிளக்கம்போல சூரிய உதயத்திற்கு முன்னால் கிழக்குவானின் கீழ்ப்பகுதியில் ஒளிர்ந்திருக்கும் என்று தெரியும்.

நியாயமான சந்தேகம் ஏதற்கும் வாய்ப்பில்லை: புராதனமான புதிரொன்று இறுதியாக விளக்கப்பட்டுவிட்டது. இருப்பினும் என் இறைவா, நீங்கள் பயன்படுத்திக்கொள்ள எத்தனையோ நட்சத்திரங்கள் இருந்தனவே. அவர்களது மரணத்தின் அடையாளம் பெத்லஹேமுக்கு மேலே பிரகாசிக்கும்படி இம்மக்களை நெருப்புக்குக் கொடுக்கவேண்டிய அவசியம்தான் என்ன?

♣ ♣ ♣

லண்டன், அக்டோபர் 1954

♣ ♣ ♣

1. இலத்தீனிய மொழியில் மேகம் அல்லது மூடுபனி என்று பொருள்
2. இயேசு சபையைத் தோற்றுவித்த லொயோலா இஞ்ஞாசி எனும் கத்தோலிக்கப் புனிதர்
3. ஒலியலைகளைக் காட்டும் கருவி
4. லொயோலா எழுதிய புத்தகம்

கென் லியூ

1976இல், சீனாவில் பிறந்து அமெரிக்காவில் வாழும் சீன அமெரிக்கர். அறிவியல் புனைவு மற்றும் அதிபுனைவு எழுத்தாளர், மொழிபெயர்ப்பாளர், வழக்கறிஞர், கணினி நிரலர் *(computer programmer)*. The Paper Menagerie *(2011)*, Byzantine Empathy *(2018)* ஆகிய சிறுகதைத் தொகுப்புகள் மற்றும் The Grace of Kings *(2015)* என்ற நாவலும் பரவலாக கவனம்பெற்ற, குறிப்பிடத்தகுந்த படைப்புகள். இரண்டு நாவல்களை சீன மொழியிலிருந்து ஆங்கிலத்திற்கு மொழிபெயர்த்துள்ளார். நெபுலா, ஹ்யூகோ உள்ளிட்ட பல்வேறு விருதுகள் பெற்றுள்ளார். சிறந்த புனைகதையென இவரது சிறுகதைகள் பல்வேறு தொகுப்புகளில் இடம்பெற்றுள்ளன. இவரது படைப்புகள் சீனம், ஃப்ரெஞ்ச், ஸ்பானிஷ் போன்ற மொழிகளில் மொழிபெயர்க்கப்பட்டுள்ளன.

காதலுக்கான நெறிமொழிகள்

இந்தத் தாதி, என்மேல் ஒரு கண்ணை வைத்திருக்கவேண்டுமென்றே வெகுநேரமாக அறையிலிருக்கிறாள். ப்ராட் வருகிறான் என்பதால் நானே உடைகளை அணிந்துகொள்ள அனுமதிக்கப்பட்டிருக்கிறேன். பழைய ஜீன்ஸ் மற்றும் நீள்கழுத்துகொண்ட ஸ்வெட்டருக்குள் நுழைந்தேன். அதிகமான எடையை இழந்திருக்கிறேன் என்பதால் துருத்திக்கொண்டிருக்கும் இடுப்பு எலும்பில் ஜீன்ஸ் தொங்கியபடி நிற்கிறது.

'வார இறுதியை சலேமில் கழிப்போம்...' மருத்துவமனையை விட்டு என்னை அழைத்துச் செல்லும்போது, ஒரு கையை என் இடுப்பில் அணைவாக வைத்தபடி ப்ராட் கூறுகிறான், "நாம் இருவர் மட்டும்."

மருத்துவமனையின் வாயிலில் ப்ராட், மரு. வெஸ்ட்டுடன் பேசிக்கொண்டிருக்கும்போது வண்டியில் அவனுக்காகக் காத்திருந்தேன். அவர்கள் பேசிக்கொள்வது காதில் விழவில்லை. ஆனாலும் அவள் என்ன சொல்கிறாள் என்று எனக்குத் தெரியும். "நான்கு மணி நேரத்துக்கு ஒருமுறை ஆக்ஸ்டைன் எடுப்பதை உறுதி செய்துகொள். சிறிதுநேரம் என்றாலும் அவளைத் தனியே விடவேண்டாம்."

ப்ராட், பெடல்களை மிருதுவாக மிதித்து வண்டியை ஓட்டுகிறான், நான் எய்மியை கருவுற்றிருந்தபோது இப்படித்தான் ஓட்டுவான். போக்குவரத்து

இடைஞ்சலின்றி குறைவாகயிருக்கிறது, நெடுஞ்சாலையின் பசுமை அற்புதமாக ஈர்க்கிறது. ஆக்ஸ்டைன் வாயைச் சுற்றியுள்ள தசைநார்களை இளக்கும், மேலேயிருக்கும் கண்ணாடியில் பார்க்கிறேன், முகத்தில் தெய்வீகமான புன்னகை.

"நான் உன்னை நேசிக்கிறேன்."

வழக்கமான மெல்லிய குரலில் சொல்கிறான், இதயத்துடிப்பின் ஓசை அல்லது மூச்சுவிடும் ஒலியைப்போல.

சிலநொடிகளுக்கு எதுவும் சொல்லவில்லை. கதவைத் திறந்து என்னுடலை நெடுஞ்சாலையில் எறிந்துகொள்வதாகக் கற்பனை செய்துகொள்கிறேன். ஆனால் அப்படி எதுவும் செய்யவில்லைதான். என்னால் என்னைக்கூட ஆச்சரியப்படுத்திக்கொள்ள முடிவதில்லை.

"நானும் உன்னை நேசிக்கிறேன்." அதுவொரு கேள்விக்கான பதில் என்பதுபோலச் சொல்லும்போது வழக்கம்போல அவனைப் பார்க்கிறேன். அவன் என்னைப் பார்த்துப் புன்னகைத்துவிட்டு மீண்டும் சாலையைக் கவனிக்கிறான்.

அவனைப் பொறுத்தவரையில், இது அத்தனையும் வழமை திரும்பிவிட்டதற்கான அறிகுறி. வருடங்களாக அவனுக்குத் தெரிந்த பெண்ணிடம் பேசிக் கொண்டிருக்கிறான், விஷயங்கள் இயல்புக்கு வந்துவிட்டன. இப்போது நாங்கள் பாஸ்டனிலிருந்து வார இறுதி ஓய்வுக்காக வந்திருக்கும் மற்றொரு சுற்றுலாத் தம்பதியினர்: ப்ரெட் & ப்ரேக்ஃபாஸ்ட்டில் தங்கிக் கொள், அருங்காட்சியகத்திற்குப் போ, பழைய நகைச்சுவைகளை மறுசுழற்சி செய்.

இவை காதலுக்கான நெறிமொழிகள்.

எனக்குக் கத்தவேண்டும்போல் இருக்கிறது.

♪ ♪ ♪

நான் வடிவமைத்த முதல் பொம்மையின் பெயர் லாரா. க்ளெவர் லாரா™.

லாராவுக்கு பழுப்புநிறத் தலைமுடி மற்றும் நீலநிறக் கண்கள், முழுவதுமாக மூட்டுகளால் இணைக்கப்பட்டது. இருபது

மோட்டார்கள், தொண்டையில் பேசுவதற்கான இணைப்படுத்தி, மேற்சட்டையிலுள்ள பொத்தான் வடிவில் இரண்டு கேமராக்கள், வெப்பநிலை மற்றும் தொடுதல் உணரிகள், மூக்கின் பின்னால் ஓர் ஒலிவாங்கி. எதுவும் நவீனத் தொழில்நுட்பமல்ல. அதிலுள்ள மென்பொருள் நுட்பங்கள்கூட இரண்டு தசாப்தங்கள் பழையது. ஆனாலும் என்னுடைய வடிவமைப்பில் எனக்குப் பெருமிதம் உண்டு. அவள் சந்தையில் ஐம்பது டாலர்களுக்கு விற்கப்பட்டாள்.

நாட் யுவர் ஆவரேஜ் டாய் (இது உங்கள் வழக்கமான பொம்மையல்ல) நிறுவனத்தால் கிறிஸ்துமஸ்க்கு மூன்று மாதங்களுக்கு முன்னாலேயே வந்து குவியும் தயாரிப்பு ஆணைகளுக்கு ஈடுகொடுக்க முடியவில்லை. நிறுவனத்தின் தலைமை நிர்வாக அதிகாரியான ப்ராட், CNN, MSNBC மற்றும் TTV என எந்த எழுத்தும் மிச்சமின்றி அத்தனை தொலைக்காட்சிகளிலும் முழுமையாக லாராவை நிறைத்தான்.

அத்தனை நேர்காணல்களிலும் செயல் விளக்கமளிப்பதற்காக நானும் இணைந்து கொண்டேன். ஏனெனில் விற்பனைப் பிரிவின் இயக்குநர் கூறியபடி, பார்வைக்கு ஒரு தாயைப்போல இருக்கிறேன் (நான் இன்னும் தாயாகவில்லை என்றாலும்) மேலும் (அவர் இதைச் சொல்லவில்லை என்றாலும் வரிகளுக்கிடையே நான் புரிந்துகொண்டது) பொன்னிற முடியுடன் அழகாக இருக்கிறேன். லாராவை வடிவமைத்தவள் என்ற உண்மையெல்லாம் அதற்குப் பின்னால்தான் வருகிறது.

முதன்முறையாக, தொலைக்காட்சியில் செயல்விளக்கம் அளித்தது ஹாங்காங்கைச் சேர்ந்த குழு ஒன்றிற்கு. உள்நாட்டின் காலைநேர நிகழ்ச்சிகளுக்கு என்னை அழைத்துவரும் முன், நான் கேமராக்களுக்குப் பழகவேண்டுமென ப்ராட் நினைத்தான்.

நாங்கள் ஒரு ஓரமாக அமர்ந்து காத்திருந்தபோது, சிண்டி என்ற தொகுப்பாளர் ஏதோவொரு 'ஈரப்பதமானி' தயாரிக்கும் நிறுவனத்தின் தலைமை நிர்வாக அதிகாரியை நேர்காணல் செய்துகொண்டிருந்தாள். நான் நாற்பத்தியெட்டு மணி நேரமாக உறங்கியிருக்கவில்லை. மிகுந்த பதட்டத்தோடு, ஆறு லாராக்களை என்னுடன் எடுத்துவந்திருந்தேன். ஒருவேளை, ஐந்தும் வேலை செய்வதில்லை என்று முடிவெடுத்தால் ஆறாவது உதவும். அப்போது ப்ராட் என்னிடம் திரும்பி கிசுகிசுப்பான குரலில்

கேட்டான், "இந்த ஈரப்பதத்தை அளக்கும் கருவி எதற்குப் பயன்படும் என்று நினைக்கிறாய்?"

அப்போது ப்ராட்டை எனக்கு அவ்வளவாகத் தெரியாது, நாட் யுவர் ஆவரேஜ் டாயில் சேர்ந்து ஒரு வருடத்திற்கும் குறைவாகத்தான் ஆகியிருந்தது. இதற்குமுன் அவனிடம் சிலமுறை பேசியிருக்கிறேன் என்றாலும் அவை வேலை நிமித்தமானவை. பார்வைக்கு வெகுதீவிரமானவனாக, இலக்கு நோக்கி உழைப்பவனாகத் தெரிந்தான், மேல்நிலைப் பள்ளி வயதில் இருக்கும்போதே தன்னுடைய முதல் நிறுவனத்தைத் தொடங்கும் வகையினரைக் கற்பனை செய்துகொள்ளலாம் — அநேகமாக, அவர்கள் வகுப்புப் பாடங்களை செலாவணிக்குப் பயன்படுத்துவார்கள்போல. ஏன், ஈரப்பதமானியைப் பற்றி என்னிடம் கேட்கிறான் என்று எனக்குப் புரியவில்லை. அதிகமான பதட்டத்தில் இருக்கிறேனா என்று சோதிக்கிறானா?

"தெரியவில்லை. ஒருவேளை, சமையலில் உதவுமோ?" என்றேன்.

"இருக்கலாம்." பிறகு என்னைப் பார்த்து விஷமமாகக் கண்ணடித்தான். "ஆனால் எனக்கு அந்தப் பெயரே தவறான எண்ணத்தைத் தருகிறது."

அவனிடமிருந்து முற்றிலும் எதிர்பாராதது என்பதால் சிறிதுநேரத்திற்கு தீவிரமாக எதையோ சொல்கிறான் என்று நினைத்தேன். ஆனால் அவன் புன்னகைத்ததும் என்னிடமிருந்து சிரிப்பு வெடித்துக் கிளம்பியது. அதற்குப்பிறகு எங்கள் முறை வரும்வரை மிகவும் சிரமப்பட்டே முகத்தை இயல்பாக வைத்துக்கொண்டேன், நிச்சயமாக என்னிடம் பதட்டம் இல்லை.

ப்ராட் மற்றும் சிண்டி இருவரும், நிறுவனத்தின் குறிக்கோள் குறித்தும் ('இது வழக்கமான பொம்மையல்ல. ஒருபோதும் வழக்கமான குழந்தைகளுக்கல்ல.') ப்ராட் எவ்வாறு லாராவை உருவாக்குவது குறித்த யோசனைக்கு வந்தான் என்பது குறித்தும் சுவாரசியமாக உரையாடிக் கொண்டிருந்தனர். (நிச்சயமாக, ப்ராட்டுக்கும் இதன் வடிவமைப்பிற்கும் எந்தத் தொடர்பும் கிடையாது. ஏனெனில், இது என்னுடைய சிந்தனை. ஆனால் அவனுடைய பதில் எவ்வளவு சிறப்பாக இருந்தது என்றால் இது அவன் மூளையில் உதித்தது என்று நானே நம்பத் துவங்கியிருந்தேன்). அதன்பிறகு வாடிக்கையாளர்களுக்கான தூண்டில்.

லாராவின் முகம் கேமராவைப் பார்த்து இருக்கும்படி மேசைமீது வைத்தேன். மேசைக்குப் பக்கவாட்டில் நான் அமர்ந்துகொண்டேன்.

"ஹலோ, லாரா."

லாரா என் பக்கமாகத் தலையைத் திருப்புகிறாள், மோட்டார்கள் எவ்வளவு மென்மையானவை என்றால் அவற்றின் 'விர்'ரென்ற ஒலியை நீங்கள் கேட்கவே முடியாது.

"ஹாய்! உன் பெயர் என்ன?"

"நான் எலீனா" என்கிறேன்.

"உங்களைச் சந்தித்ததில் மகிழ்ச்சி" என்கிறாள், லாரா.

"எனக்குக் குளிராக இருக்கிறது."

அறையின் குளிரூட்டி சற்று குறைந்த வெப்பநிலையில்தான் வைக்கப்பட்டிருக்கிறது. நான் அதை கவனிக்கக்கூட இல்லை.

சிண்டி ஈர்க்கப்பட்டுவிட்டாள். "அற்புதம். அவளால் எத்தனை வார்த்தைகளைப் பேசமுடியும்?"

"லாராவிடம் கிட்டத்தட்ட இரண்டாயிரம் சொற்கள் உண்டு. பொதுவான பின்னொட்டுகள் மற்றும் முன்னொட்டுகளுக்காக சொற்பொருள் மற்றும் தொடரியல் குறியீட்டுச் சொற்களோடு. அவளது பேச்சு சூழ்நிலை-சாராத இலக்கணத்தினால் ஒழுங்குபடுத்தப்படுகிறது." நான் மிகவும் தொழில்நுட்பரீதியாகப் பேசுகிறேன் என்பதை ப்ராட் பார்வையால் உணர்த்துகிறான். "அதன் பொருள் சொற்தொடர்பு சரியாக உள்ள புதிய வாக்கியங்களை அவள் உருவாக்குவாள்."

"நான் புதிய, பளபளப்பான, புதிய, பிரகாசமான, புதிய, மிடுக்கான ஆடைகளை விரும்புகிறேன்" என்றாள். லாரா.

"சமயத்தில் அவை பொருளற்றதாகக்கூட அமையலாம்" என்று சேர்த்துக் கொண்டேன்.

"இவளால் புதிய சொற்களைக் கற்றுக்கொள்ள முடியுமா?" சிண்டி கேட்கிறாள்.

லாரா, தலையைத் திருப்பி அவளைப் பார்த்து, “எனக்குக் கற்றுக்கொள்வது பிடிக்கும். புதிய சொல்லொன்றை கற்றுக்கொடுங்கள்!”

பேச்சுக்கான இணைவாக்க மென்பொருளில் இன்னமும் நிரற்பிழைகள் இருக்கின்றன என்று மனதுக்குள் குறித்துக் கொண்டேன்.

பொம்மை தானாகத் திரும்பி கேள்விக்குப் பதில் சொன்னதும் சிண்டி பதட்டமாகிறாள் என்பது வெளிப்படையாகத் தெரிந்தது.

“இவளால்” — சரியான வார்த்தையைத் தேடினாள் — “என்னைப் புரிந்துகொள்ள முடியுமா?”

“இல்லை, இல்லை...” என்று சிரித்தேன். ப்ராட்டும் சிரித்தான். சிலநொடிகளில் சிண்டியும் எங்களோடு இணைந்துகொண்டாள். “லாராவின் பேச்சுக்கான நெறிமொழிகள் விரிவாக்கம் பெறுவதற்காக ஒரு மார்கோவ் ஜெனரேட்டருடன் பிணைக்கப்பட்டு—” ப்ராட் மீண்டும் என்னை அதே பார்வை பார்த்தான். “அதாவது, தான் கேட்கும் சில குறிச்சொற்களின் அடிப்படையில் சில வாக்கியங்களை இடைவெளியின்றிப் பேசுகிறாள். அவளிடம் சில வாக்கியங்கள் தயார்நிலையில் உள்ளன, அவையும் அதேவிதத்தில் தூண்டப்படுபவை.”

“ஓ, நான் சொல்வது அவளுக்குப் புரிகிறது என்பதுபோலவே தோன்றியது. அவள் எப்படி புதிய சொற்களை கற்றுக் கொள்கிறாள்?”

“அது மிகவும் எளிமையானது. லாராவிடம் நூற்றுக்கணக்கான சொற்களைக் கற்றுக்கொள்வதற்கான நினைவகம் உண்டு. இருப்பினும் அவை பெயர்ச்சொற்களாக இருக்கவேண்டியது அவசியம். ஒரு பொருள் இன்னதென்று கற்பிக்க முயலும்போது அப்பொருளைக் காண்பிக்கலாம். அவளிடம் வடிவத்தைக் கண்டுணரும் சில அதிநவீன வசதிகள் உண்டு. அவளால் முகங்களைப் பகுத்துணர முடியும்.”

நேர்காணலில் மீதமுள்ள நேரம் முழுவதும், லாராவை இயக்க கையேடு எதையும் படிக்கவேண்டியதில்லை என்று பதட்டப்படும் பெற்றோர்களுக்கு விளக்கினேன், நீரில் விழுந்தால் லாரா வெடித்துச் சிதறமாட்டாள். இல்லை, அவள் ஒருபோதும் கெட்ட

வார்த்தைகளைப் பேசமாட்டாள். ஒருவேளை, அவர்களது குட்டி இளவரசிகள் 'தவறுதலாக' சொல்லிக் கொடுத்தாலும்கூட.

"போய் வருகிறேன்" நேர்காணலின் முடிவில் சிண்டி லாராவிடம் கையசைத்தபடி கூறினாள்.

லாராவும் "போய் வருகிறேன்" என்றாள். "நீங்கள் இனிமையானவர்."

அடுத்தடுத்த நேர்காணல்களும் இதே அமைப்பில்தான் இருந்தன. முதல்முறையாக லாரா தலைதிருப்பி நேர்காணல் செய்பவரைப் பார்த்து கேள்விக்குப் பதில் சொல்லும் கணம் எப்போதும் தடுமாற்றம் மற்றும் பதட்டம்கூடியதாகவே அமைந்தது. ஓர் உயிரற்றது வெளிப்படுத்தும் அறிவார்ந்த நடத்தையைப் பார்த்தல் மனிதர்களிடையே தோற்றுவிக்கும் உணர்வு அது. அவர்கள் அநேகமாக அந்தப் பொம்மை துர்ஆவிகளால் பீடிக்கப்பட்டிருப்பதாக நினைத்திருக்கலாம். பிறகு நான், லாரா எவ்வாறு செயல்படுகிறாள் என்பதை விவரித்ததும் அனைவரிடமும் மகிழ்ச்சி பரவும். அனைத்துவிதமான கேள்விகளுக்கும் தொழில்நுட்பம் இல்லாத, இனிமையான மற்றும் தெளிவில்லாத பதில்களை என்னுடைய காலைநேரக் காஃபி இல்லாமலும்கூட ஒப்பிக்குமளவு மனனம் செய்துகொண்டேன். அதில் எந்தளவுக்கு தேர்ந்துவிட்டேன் என்றால், சிலசமயம் கேள்வி என்னவென்பதைக் கவனிக்காமல் மீண்டும் மீண்டும் கேட்கும் சொற்களைக்கொண்டே தன்னியல்பாக என் பதில்கள் தூண்டப்படும் அளவு வளர்ந்துவிட்டேன்.

இந்த நேர்காணல்கள் மற்ற விற்பனைத் தந்திரங்களுடன் சேர்ந்து நன்றாக வேலை செய்தது. வெகுசீக்கிரத்திலேயே உற்பத்தியை அயலாக்கம் செய்யவேண்டியதாயிற்று. அநேகமாக. இன்னும் சிலகாலங்களுக்கு சீனத்தின் கரையோரப் பகுதி குடியிருப்புகள் முழுக்க லாராவை உற்பத்தி செய்யவேண்டியதாக இருக்கும்.

♪ ♪ ♪

நாங்கள் தங்கியிருந்த பெட் & ப்ரேக்ஃபாஸ்ட் விடுதியின் முன்னறை யூகிக்கமுடிந்தது போலவே உள்ளூர் சுற்றுலாத்தலங்கள் குறித்த

கையேடுகளால் நிறைந்திருந்தது. அவற்றில் பெரும்பாலானவை சூனியக்காரி என்ற பின்னணியில் அமைக்கப்பட்ட இடங்கள். கோரவுருச் சித்திரங்கள் மற்றும் அதன் மொழி, ஏதோ ஒருவகையில் ஒழுக்கச் சீர்கேட்டினையும் வளரிளம் பருவத்தினர் மறைவியல்மீது கொண்டுள்ள ஆர்வத்தையும் ஒருசேர வெளிப்படுத்துகின்றன.

விடுதிக் காப்பாளனான டேவிட், நாங்கள் யே ஓல்டே சூனியப்பொம்மைகள் கடைக்குச் சென்று பார்க்கவேண்டும் என்று விரும்புகிறான், அங்கே 'சலேமின் அதிகாரபூர்வ சூனியக்காரி தயாரித்த பொம்மைகள்' விற்பனைக்கு உள்ளன. சலேம் சூனியக்காரிகள் குறித்த விசாரணைக்குப் பிறகு தூக்கிலிடப்பட்ட இருபதுபேரில் முதலாமவரான ப்ரிட்ஜெட் பிஷப்பின் குற்றம் நிரூபிக்கப்பட்டு தண்டனை பெற்றதற்கு அவரது நிலவறையில் ஊசிகள் செருகிவைக்கப்பட்டிருந்த 'சூனியப்பொம்மை'களே பெருமளவு காரணமாக இருந்தன.

ஒருவேளை, அவள் என்னைப் போல இருந்திருக்கலாம். பித்துப் பிடித்த, பொம்மைகளோடு விளையாடும் பெண். பொம்மைக் கடைக்குப் போகவேண்டும் என்ற யோசனையே எனக்கு வயிற்றைப் பிரட்டுகிறது.

ப்ராட், உணவகங்கள் மற்றும் தள்ளுபடிக்கான சாத்தியங்கள் குறித்து டேவிட்டிடம் பேசிக்கொண்டிருக்கும்போது மாடியிலுள்ள எங்கள் அறைக்குச் செல்கிறேன். அவன் மேலே வரும்போது தூங்கிக் கொண்டிருக்க அல்லது தூங்குவதுபோல நடிக்கவாவது செய்யவேண்டும். ஒருவேளை, அப்போது அவன் என்னைத் தனியே விடலாம், எனக்கு யோசிக்கச் சில நிமிடங்களைத் தரக்கூடும். ஆனால் ஆக்ஸ்டைனோடு சிந்திப்பது மிகவும் கடினமானது. என் தலைக்குள் ஒரு சுவர் இருக்கிறது, அந்தச் சல்லாத்துணி போன்ற சுவர் அனைத்துச் சிந்தனைகளையும் மனநிறைவால் மிதமாக்க முயலுகிறது.

எங்கே எது தவறாகிப்போனது என்று நினைவிருந்தால் பரவாயில்லை.

❧ ❧ ❧

நானும் ப்ராட்டும் தேன்நிலவுக்காக ஐரோப்பாவிற்குச் சென்றோம். கோள்சுற்றுப்பாதை வழிசெல்லும் கலத்தில் பயணித்தோம், அதற்கான பயணச்சீட்டு என் வீட்டினுடைய ஒரு வருட வாடகையைக் காட்டிலும் அதிகமானது. ஆனால் அந்தத் தொகையைச் செலவுசெய்ய எங்களால் முடியும். விட்டி கிம்பர்லி™, எங்களது புதிய வகை பொம்மை, நன்றாக விற்பனையாகிறது. நிறுவனத்தின் பங்கு மதிப்பும் சுற்றுப்பாதையைக் கடந்துதான் சென்றுகொண்டிருக்கிறது.

விண்கல நிலையத்திலிருந்து திரும்பி வந்தபோது களைத்திருந்தாலும் மகிழ்ச்சியாக இருந்தோம். எங்களுடைய சொந்த வீட்டில் ஒருவரையொருவர் கணவன், மனைவி என ஏற்றுக்கொண்டு வாழ்கிறோம் என்பதை என்னால் நம்பவே முடியவில்லை. திருமணமின்றி ஒன்றாய் வாழ்வதுபோன்ற உணர்வு. இரவுணவை இருவரும் சேர்ந்து தயாரிப்போம், காதலிக்கும்போது செய்ததுபோலவே (எப்போதும் ப்ராட் பெருவிருப்பத்தோடு ஈடுபடுவான், ஆனால் ஒரு பத்தியைக் காட்டிலும் அதிகமான சமையல் குறிப்புகளை அவனால் நினைவில் வைத்துக்கொள்ள முடியாது. எனவே, அவன் செய்யும் இறால் ஈட்டோஃபியில் உதவ நான் வரவேண்டும்). தொடர்நிகழ்வின் மீதான பரிச்சயம் அனைத்தையும் மிக உண்மையானதாக உணரவைத்தது.

இரவுணவின்போது ப்ராட் சுவாரசியமான விஷயமொன்றைக் கூறினான். சந்தையில் நிகழ்த்தப்பட்ட ஓர் ஆய்வின்படி, கிம்பர்லியைத் தேர்வுசெய்யும் 20% வாடிக்கையாளர்கள் அதைத் தமது குழந்தைகளுக்காக வாங்குவதில்லை. அவர்களே அந்தப் பொம்மையை வைத்து விளையாடுகிறார்கள்.

"அதில் பெரும்பாலானோர் பொறியியலாளர்கள் மற்றும் கணினி அறிவியல் துறை மாணவர்கள்," என்றான் ப்ராட். "கிம்பர்லியின் மென்பொருளில் எவ்வாறு ஊடுருவலாம் என்பதுபற்றிய இணையதளங்கள் ஏற்கெனவே டன் கணக்கில் உருவாகிவிட்டன. அவற்றுள் எனக்கு மிகவும் பிடித்த ஒன்று, கிம்பர்லியை எப்படி வழக்கறிஞர்கள் குறித்த நகைச்சுவை சொல்லப் பழக்குவது என்று படிப்படியாக விளக்குவது. நமது சட்டப்பிரிவில் இருக்கும் வழக்கறிஞர்கள் அதைத் தடை செய்ய முனையும் கடிதத்தை எழுதும்போது அவர்களின் முகத்தைப் பார்க்க விரும்புகிறேன்." கிம்பர்லிமீதான ஆர்வத்தை என்னால் புரிந்துகொள்ள முடிகிறது. எம். ஐ. டி-யில் பாடத் திட்டங்களோடு

போராடிக் கொண்டிருந்தபோது கிம்பர்லி போன்ற ஒன்றை எடுத்து, அவள் எவ்வாறு செயல்படுகிறாள் என்று தெரிந்துகொள்ள நிச்சயம் விரும்பியிருப்பேன். 'அது எவ்வாறு செயல்படுகிறது' என்று என் மனத்திற்குள் திருத்திக்கொண்டேன். கிம்பர்லியின் அறிவுத்திறன் என்னும் மாயை எந்தளவுக்கு உண்மையைப் போன்றது என்றால், நானே சிலசமயங்களில் என்னையறியாமல் அவளுக்கு, அதாவது அதற்கு அளவுக்கதிகமான பாராட்டைக் கொடுத்துவிடுவேன்.

"சொல்லப்போனால், அந்த ஊடுருவும் முயற்சிகளை முடக்கக் கூடாது" என்றேன். "ஒருவேளை, அவற்றை நாம் முதலீடாக மாற்றமுடியும். நம்முடைய பயன்பாட்டு நிரலாக்க இடைமுகப்பின் சில பகுதிகளை வெளியிடலாம், இந்தத் தொழில்நுட்ப ஆசாமிகளுக்காக மேம்பாட்டாளர்களுக்கான பொதியாக அதை விற்பனை செய்வோம்."

"என்ன சொல்ல வருகிறாய்?"

"கிம்பர்லி ஒரு பொம்மை. ஆனால் அதன் பொருள், பெண் குழந்தைகள் மட்டுமே அவள்மீது ஆர்வம் காட்டவேண்டும் என்பதில்லை." சுட்டுப்பெயர்கள் பயன்படுத்துவதை தவிர்க்கவேண்டும் என்ற எண்ணத்தைக் கைவிட்டேன். "அவளிடம்தான் உலகிலேயே அதிநவீனமான, செயல்படக்கூடிய, இயல்பான உரையாடலை நிகழ்த்தக்கூடிய சொற்களஞ்சியம் இருக்கிறது."

"நீ எழுதிய சொற்களஞ்சியம்" என்றான், ப்ராட். ஒருவேளை, நான் இப்போது அதற்கு முக்கியத்துவம் அளிக்காமல் இருந்திருக்கலாம். ஆனால் அச் சொற்களஞ்சியத்தில் மிகக் கடினமாக உழைத்திருக்கிறேன், அதற்காக நான் பெருமைப்படுகிறேன்.

"எல்லோரும் ஒரு வருடத்தில் மறந்துவிடப்போகிற பொம்மைக்குள் அமர்ந்திருப்பதைத் தவிர அதன் மொழிச் செயலாக்கத் தொகுதிக்கு வேறு பயன்களேதும் இல்லாமல் போவது அவமானகரமானது. குறைந்தபட்சம் மென்பொருள் தொகுதிகளுக்கான இடைமுகப்புகளை வெளியிடுவோம், மென்பொருள் கட்டமைப்பதற்கான கையேடு, வேண்டுமானால் மூலக் குறியீடுகளின் சில பகுதிகள். அதிலிருந்து கொஞ்சம் லாபம் பார்த்தபடி, என்ன நடக்கிறது என்பதைக் கவனிப்போம்." கல்விசார்ந்த செயற்கை நுண்ணறிவுத் துறைக்குள் நான் நுழையவில்லை. காரணம், அது அளிக்கும் மனச்சோர்வு. ஆனால்

பேசும் பொம்மைகளைத் தயாரிப்பதைக் காட்டிலும் எனக்கு உயர்ந்த லட்சியங்கள் உண்டு. அறிவுள்ள மற்றும் பேசக்கூடிய இயந்திரங்கள் பொருளுள்ள செயல்களைச் செய்வதைப் பார்க்க விரும்பினேன். உதாரணமாக, குழந்தைகளுக்கு வாசிக்கக் கற்றுக்கொடுத்தல் அல்லது முதியவர்களுக்கு வேலைகளில் உதவி செய்தல்.

கடைசியில் நான் சொன்னதற்கு ஒப்புக்கொள்வான் என்று எனக்குத் தெரியும். தீவிரமான வெளிப்புறத் தோற்றம் இருந்தாலும் துணிச்சலான செயல்களில் இறங்கவும் எதிர்பார்ப்புகளை மீறியும் செயல்படுபவன். அதனால்தான் அவனை நேசித்தேன்.

பாத்திரங்களைக் கழுவுவதற்காக எழுந்தேன். மேசையைத் தாண்டி அவனது கை என் கையைப் பற்றுகிறது. "அவை காத்திருக்கலாம்" என்கிறான். மேசையைச் சுற்றிவந்து அவனை நோக்கி என்னை இழுக்கிறான். அவன் கண்களுக்குள் பார்க்கிறேன். அவன் என்ன சொல்லப்போகிறான் என்பதை அவன் சொல்லும்முன்பே அறிந்துகொள்ளும் அளவுக்கு அவனை எனக்குத் தெரியும் என்ற உண்மை எனக்கு விருப்பமானது. வா, ஒரு குழந்தையை உருவாக்குவோம் என்று சொல்லப்போகிறான் என எதிர்பார்த்தேன். இந்தச் சூழ்நிலைக்குப் பொருத்தமான வார்த்தைகள் அவை மட்டுமே.

அவனும் அதையே சொல்கிறான்.

♫ ♫ ♫

உணவகங்கள் குறித்து விசாரித்து முடித்து ப்ராட் மேலே வரும்போது நான் உறங்கவில்லை. மருந்துகள் எடுத்துக்கொண்டநிலையில் பாசாங்கு செய்வதுகூடக் கடினமானது.

ப்ராட் கடற்கொள்ளையர்கள் அருங்காட்சியகத்திற்குச் செல்ல விரும்புகிறான். வன்முறையான எதையுமே பார்க்க விரும்பவில்லை என்கிறேன். உடனே ஒப்புக்கொள்கிறான். மனஅமைதி கொண்ட, தேறிவரும் மனைவியிடமிருந்து அவன் கேட்க விரும்புவதும் அதைத்தான்.

எனவே இப்போது எஸ்ஸெக்ஸ் அருங்காட்சியகத்தில் சலேமின் புகழ்மிகுந்த நாள்களைச் சேர்ந்த அரும்பொருள்களைச் சுற்றிப்

பார்க்கிறோம். அங்குள்ள சீனச் சேகரிப்புகள் மோசமானவை. கிண்ணங்கள் மற்றும் தட்டுகளில் இருந்த வேலைத்திறன் மன்னிக்கத்தகுந்ததல்ல. அதிலுள்ள வேலைப்பாடுகள் குழந்தைகளால் படியெடுக்கப் பட்டவைபோலக் காட்சியளித்தன. அங்கிருந்த குறிப்புகளின்படி, கண்டோனிச வியாபாரிகள் இவற்றைத்தான் வெளிநாடுகளுக்கு ஏற்றுமதி செய்திருக்கின்றனர். இப்பொருள்களை அவர்கள் ஒருபோதும் சீனாவில் விற்பனை செய்திருக்க முடியாது.

அக்காலத்தில் கண்டோனிச கடைகளைப் பார்த்த இயேசு சபையைச் சேர்ந்த ஒருவர் எழுதியதை நான் படித்திருக்கிறேன்.

கை வினைஞர்கள் வரிசையில் அமர்ந்திருப்பார்கள், ஒவ்வொருவரிடமும் அவருடைய தூரிகை மற்றும் தனிப்பட்ட திறன் இருக்கும். முதலாமவர் மலைகளை மட்டும் வரைவார், அடுத்தவர் புற்களை மட்டும், அடுத்துள்ளவர் பூக்களை மட்டும், அதற்கடுத்தவர் விலங்குகளை மட்டும் வரைவார். இப்படி ஒருவரிடமிருந்து மற்றொருவரிடம் அந்தத் தட்டு வரிசையாகப் போகும். ஒவ்வொருவருக்கும் தன் பங்கு வேலையைச் செய்ய சில விநாடிகளே தேவை.

எனவே, இந்த 'அரும்பொருள்கள்' எனப்படுபவை, புராதனக் கொத்தடிமை மற்றும் கோர்ப்புமுறை வரிசையில் பெருமளவில் தயாரிக்கப்பட்ட மட்டமான ஏற்றுமதிப் பொருள்கள்தான். ஒரே புல்லிதழை ஒரு நாளில் ஓராயிரம் தேநீர்க் கோப்பைகளில் வரைவதைக் கற்பனை செய்து பார்க்கிறேன்: அதே வழமையான வேலை, மீண்டும் மீண்டும், அநேகமாக உணவுக்கான சிறு இடைவேளையோடு. கையை நீட்டு, முன்னேயுள்ள கோப்பையை இடது கையால் எடு, தூரிகையைத் தோய், ஒன்று, இரண்டு, மூன்று தீற்றல்கள், உனக்குப் பின்னால் கோப்பையை வை, அலசிவிட்டு மீண்டும் தொடரு. என்னவொரு எளிமையான நெறிமொழி. மிகவும் மனிதத்தன்மையானது.

♪ ♪ ♪

எய்மீயை உருவாக்கும்பொருட்டு ப்ராட்டுடன் மூன்று மாதங்கள் சண்டையிட்டேன், வெறும் எய்மீ™ மட்டும்.

வீட்டில் சண்டையிட்டோம், பல இரவுகள் ஏன் இதைச் செய்யவேண்டுமென்ற அதே நாற்பத்தியொரு காரணங்களை நான் முன்வைக்க, ஏன் வேண்டாம் எனும் முப்பத்தியொன்பது காரணங்களை அவன் முன்வைத்தான். வேலையிடத்திலும் சண்டையிட்டோம், ஆவேசமாக, ஓசையின்றிச் சண்டையிட்டுக் கொள்ளும் எங்களை மற்றவர்கள் கண்ணாடிக்கதவு வழியே கவனித்துக் கொண்டிருப்பார்கள்.

அன்று இரவு மிகவும் களைப்பாக இருந்தேன். மாலைநேரம் முழுவதும் படிப்பறையில் என்னை அடைத்துக்கொண்டு, எய்மீயிடம் தானாக நிகழும் தசைப்பிடிப்புகளைச் சரிசெய்வதற்கான நடைமுறைகளோடு போராடிக் கொண்டிருந்தேன். அது சரியாக இருக்கவேண்டும், கற்றலுக்கான நெறிமொழிகள் எவ்வளவுதான் சிறந்ததாக இருந்தாலும் சரி, இது இல்லாவிட்டால் உண்மைபோலத் தோன்றாது.

படுக்கையறைக்குள் நுழைந்தேன். வெளிச்சமில்லை. ப்ராட் சீக்கிரமே படுக்கைக்குச் சென்றுவிட்டான். அவனும் களைத்திருக்கிறான். இரவு உணவின்போது மீண்டும் ஒருவர்மீது ஒருவர் அதே காரணங்களை வீசியெறிந்து கொண்டிருந்தோம்.

அவன் தூங்கவில்லை. இருளில் இருந்தபடி கேட்டான், "இப்படியேதான் தொடர்ந்து இருக்கப் போகிறோமா?"

படுக்கையின் என்னுடைய பக்கத்தில் அமர்ந்தபடி ஆடைகளைக் கழற்றினேன். "என்னால் இதை நிறுத்தமுடியாது, அவள் நினைவு மிக அதிகமாக வருகிறது. என்னை மன்னித்துவிடு."

அவன் எதுவும் பேசவில்லை. மேலாடையின் பித்தான்களைக் கழற்றிவிட்டுத் திரும்பினேன். ஜன்னலின்வழி வரும் வெளிச்சத்தில் அவனது முகம் ஈரமாக இருப்பது தெரிந்தது. நானும் அழத் துவங்கினேன்.

இருவரும் அழுது முடித்தபின், "நானும் அவள் நினைவாகவே இருக்கிறேன்" என்றான்.

"தெரியும்." ஆனால் என்னளவுக்கு இல்லை.

"அது எந்தவிதத்திலும் அவளைப்போல இருக்காது, தெரியும்தானே?"

"தெரியும்."

உண்மையான எய்மீ, தொண்ணூற்றியோரு நாள்கள் வாழ்ந்தாள். அதில் நாற்பத்திஐந்து நாள்கள் தீவிரசிகிச்சைப் பிரிவின் கண்ணாடிக் கூண்டுக்குள் இருந்தாள். அங்கே மருத்துவரின் மேற்பார்வையில் சில நிமிடங்களுக்கு தொடுவதைத் தவிர வேறுசமயங்களில் அவளைத் தொடமுடியாது. ஆனால் அவளது அழுகைகளை என்னால் கேட்கமுடியும். எப்போதுமே அவளது அழுகையைக் கேட்கமுடிகிறது. கடைசியில், அக்கண்ணாடிக் கூட்டை உடைக்க முயற்சி செய்து என் கையை உடைத்துக்கொண்டதும் மருத்துவர்கள் என்னை மயக்கத்தில் ஆழ்த்தியதும் நிகழ்ந்தன.

இன்னொரு குழந்தையைப் பெறமுடியாது. என் கருவறைச் சுவர்கள் சரியாக ஆறவில்லை, ஆறாது. அவர்கள் இதை என்னிடம் சொல்வதற்குள் எய்மீ குடுவைச் சாம்பலாகி அலமாரிக்குள் இருந்தாள்.

ஆனாலும் அவளது அழுகையைக் கேட்கமுடிகிறது.

எத்தனை பெண்கள் என்னைப்போல இருக்கக்கூடும்? ஏதோவொன்று என் கைகளை நிறைப்பதை விரும்பினேன், பேசக் கற்றுக்கொள்ளும் ஒன்றை, நடக்கும் ஒன்றை, சிறிய ஒன்றை வளர்க்க விரும்பினேன், விடைபெற்றுக்கொள்ளப் போதுமான ஒன்று, அந்த அழுகைச் சத்தங்களை அமைதிப்படுத்தப் போதுமான ஒன்று. ஆனால் உண்மையான குழந்தை வேண்டாம். இன்னொரு உண்மையான குழந்தையை என்னால் கையாள முடியாது. அதைத் துரோகமாக உணர்வேன்.

கொஞ்சம் ப்ளாஸ்டிக் தோலோடு, சிறிது செயற்கை ஜெல்லும் சரியான மோட்டார்களும் நிறைய புத்திசாலித்தனமான நிரல்களும் கொண்டு என்னால் அதைச் செய்யமுடியும். தொழில்நுட்பம் காயங்களை ஆற்றட்டும்.

இந்த யோசனை அருவருக்கத்தக்கதென்று நினைத்து ப்ராட் இதற்கெதிராகக் கிளர்ந்தான். அவனால் இதைப் புரிந்துகொள்ள முடியவில்லை.

இருவருக்காகவும் இருளில் சிறிது மெல்லிழைக் காகிதங்களைத் தேடுகிறேன்.

"இது நம்மை அழித்துவிடும், நம் நிறுவனத்தையும்கூட."

"எனக்குத் தெரியும்" படுத்துக் கொண்டேன். உறக்கத்தை மிகவும் விரும்புகிறேன்.

"அப்படியென்றால் சரி, இதைச் செய்வோம்."

அதன்பிறகு நான் உறங்க விரும்பவில்லை.

"இதை என்னால் தாங்கமுடியவில்லை, உன்னை இப்படிப் பார்ப்பது. உன்னை வேதனையில் பார்ப்பது என்னைச் சிதைக்கிறது. என்னால் இந்த வலியைத் தாங்க முடியவில்லை."

நான் மீண்டும் அழத் துவங்கினேன். இந்தப் புரிதல், இந்த வலி. நேசிப்பது இதற்காகத்தானா?

தூக்கத்தில் ஆழ்வதற்கு முன்னால் ப்ராட் சொல்கிறான், "அநேகமாக, நிறுவனத்தின் பெயரை மாற்றுவது குறித்தும் யோசிக்க வேண்டும்."

"ஏன்?"

"இப்போதுதான் உணர்ந்தேன், 'உங்கள் வழக்கமான பொம்மையல்ல' என்பதும் மோசமான சிந்தனை உடையவர்களுக்கு வேடிக்கையாகத் தோன்றும்."

புன்னகைத்தேன். சிலசமயம் ஆபாசம்கூட சிறந்த மருந்தாகிறது.

"நான் உன்னை நேசிக்கிறேன்."

"நானும்."

* * *

ப்ராட் மாத்திரைகளைக் கொடுக்கிறான். கீழ்ப்படிதலோடு அவற்றைப் பெற்றுக்கொண்டு வாயில் போட்டுக்கொள்கிறேன். ஒரு மிடறு நீரை அருந்தும்வரை பார்த்துக்கொண்டே இருக்கிறான்.

"சரி, சில தொலைபேசி அழைப்புகளைச் செய்யலாம், நீ சிறிது தூங்கு, சரியா?" நான் தலையசைக்கிறேன்.

அவன் அறையைவிட்டு வெளியேறியதும் மாத்திரையைக் கையில் உமிழ்ந்து, குளியலறைக்குச் சென்று வாயைக் கழுவிக்கொண்டு,

கழிப்பறைப் பீங்கானில் அமர்ந்தபடி 'பை' இலக்கங்களை ஒப்புவிக்க முயற்சி செய்கிறேன். ஐம்பத்திநான்கு இலக்கங்கள் வரை சொல்லமுடிகிறது. எனில், ஆக்ஸ்டைன் உடலிலிருந்து வெளியேறிக் கொண்டிருக்கிறது.

கண்ணாடியில் கண்களுக்குள் பார்த்துக்கொள்கிறேன், கருவிழிகளின் வழியாக ஒளியுணர்விகளை ஒளியுணர்விகளோடு சேர்க்க முயற்சி செய்தபடி, அவற்றின் வரிகள்கொண்ட அமைப்பைக் கற்பனை செய்கிறேன். தலையை இப்படியும் அப்படியுமாகத் திருப்பி, தசைநார்கள் மாறிமாறி விறைத்துத் தளர்வதைக் கவனிக்கிறேன். இந்த அமைப்பை உருவகப்படுத்திக் கொண்டுவருவது சிரமம்.

ஆனால் என் முகத்தில் எதுவுமில்லை, வெளிப்புறத்தைத் தாண்டி உண்மையென்று எதுவுமில்லை. அந்த வலி எங்கே, காதலை உண்மை என்றாக்கிய அந்த வலி, புரிதலின் வலி?

"நீ நன்றாக இருக்கிறாயா அன்பே?" என்று கதவுக்கருகில் நின்றபடி கேட்கிறான்.

தண்ணீரைத் திறந்து முகத்தில் விசிறியடித்தபடி "ஆமாம்" என்கிறேன். "நான் குளிக்க வேண்டும், தெருமுனையில் ஒரு கடையைப் பார்த்தோமே அங்கிருந்து கொறிக்க ஏதேனும் வாங்கி வருகிறாயா?"

மறுஉறுதிப்படுத்தலுக்காக அவனுக்கு ஏதேனும் தரவேண்டும். அறைக்கதவு மூடப்படும் ஒலி. குழாயை மூடிவிட்டு மீண்டும் கண்ணாடியில் பார்க்கிறேன். சுருக்கத்தின் கால்வாய்களைத் தேடியபடி முகத்தில் இறங்கும் நீர்த்துளிகள்.

மனித உடல் என்பது மறு உருவாக்கம் செய்யமுடியாத ஓர் அற்புதம். அதேசமயம், மனித மனமென்பது ஒரு நகைச்சுவை. நம்புங்கள், அதை நான் அறிவேன்.

❊ ❊ ❊

அப்படியில்லை என ப்ராட்டும் நானும் பொறுமையாக மீண்டும் மீண்டும் கேமராக்கள் முன்பு விளக்கமளித்தோம். நாங்கள் 'செயற்கைக் குழந்தை'யை உருவாக்கவில்லை. அதுவல்ல எங்கள் எண்ணம், நாங்கள் செய்திருப்பதும் அதுவல்ல. இது,

துயரத்திலிருக்கும் தாய்களுக்கு ஆறுதலளிக்கும் வழி. உங்களுக்கு எய்மீ தேவைப்பட்டிருந்தால் இது உங்களுக்குப் புரியும்.

சாலையில் நடக்கும்போது பொதிகளை கவனமாகத் தங்கள் கைகளில் ஏந்திச்செல்லும் பெண்களைப் பார்த்திருக்கிறேன். சிலசமயங்களில் எனக்குத் தெரியும், சந்தேகமின்றித் தெரியும், அக்குறிப்பிட்ட அழுகையின் ஓசையினால், சிறுகைகள் அசையும் விதத்திலிருந்து. அப்பெண்களின் முகங்களைப் பார்த்து ஆறுதல் அடைவேன்.

அதிலிருந்து வெளியே வந்துவிட்டதாக, துயரத்திலிருந்து மீண்டுவிட்டதாக நினைத்தேன். மற்றொரு திட்டத்தைத் தொடங்கத் தயாராகிவிட்டேன், மிகப்பெரியது, என் லட்சியத்தைத் தணிக்கக்கூடியதும் என் திறன்களை உலகிற்குச் சொல்லக்கூடியதுமான திட்டம். வாழ்க்கையோடு இயைந்து செல்லத் தயாரானேன்.

தாராவை உருவாக்க நான்கு ஆண்டுகளானது. விற்பனையாகக் கூடிய வேறு பொம்மைகளை வடிவமைத்தபடி இவளை ரகசியமாக உருவாக்கினேன். தாரா, பார்வைக்கு ஐந்து வயதுப் பெண்போலத் தெரிவாள். விலையுயர்ந்த, அறுவை சிகிச்சைகளில் பயன்படுத்தப்படும் ப்ளாஸ்டிக் தோலும் செயற்கை ஜெல்லும் பரிசுத்தமான மற்றும் தேவதைபோன்ற தோற்றத்தை வழங்கின. அவளுக்கு களங்கமற்ற கருநிறக் கண்கள், என்றென்றைக்குமாக அவற்றைப் பார்த்துக் கொண்டிருக்கலாம்.

தாராவின் அசைவுகளுக்கான எந்திரத்தை நான் முடிக்கவேயில்லை. பின்நோக்கிப் பார்க்கையில் அது நற்பேறு என்றே தோன்றுகிறது. உருவாக்கத்தின்போது தற்காலிகமாக, எம். ஐ. டி. ஊடக ஆய்வகத்திலிருந்து கிம்பர்லி ஆர்வலர்கள் அனுப்பிவைத்த முகபாவனைக்குரிய எந்திரத்தைப் பயன்படுத்தினேன். கிம்பர்லியிடம் இருந்ததைக்காட்டிலும் அதிகமான, சிறந்த மைக்ரோமோட்டார்களால் செறிவாக்கப்பட்டது. அவளால் தலைதிருப்ப முடியும், கண்களை இமைக்க, மூக்கைச் சுருக்க, மேலும் ஆயிரக்கணக்கான நம்பத்தகுந்த முகபாவங்களை வெளிப்படுத்த முடியும். ஆனால் கழுத்துக்குக் கீழே செயலற்றவள்.

ஆனால் அவள் மனம். ஓஹ், அவளது மனம்.

சிறப்பான குவாண்டம் செயலிகள் மற்றும் சிறந்த அடுக்கு-நிலை சேமிப்பு அணிவரிசைகளை பல அடுக்கில், பல பின்னூட்ட நரம்புப் பின்னல்களை இயக்கும்படி உருவாக்கினேன். ஸ்டான்போர்டின் சொற்பொருள்சார்ந்த தகவல் தொகுப்பை எறிந்துவிட்டு, எனது சொந்த மாற்றங்களைச் சேர்த்தேன். அற்புதமாக நிரல்கள். உண்மையில், அதுவொரு கலைப் படைப்பு. தகவலுக்கான மாதிரியை உருவாக்கவே ஆறு மாதங்களானது.

எப்போது புன்னகைக்க வேண்டும் எப்போது முகம் சுளிக்கவேண்டுமென்று அவளுக்குக் கற்பித்தேன், எப்படி பேசவேண்டும், எப்படிக் கேட்கவேண்டுமென்று. ஒவ்வொரு இரவிலும் நரம்புவலைகளின் முனைகளுக்கான செயல்பாட்டு வரைபடங்களை ஆராய்ந்து சிக்கல்கள் வருமுன்னரே தீர்க்க முயற்சி செய்தேன்.

ப்ராட், எய்மீயால் ஏற்பட்ட பாதிப்புகளைச் சரிசெய்யும் முயற்சியில், புதிய பொம்மைகளின் விற்பனையில் தீவிரமாக இருந்ததால் இதைப் பார்க்கவில்லை. நான் அவனை ஆச்சரியப்படுத்த விரும்பினேன்.

தாராவை சக்கரநாற்காலியில் வைத்து நண்பர் ஒருவரின் மகளென அவனுக்கு அறிமுகம் செய்தேன். ஒருசில வேலைகளைக் கவனிக்கவேண்டியிருப்பதால் அவன் அவளை சில மணிநேரங்கள் பார்த்துக்கொள்ள முடியுமா? என்று கேட்டு, அவர்களை என் அலுவலக அறையில் விட்டுச் சென்றேன்.

இரண்டு மணிநேரம் கழித்து வந்தபோது ப்ராட், அவளுக்கு பிராகின் கோலெம்[1] கதையை வாசித்துக் கொண்டிருந்தான். "'வா' என்றார் ரப்பி லோவ், 'உன் கண்களைத் திறந்து உண்மையான மனிதன்போலப் பேசு!'"

இதுதான் ப்ராட் என்று நினைத்துக்கொண்டேன். அவனிடம் முரண்நகைத் திறம் உண்டு.

"சரி," என்று குறுக்கிட்டேன். "நல்ல வேடிக்கைதான். உன் நகைச்சுவை எனக்குப் புரிந்துவிட்டது. எவ்வளவு நேரம் ஆனது?"

அவன் தாராவை நோக்கிப் புன்னகைத்தான். "நாம் இதை வேறு ஒரு சந்தர்ப்பத்தில் நிறைவு செய்யலாம்." பிறகு என்னிடம் திரும்பி, "எதற்கு எவ்வளவு நேரம் ஆனது?"

"கண்டுபிடிப்பதற்கு."

"எதைக் கண்டுபிடிப்பதற்கு?"

"விளையாடாதே, அவளிடம் உள்ள எது காட்டிக் கொடுத்தது?"

"எதைக் காட்டிக் கொடுத்தது?" என்று ப்ராட், தாரா இருவரும் ஒரேநேரத்தில் கேட்டனர்.

♪ ♪ ♪

தாரா கூறிய அல்லது செய்த எதுவும் என்னை எப்போதும் ஆச்சரியப்படுத்தியதில்லை. அவள் ஒன்றைக்கூறுமுன்பே அதைக் கணித்திருப்பேன். அவளுக்குள் இருக்கும் அனைத்தையும் நிரலாக்கம் செய்தவள் நான்தானே. எனவே, அவளது நரம்பு வலைகள் இடைவினையின்போது எவ்வாறு மாறுதலடையும் என்று எனக்குத் தெரியும்.

ஆனால் யாருக்கும் எந்தச் சந்தேகமும் வரவில்லை. நான் மகிழ்ச்சியில் பறந்து கொண்டிருக்க வேண்டும். என்னுடைய பொம்மை இயல்பு-வாழ்க்கை ட்யூரிங்2 பரிசோதனைகளில் வெற்றி பெற்றுக் கொண்டிருக்கிறது. அதன் நெறிமொழிகள் மனித அறிவைக் கேலிசெய்து கொண்டிருக்கின்றன. ஆனால் யாரும் அதைத் தெரிந்துகொள்ளவில்லை. யாரும் அதில் அக்கறை செலுத்தியதாகக்கூடத் தெரியவில்லை.

ஒரு வாரத்திற்குப் பிறகு ப்ராட்டிடம் விஷயத்தைச் சொன்னேன். துவக்கத்தில் அதிர்ச்சியடைந்தாலும் பிறகு பெருமகிழ்ச்சி கொண்டான் (நான் நினைத்தது போலவே).

"அற்புதம்" என்றான். "நாம், இனி சாதாரண பொம்மைத் தயாரிப்பு நிறுவனமல்ல. இதைக்கொண்டு நாம் செய்யக்கூடியவற்றை உன்னால் கற்பனை செய்ய முடிகிறதா? நீ புகழ்பெறப் போகிறாய், மிகப்பெரிய அளவில்!"

தொடர்ந்து அதன் சாத்தியமான பயன்பாடுகள் குறித்துப் பேசிக்கொண்டே போனான். பிறகு என் மௌனத்தைக் கவனித்துக் கேட்டான்: "என்ன பிரச்சனை?"

நான் அவனுக்குச் சீன அறையைப் பற்றிக் கூறினேன்.

தத்துவவாதி ஜான் ஷீர்லே, செயற்கை நுண்ணறிவு ஆராய்ச்சியாளர்களிடம் ஒரு புதிரை முன்வைத்தார். அவர் கூறியது, ஒரு அறையைக் கற்பனை செய்யுங்கள், மிகப்பெரிய அறை, அது முழுவதும் மிக உன்னிப்பான எழுத்தர்கள் நிறைந்திருக்கிறார்கள், உத்தரவைப் பின்பற்றுவதில் மிகச்சிறந்தவர்கள் ஆனால் ஆங்கிலம் மட்டுமே அறிந்தவர்கள். இந்த அறைக்குள் தொடர்ந்து விநோதமான குறியீடுகள்கொண்ட அட்டைகள் வந்தவண்ணம் இருக்கின்றன. எழுத்தர்கள் இந்த அட்டைகளுக்குப் பதிலளிக்கும்விதமாக விநோதமான குறியீடுகளை வெற்று அட்டைகளில் வரைந்து அறைக்கு வெளியே அனுப்பவேண்டும். இதைச் செய்வதற்காக எழுத்தர்களிடம் ஆங்கிலத்தில் எழுதப்பட்ட விதிமுறைகள் நிறைந்த 2. ஆலன் ட்யூரிங் என்பரால் உருவாக்கப்பட்ட மனிதனின் திறமைக்கு சமமானதாக அல்லது பிரித்தறிய முடியாததாக இருக்கும் இயந்திரத்தின் திறனைப் பரிசோதிக்கும் சோதனை.

மிகப்பெரிய புத்தகங்கள் கொடுக்கப்பட்டுள்ளன. இதுபோல: “கிடைமட்டமாக உள்ள சிறுவளைகோடு கொண்ட அட்டைக்கு அடுத்து இரண்டு செங்குத்தான வளைகோடுகள் கொண்ட அட்டை வந்தால், வெற்று அட்டையில் முக்கோணத்தை வரைந்து வலதுபுறம் உள்ள எழுத்தரிடம் கொடுக்கவும்.” அந்த விதிகளில் அக்குறியீடுகளுக்கு என்ன பொருள் என்பது குறித்து எதுவும் இல்லை.

அறைக்குள் வரும் இந்த அட்டைகள் உண்மையில், சீனமொழியில் உள்ள கேள்விகள், எழுத்தர்கள் விதிகளைப் பின்பற்றி விவேகமான பதில்களைச் சீன மொழியில் எழுதுகின்றனர். ஆனால் இந்தச் செயல்முறையில் — விதிமுறைகள், எழுத்தர்கள், மொத்த அறை, பரபரப்பான இந்நடவடிக்கைகள் — சீன மொழியின் ஒருவார்த்தையையேனும் புரிந்துகொண்டதாகச் சொல்லமுடியுமா? எழுத்தர்கள் என்ற இடத்தில் ‘செயலி’ என்றும் விதிமுறைகள் உள்ள புத்தகம் என்ற இடத்தில் ‘நிரல்’ என்றும் வைத்துப்பார்த்தால் இந்த ட்யூரிங் சோதனைகள் எதையும் எப்போதும் நிரூபிக்காது என்றும், மேலும் செயற்கை நுண்ணறிவு என்பதே ஒரு போலித்தோற்றம் என்பதும் புரியும்.

ஆனால் இந்தச் சீன அறை வாதத்தை வேறொரு தளத்திலும் நீட்டிக்க முடியும்: எழுத்தர்கள் என்ற இடத்தில் 'நரம்பணுக்கள்' என்றும் விதிமுறைகள் அடங்கிய புத்தகம் என்ற இடத்தில் விழுத்தொடராகத் திறன்களைச் செயல்படுத்தக்கூடிய சடத்துவ விதிகள் என்றும் கொள்வோம்; எனில் நம்மில் எவரும் ஒன்றைப் 'புரிந்துகொண்டதாக' எப்படிக் கூறமுடியும்? சிந்தனை என்பதே ஒரு போலித்தோற்றம்தான்.

"எனக்குப் புரியவில்லை," என்றான் ப்ராட். "நீ என்ன சொல்லவருகிறாய்?"

ஒருகணம் கழித்து அவன் அதைத்தான் சொல்வான் என்பதை ஏற்கெனவே எதிர்பார்த்திருந்தேன் என்பது புரிந்தது.

"ப்ராட்," அவன் புரிந்துகொள்ள வேண்டும் என்ற விருப்பத்தில் அவன் கண்களை நேராகப் பார்த்துக் கூறினேன். "எனக்குப் பயமாக இருக்கிறது. ஒருவேளை, நாமும் தாராவைப் போல இருந்தால்?"

"நாமா? மனிதர்களைச் சொல்கிறாயா? என்ன பேசிக்கொண்டிருக்கிறாய்?"

"ஒருவேளை..." வார்த்தைகளுக்காகத் தடுமாறினேன், "நாமும் தினசரி வாழ்வில் ஏதேனுமொரு நெறிமொழியைத்தான் பின்பற்றிக் கொண்டிருக்கிறோமா? ஒருவேளை, நமது மூளையின் நரம்பணுக்களும் மற்ற சமிக்ஞைகளிடமிருந்து சமிக்ஞையைப் பெறுவதாக மட்டும் இருந்தால்? ஒருவேளை, நாம் சிந்திப்பதே இல்லை என்று இருந்தால்? இப்போது நான் உனக்குச் சொல்லிக்கொண்டிருப்பதுகூட முன்தீர்மானிக்கப்பட்ட மறுமொழியாக இருந்தால், வெறும் மனமற்ற பௌதிகத்தின் விளைவாகயிருந்தால்?"

"எலீனா, நீ தத்துவத்தை உண்மையுடன் சேர்த்துக் குழப்பிக் கொள்கிறாய்."

நம்பிக்கையற்று உணர்ந்தேன், தூங்கவேண்டும் என்று தோன்றியது.

"உனக்குக் கொஞ்சம் தூக்கம் தேவை என்று நினைக்கிறேன்," என்றான் ப்ராட்.

♦ ♦ ♦

பணத்தைக் கொடுத்ததும் காஃபி மேசையிலிருந்த பெண் காஃபியை என்னிடம் கொடுத்தாள். அவளைப் பார்த்துக் கொண்டிருந்தேன். காலை எட்டு மணிக்கே மிகவும் களைப்படைந்தவளாக, சலிப்புற்றவளாகத் தோன்றியது என்னைக் களைப்பாக்கியது.

எனக்கு விடுமுறை தேவை.

"எனக்கு விடுமுறை தேவை," என்று மிகையான பெருமூச்சுடன் கூறினாள்.

வரவேற்பறை மேசையைத் தாண்டிச் சென்றேன். "காலை வணக்கம் எலீனா." தயவுசெய்து வேறு ஏதாவது சொல். பற்களை இறுகக் கடித்தேன். தயவுசெய்து.

"காலை வணக்கம் எலீனா."

கட்டமைப்புப் பொறியாளரான ஆக்தெனின் சிற்றறைக்கு வெளியே நின்றேன். தட்பவெப்பம், நேற்றிரவு விளையாட்டு, ப்ராட்.

என்னைப் பார்த்ததும் எழுந்து நின்றான். "தட்பவெப்பம் நன்றாக இருக்கிறது இல்லையா?" நெற்றியில் வியர்வையைத் துடைத்தபடி. உடற்பயிற்சிக்காக மெதுவோட்டம் செய்தபடி வேலைக்கு வருவான். "நேற்றிரவு நடந்த விளையாட்டைப் பார்த்தாயா? கடந்த பத்து வருடத்தில் நான் பார்த்த மிகச்சிறந்த ஆட்டம். நம்பவே முடியவில்லை. ஹேய், ப்ராட் வந்துவிட்டானா?" அவன் முகத்தில் எதிர்பார்ப்பு, திரைக்கதையின் அடுத்த வசனத்தை நான் தொடரவேண்டும் என்பதற்காகக் காத்திருக்கிறான், வாழ்க்கையின் ஆறுதலளிக்கும் வழமைகள்.

நெறிமொழிகள் அவற்றுக்கென வகுக்கப்பட்டபோக்கில் செல்லுகின்றன, நம் சிந்தனைகள் ஒன்றையொன்று தொடர்கின்றன, இயந்திரகதியில், தங்கள் சுற்றுப்பாதையில் உள்ள கோள்களைப்போல கணிக்கக்கூடியவகையில். கடிகாரத்தை தயாரிப்பவரே கடிகாரம்.

ஆக்தெனின் முகத்தில் தோன்றிய உணர்ச்சிகளைப் புறக்கணித்து அலுவலக அறைக்குள் ஓடிச்சென்று தாழிட்டுக் கொண்டேன். கணினிக்குச் சென்று ஒவ்வொரு கோப்பாக அழிக்கத் துவங்கினேன்.

"ஹாய், நாம் இன்று என்ன செய்யப்போகிறோம்?" என்றாள் தாரா.

வேகமாக அவளை நிறுத்தும் முயற்சியில் நகத்தை உடைத்துக்கொண்டேன். அவளுக்குப் பின்னால் இருந்த மின்னூட்ட வடத்தை நீக்கினேன். திருப்புளி மற்றும் இடுக்கியை வைத்து வேலையைத் தொடங்கினேன். சிறிதுநேரத்திலேயே சுத்தியலுக்கு மாறிக்கொண்டேன். கொலை செய்கிறேனோ?

கதவைத் திறந்து வேகமாக உள்ளே நுழைந்தான். "என்ன செய்கிறாய்?"

என் கையிலிருந்த சுத்தியல் மற்றுமொரு தாக்குதலுக்குத் தயாராக இருக்க அவனைப் பார்த்தேன். என்னுடைய வலியை, என்னைச் சுற்றியொரு நரகத்தைத் திறந்துவைத்த அந்தப் பேரச்சம் குறித்து அவனுக்குச் சொல்ல விரும்பினேன்.

நான் பார்க்க விரும்பிய எதுவும் அவன் கண்களில் இல்லை. எந்தப் புரிதலும் இல்லை. சுத்தியலை வேகமாக இறக்கினேன்.

♪ ♪ ♪

இதில் ஈடுபடுவதற்குமுன் ப்ராட் என்னைச் சமாதானப்படுத்த முயற்சி செய்தான். "இது வெறும் மனக்குழப்பம்தான்" என்றான். "மனிதர்கள் எப்போதும் மனம் என்பதை அப்போதைய தொழில்நுட்பத்தோடு இணைத்துக் கொண்டார்கள். சூனியக்காரிகள் மற்றும் ஆவிகளை நம்பிய காலத்தில் மூளைக்குள் சிறிய மனிதன் இருப்பதாக நினைத்தார்கள். மின்தறிகளும் தானியங்கிப் பியானோக்களும் வந்த காலத்தில் மூளை என்பது இயந்திரமென நம்பினார்கள். தந்தியும் தொலைபேசியும் வந்தபோது மூளை என்பது கம்பி வலைப்பின்னல் என்று நினைத்தார்கள். நீ இப்போது மூளை என்பது கணினி என நினைக்கிறாய். இதிலிருந்து வெளியில் வா. இதுவொரு மாயத்தோற்றம்."

சிக்கல் என்னவென்றால், இவன் இதைத்தான் சொல்லப்போகிறான் என்று எனக்கு முன்னமே தெரிகிறது.

"அது ஏனென்றால் பலகாலமாகத் திருமண வாழ்க்கையில் இருக்கிறோம்" என்று கத்தினான். "அதனால்தான் என்னை நன்றாகத் தெரியுமென்று நினைக்கிறாய்!"

அவன் இதைச் சொல்லப்போகிறான் என்பதும் எனக்குத் தெரியும்.

குரலில் தோல்வியுடன், "நீ வட்டங்களில் சுழன்று கொண்டிருக்கிறாய்" என்றான். "நீ ஒரே விஷயத்தை யோசித்துக் குழப்பிக் கொள்கிறாய்."

என்னுடைய நெறிமொழிகளில் சுழற்கண்ணிகள். ஆதலால் மற்றும் அதேவேளையில் எனும் சுழல்கள்.

"என்னிடம் திரும்பி வந்துவிடு. நான் உன்னை நேசிக்கிறேன்."

இதைத்தவிர அவன் வேறு என்ன சொல்லியிருக்க முடியும்?

...

இப்போது இந்த விடுதியின் குளியலறையில் தனியே, என் கைகளில் தோலுக்குக் கீழே ஓடிக்கொண்டிருக்கும் நாளங்களைப் பார்க்கிறேன். கைகளை ஒன்றாக அழுத்தி நாடித்துடிப்பை உணர்கிறேன். மண்டியிட்டுக் கொண்டேன். பிரார்த்தனையா? தசை மற்றும் எலும்புகள் மற்றும் நன்கு வடிவமைக்கப்பட்ட நிரல்கள்.

குளிர்ந்த தரையில் அழுந்தும் முழங்கால்கள் வலிக்கின்றன.

இந்த வலி உண்மையாகத்தானிருக்கும் என நினைக்கிறேன். வலிக்கென்று நெறிமொழிகள் ஏதும் கிடையாது. மணிக்கட்டைப் பார்க்கிறேன், அதிலிருக்கும் தழும்புகள் என்னைத் திடுக்கிடச் செய்கின்றன. இவை அனைத்துமே பரிச்சயமானதாக இருக்கின்றன, நான் ஏற்கெனவே செய்ததுபோல. இந்த கிடைமட்டத் தழும்புகள், அசிங்கமான, இளஞ்சிவப்புநிறப் புழுக்கள், என் தோல்விக்காகக் கடிந்துகொள்கின்றன. நெறிமொழியில் இருக்கும் பிழைகள்.

அந்த இரவு மீண்டும் நினைவுக்கு வருகிறது: எங்கெங்கும் ரத்தம், அலறும் சங்கொலி. மருத்துவர் வெஸ்ட்டும் தாதிகளும் என்னை அழுத்திப் பிடித்து என் மணிக்கட்டைச் சுற்றி கட்டுப்போடுகின்றனர், ப்ராட் என்னை வெறித்துப் பார்த்துக் கொண்டிருக்கிறான், குழப்பமான துயரத்தால் அவன் முகம் மாறியிருக்கிறது.

இன்னமும் சரியாகச் செய்திருக்கவேண்டும். தமனிகள் ஆழத்தில் புதைந்து எலும்புகளால் பாதுகாக்கப்பட்டு இருக்கின்றன. வெட்டுகள் செங்குத்தாக இருக்க வேண்டும். அதுவே சரியான

நெறிமொழி. எல்லாவற்றுக்கும் ஒரு செய்முறை இருக்கிறது. இம்முறை சரியாகச் செய்துவிடுவேன்.

சிறிதுநேரம் ஆகிறது, ஆனால் ஒருவழியாக தூக்கம் வருவதை உணர்கிறேன். மகிழ்ச்சியாக இருக்கிறது. இந்த வலி உண்மையானதுதான்.

♪ ♪ ♪

என் அறையின் கதவைத் திறந்து விளக்கைப் போடுகிறேன். வெளிச்சம் மேசையின்மேல் உள்ள லாராவை உயிர்ப்பிக்கிறது. இது மாதிரிக்காக உருவாக்கப்பட்டது. சமீபமாக, அவள் சுத்தம் செய்யப்படவில்லை என்பதால் அவளது ஆடைகள் அழுக்காகத் தெரிகின்றன. அவள் தலை என் அசைவுகளைப் பின்தொடரத் திரும்புகிறது.

திரும்பிப் பார்க்கிறேன். ப்ராட்டின் உடலில் அசைவில்லை, ஆனால் அவன் முகத்தில் கண்ணீரைப் பார்க்கமுடிகிறது. சலேமிலிருந்து வந்த மௌனமான பயணம் முழுவதும் கண்ணீர் வடித்துக்கொண்டேயிருந்தான்.

விடுதிக் காப்பாளனின் குரல் தலையை சுற்றிச் சுழல்கிறது. "ஓ, ஏதோ தவறென்று எனக்கு உடனே புரிந்துவிட்டது. இது, ஏற்கெனவே இங்கே நடந்திருக்கிறது. காலை உணவின்போதே அவள் சரியாக இல்லை, பிறகு நீங்கள் வந்தபோது வேறு ஏதோவொரு உலகத்தில் இருப்பவள்போல இருந்தாள். அவ்வளவுநேரம் குழாயிலிருந்து தண்ணீர் வெளியேறும் சத்தத்தைக் கேட்டவுடனேயே மாடிக்கு விரைந்தேன்."

ஆக, அவ்வளவு எளிதாகக் கணிக்கக்கூடிய அளவில்தான் இருந்திருக்கிறேன். ப்ராட்டைப் பார்க்கும்போது அவன் மிகுந்த துயரில் இருக்கிறான் என்று தெரிகிறது. மனதார அதை நம்புகிறேன். ஆனால் எதையும் உணரவில்லை. இருவருக்குமிடையே ஒரு வளைகுடா இருக்கிறது, அவன் வலியை நான் உணர்ந்துகொள்ளமுடியாத அளவுக்கு பரந்து விரிந்தது. அதுபோலவே அவனும் என் வலியை உணரமுடியாது.

ஆனால் என் நெறிமொழிகள் இன்னமும் செயல்பாட்டில்தான் இருக்கின்றன. பொருத்தமான ஏதோவொன்றைச் சொல்வதற்காகத் தேடுகிறேன்.

"நான் உன்னை நேசிக்கிறேன்."

அவன் எதுவும் பேசவில்லை. அவனது தோள்கள் உயர்கின்றன, ஒருமுறை.

என் குரல் வெறுமையாக இருக்கும் வீட்டின் சுவர்களில் பட்டு எதிரொலிக்கிறது. லாராவின் ஒலிவாங்கிகள் பழையதாக இருந்தாலும் அதை உள்வாங்கிக் கொள்கின்றன. சமிக்ஞைகள் தொடர்ந்து இப்படியிருந்தால் என்ற கூற்றுகளிடையே தேடுகிறது. தரவுத்தளத்தில் அவள் தேடும்போது, செய் எனும் கண்ணிகள் சுழன்று நடனமாடுகின்றன. மோட்டார்களின் விர்ரென்ற ஒலி. அவளது ஒலித்தொகுப்பு செயல்படத் துவங்குகிறது.

"நானும் உன்னை நேசிக்கிறேன்" என்கிறாள், லாரா.

1. பிராக் நாட்டைச் சேர்ந்த கோலெம் என்ற மண் பொம்மை மனிதனாகும் தொல்கதை.

ஷிர்லே ஜாக்சன்

1916 இல் சான் ஃப்ரான்சிஸ்கோவில் பிறந்த அமெரிக்கப் பெண் எழுத்தாளரான ஷிர்லே ஜாக்சன் 1948 இல் தனது முதல் நாவலை எழுதினார். *"The Lottery"* எனும் இச்சிறுகதை மூலம் புகழ் பெற்ற பிறகு பல்வேறு சிறுகதைகளை எழுதியுள்ளார். *The Haunting of Hill House*, இவரது மற்றுமொரு குறிப்பிடத்தகுந்த படைப்பு.

லாட்டரி

ஜூன், 27ஆம் தேதியின் காலை, மேகமற்று வெளிச்சமாக முழுமையான கோடைநாளின் வெம்மையோடு இருந்தது; மலர்கள் அபரிமிதமாக மலர்ந்தன; புற்களின் பச்சை மிகுந்தது. கிராமத்து மக்கள், காலை பத்து மணிக்கெல்லாம் தபால் நிலையத்துக்கும் வங்கிக்கும் இடையிலிருந்த சதுக்கத்தில் கூட ஆரம்பித்தனர். சில நகரங்களில் மக்கள் தொகை அதிகம் என்பதால் லாட்டரி குலுக்கல் இரண்டு நாள் நடைபெறும். எனவே ஜூன், 26ஆம் தேதியே அது ஆரம்பிக்கப்படும். ஆனால் இங்கே கிராமத்தில் கிட்டத்தட்ட முன்னூறுபேர்தான். எனவே மொத்த குலுக்கலும் இரண்டு மணி நேரத்திற்குள் முடிந்துவிடும் என்பதால் நிதானமாக பத்து மணிக்கு ஆரம்பித்தாலும் கிராமவாசிகள் மதியச் சாப்பாட்டுக்கு வீட்டிற்குப் போய்விடலாம்.

வழக்கம்போல, முதலில் குழந்தைகள் கூடினார்கள். பள்ளிக்கூடம் கோடைகாலத்திற்காக சமீபத்தில்தான் மூடப்பட்டது. எனவே சுதந்திர உணர்ச்சி அவர்களில் பெரும்பாலானோரிடையே அசௌகரியமாகத்தான் அமர்ந்திருந்தது. கும்மாளமிட்டு விளையாடுவதற்கு முன்பாக முதலில் அமைதியான முறையில் சிறிதுநேரம் ஒன்றுகூட நினைத்தனர். அவர்கள் இன்னமும் வகுப்பறை மற்றும் ஆசிரியர் பற்றி, புத்தகங்கள் மற்றும் கண்டிப்புகள் குறித்துப் பேசினர். பாபி மார்ட்டின் ஏற்கெனவே தன் பைகளுக்குள் கல்லை நிரப்பிவைத்திருந்தான். மற்றவர்கள் அவனை உதாரணமாகக் கொண்டு

தொடர்ந்தனர். உருண்டையான மற்றும் வழுவழுப்பான கல்லையே தேர்ந்தெடுத்தனர்; பாபி மற்றும் ஹாரி ஜோன்ஸ் மற்றும் டிக்கி டெலக்ரோஸ் -கிராமவாசிகள் அதை 'டெலக்ரோய்' என்று உச்சரிப்பார்கள் - ஆகியோர் சதுக்கத்தின் மூலையில் சிறு குவியலாகக் கற்களைச் சேகரித்து அதை மற்ற சிறுவர்கள் கைபடாவண்ணம் பாதுகாத்தனர். சிறுமிகள் தனியாக நின்றுகொண்டிருந்தனர், தங்களுக்குள் பேசிக்கொள்வது, தங்கள் தோள்வழி பயல்களைப் பார்ப்பது என, சிறு குழந்தைகள் புழுதியில் புரண்டுகொண்டிருந்தனர் அல்லது தன் அக்கா அல்லது அண்ணன்களின் கையைப் பிடித்தபடி இருந்தனர்.

சீக்கிரமே ஆடவர்கள் குழுமத் தொடங்கினர். அவரவர் குழந்தைகளைக் கவனித்தபடி, தங்களின் நடவு மற்றும் மழைகுறித்து, டிராக்டர்கள் மற்றும் வரிகுறித்துப் பேசினர். சதுக்கத்தின் மூலையிலிருந்த கற்குவியலிலிருந்து தள்ளி ஒன்றாக நின்றுகொண்டனர். அவர்களின் நகைச்சுவைகள் அமைதியாக இருந்தன, வாய்விட்டுச் சிரிப்பதற்குப் பதிலாக புன்னகைத்தனர். பெண்கள் நிறம் மங்கிய வீட்டு உடைகளையும் கம்பளி ஆடைகளையும் அணிந்தபடி அவர்களது ஆண்கள் வந்த சிறிதுநேரத்திற்கெல்லாம் வந்து சேர்ந்தனர். தங்கள் கணவரோடு சேர்ந்துகொள்ளும்முன் ஒருவருக்கொருவர் முகமன்கூறி வாழ்த்தியபடி சில புரணிகளையும் பரிமாறிக் கொண்டனர். சீக்கிரமே, தங்கள் கணவன்மார்களின் அருகில் நின்றுகொண்டிருந்த பெண்கள் தத்தம் குழந்தைகளை அழைக்கத் தொடங்கினர், குழந்தைகளும் வர மனதில்லாமல் அவர்கள் நான்கைந்து முறை அழைத்தபின் வந்துசேர்ந்தனர். பாபி மார்ட்டின், தன்னைப் பிடிக்கவந்த அம்மாவின் கைப்பிடியிலிருந்து தப்பி கற்குவியலை நோக்கி ஓடினான். ஆனால் அவன் அப்பா கடிந்துசொன்னதும் ஓடிவந்து பெற்றோருக்கிடையே, தன் மூத்த சகோதரனுக்கு அருகில் நின்றுகொண்டான்.

குலுக்கல் நிகழ்ச்சியை – நடனம், பதின்ம வயதினர் குழு, ஹாலோவீன் நிகழ்ச்சிகள்போல -நடத்திக்கொடுப்பவர் திரு. சம்மர்ஸ், இதுபோன்ற பொதுநடவடிக்கைகளில் ஈடுபட அவருக்கு நேரமும் தெம்பும் இருந்தது. அவருக்கு வட்டவடிவிலான முகம், கலகலப்பான மனிதர், நிலக்கரி வியாபாரம் செய்துகொண்டிருந்தார், எல்லோரும் அவருக்காகப் பரிதாபப்பட்டனர். ஏனெனில் அவருக்குக் குழந்தைகள் இல்லை, அவர் மனைவி சண்டைக்காரி. அவர் கருப்பு மரப்பெட்டியைச் சுமந்தபடி சதுக்கத்துக்கு வந்தபோது

கிராமவாசிகள் முணுமுணுவென பேசிக் கொண்டிருந்தார்கள். அவர் வந்ததும் கையை வீசி, "சற்று தாமதமாகிவிட்டது நண்பர்களே," என்றார். போஸ்ட்மாஸ்டர் திரு. க்ரேவ்ஸ், அவரைத் தொடர்ந்து ஒரு முக்காலியைச் சுமந்தபடி வந்தார். அந்த முக்காலி, சதுக்கத்தின் நடுவில் வைக்கப்பட்டதும் திரு. சம்மர்ஸ் அந்தக் கருப்புப் பெட்டியை அதில் இருத்தினார். கிராமவாசிகள் முக்காலிக்கும் தங்களுக்கும் இடையே சற்று இடைவெளிவிட்டு தாங்கள் நிற்கவேண்டிய தொலைவில் நின்றனர், திரு. சம்மர்ஸ், "நீங்கள் யாரேனும் எனக்கு உதவ விரும்புகிறீர்களா?" என்று கேட்டதும், சிறு சலசலப்புக்குப் பிறகு இருவர், திரு. மார்ட்டின் மற்றும் அவரது மூத்தமகன் பாக்ஸ்டர் ஆகியோர், திரு. சம்மர்ஸ் பெட்டியிலுள்ள காகிதங்களைக் கலக்கும்போது பெட்டி முக்காலியின்மீது அசையாமல் பிடித்துக்கொண்டனர்

ஆரம்பத்தில் லாட்டரி குலுக்கலுக்குப் பயன்படுத்தப்பட்ட பெட்டி வெகுகாலத்துக்கு முன்பே போய்விட்டது, இப்போது முக்காலியின்மீது அமர்ந்திருக்கும் இப்பெட்டியும் வயசாளியான வார்னர் பிறப்பதற்குமுன்பே உபயோகத்திற்கு வந்தது. வார்னர்தான் ஊரிலேயே வயது முதிர்ந்த ஆள். திரு. சம்மர்ஸ், பெட்டியை மாற்றுவது குறித்து அவ்வப்போது ஊரில் உள்ளவர்களிடம் பேசிக்கொண்டுதான் இருந்தார். ஆனால் யாருமே அந்தக் கருப்புப்பெட்டி வழிவழியாக வகித்துவரும் வழக்கத்திற்குக்கூட ஊறுவிளைவிக்கும்விதமாக நடந்துகொள்ள விரும்பவில்லை. இப்போதுள்ள பெட்டி, இதற்குமுன்பாகயிருந்த பெட்டியின் அதாவது, முதன்முதலாக இங்கேவந்து தங்கி கிராமம் ஒன்றை ஏற்படுத்திய மக்கள் உருவாக்கிக்கொண்ட பெட்டியின் சில பாகங்களைக் கொண்டு உருவானது என்றொரு கதை உண்டு. ஒவ்வொரு வருடமும் லாட்டரி முடிந்தபின் திரு. சம்மர்ஸ் புதிய பெட்டிகுறித்து பேசத் தொடங்குவார். ஆனால் ஒவ்வொரு வருடமும் அதுகுறித்த எவ்விதமான செயல்பாடும் இல்லாமல் அப்பேச்சு மறைந்துவிடும். கருப்புப்பெட்டி ஒவ்வொரு வருடமும் நசிந்துகொண்டே வந்தது. இப்போதோ, அது முழுவதுமாகக் கருப்பு என்று சொல்லமுடியாத அளவில் ஒருபக்கம் சிதைந்துபோய் மரத்தின்நிறம் வெளியில் தெரிந்தது. மற்ற பகுதிகள் மங்கலாக அல்லது கறை படிந்து இருந்தன.

திரு. மார்ட்டின் மற்றும் அவர்களது மூத்தமகன் பாக்ஸ்டர் ஆகிய இருவரும், திரு. சம்மர்ஸ் தன் கையால் பெட்டியிலுள்ள காகிதங்களை நன்றாகக் கலக்கும்வரை பெட்டியைப்

பத்திரமாகப் பிடித்துக்கொண்டனர். பல சடங்குகள் ஏற்கெனவே மறக்கப்பட்டுவிட்டன அல்லது தவிர்க்கப்பட்டுவிட்டன. திரு. சம்மர்ஸ், பல தலைமுறைகளாக கடைப்பிடிக்கப்பட்டு வந்த மரச்சில்லுகளுக்குப் பதிலாக காகிதத்தைப் பயன்படுத்த வைப்பதில் வெற்றிகண்டார். கிராமம் சிறியதாக இருந்தவரையில் மரச்சில்லுகளைப் பயன்படுத்தியது சரிதான். ஆனால் இப்போது மக்கள்தொகை முன்னூறைத் தாண்டிவிட்டது, இன்னமும் வளரும் எனும்போது கருப்புப் பெட்டிக்குள் எளிதாகப் பொருந்தும் ஒன்றுதான் சரி என வாதிட்டார். குலுக்கல் நடைபெறுவதற்கான முந்தைய இரவில் திரு. சம்மர்ஸ் மற்றும் திரு. க்ரேவ்ஸ் இருவரும் சீட்டுகளைத் தயாரித்து பெட்டிக்குள் போட்டுவைப்பார்கள். பிறகு அது திரு. சம்மர்ஸ்சின் நிலக்கரி நிறுவனத்தில் உள்ள பெட்டகத்தில், மறுநாள் காலை அவர் அதை சதுக்கத்திற்கு எடுத்து வரும்வரை பத்திரமாக வைக்கப்படும். வருடத்தின் பிற நாட்களில் அப்பெட்டி, சமயத்தில் இங்கேயும் சமயத்தில் அங்கேயுமாகக் கிடக்கும். ஒரு வருடம் அது திரு. க்ரேவ்ஸ்சின் பண்ணையில் கிடந்தது. அடுத்த வருடம் தபால்நிலைய மேசையின்கீழ் கால்வைக்கும் இடத்தில் இருந்தது. ஒருசமயம், அது மார்ட்டினின் மளிகைக் கடை அலமாரியில் வைக்கப்பட்டது.

திரு. சம்மர்ஸ், சீட்டுக் குலுக்கலை அறிவிப்பதற்குமுன் நிறையத் தயாரிப்புகள் தேவைப்படும். குடும்பத்தலைவர்களின் பட்டியல், ஒவ்வொரு குடும்பத்திலும் உள்ள தலைக்கட்டுகளின் எண்ணிக்கை, ஒவ்வொரு குடும்பத்திலும் உள்ள தலைக்கட்டுகளில் உள்ள நபர்களின் எண்ணிக்கை என நிறையப் பட்டியல்கள் தயாரிக்கவேண்டும். லாட்டரியை நடத்தும் அலுவலர் என்ற முறையில் ஓர் உறுதிமொழியையும் போஸ்ட்மாஸ்டர் முன்னிலையில் திரு. சம்மர்ஸ் எடுக்கவேண்டும். ஒருகாலத்தில் அதற்கென ஒப்பிக்கவேண்டிய வரிகள் இருந்தன, அலுவலர்கள் அதை நடத்திவைப்பார்கள், ஒரு சடங்குபோல. அதற்கென இசைத்தன்மை ஏதும் இல்லாத ஓதுதல், ஒவ்வொரு வருடமும் ஓதப்படும் என்று சிலர் நினைவுகூர்ந்தனர். சிலர், அலுவலர் அதை வாசிக்கும்போது அல்லது ஓதும்போது அசையாமல் நிற்கவேண்டும் என நம்பினர், மற்றவர்கள் அலுவலர் மக்களிடையே நடந்து செல்லவேண்டும் என்றனர். ஆனால் வருடங்கள் செல்லச்செல்ல இந்தச் சடங்கு தொடர்ச்சியற்று கைவிடப்பட்டுவிட்டது. அதுபோலவே சடங்குமுறை வணக்கச்செயல் ஒன்றும் இருந்தது. பெட்டியிலிருந்து சீட்டை எடுக்கப்போகும் நபரின் பெயரை

அழைக்கும்போது அலுவலர் இதைப் பயன்படுத்துவார், ஆனால் இதுவும் காலத்தோடு மாறிவிட்டது. இப்போதுவரை சீட்டை எடுக்கவருபவரிடம் அலுவலர் கட்டாயமாகப் பேசவேண்டும் என்ற அளவிலேயே இருந்துவருகிறது. திரு. சம்மர்ஸ் இதிலெல்லாம் தேர்ந்தவராக இருந்தார். அவரது தூய வெள்ளைச்சட்டை மற்றும் நீலநிற ஜீன்ஸுடன் ஒரு கை இயல்பாக பெட்டியின் மீதிருக்க, இடைவிடாமல் திரு. க்ரேவ்ஸ் மற்றும் மார்ட்டின்களிடம் பேசிக்கொண்டிருக்கும்போது இதற்குப் பொருத்தமானவராக மற்றும் முக்கியமானவராகத் தெரிந்தார்.

திரு. சம்மர்ஸ் பேசிமுடித்து, கூடியிருந்த கிராமவாசிகள் பக்கம் திரும்பும்போது, திருமதி. ஹட்சின்ஸன் வேகமாக சதுக்கத்தின் பாதைக்குள் நுழைந்தாள். அவளது கம்பளி மேலாடை தோள்மீது கிடந்தது. கூட்டத்தின் பின்புறம் கிடைத்த இடைவெளிக்குள் நுழைந்து உள்ளே வந்தாள். "இன்று என்ன நாள் என்பதை சுத்தமாக மறந்துவிட்டேன்," என்று, தன்னருகில் நின்றுகொண்டிருந்த திரு. டெலக்ரோஸிடம் சொல்லிக்கொண்டாள். இருவரும் மெதுவாகச் சிரித்துக்கொண்டனர். "என் வீட்டுக்கிழவர் பின்பக்கம் விறகு அடுக்கச் சென்றிருந்தார்." திருமதி. ஹட்சின்ஸன் தொடர்ந்தாள். "சன்னல்வழியாகப் பார்த்தால் குழந்தைகளைக் காணோம், பிறகுதான் இன்று இருபத்தியேழாம் தேதி என்று ஞாபகம் வந்தது, அவசரமாக ஓடிவந்தேன்." தான் கட்டியிருந்த மேலங்கியில் கையைத் துடைத்துக் கொண்டாள், திரு. டெலக்ரோஸ், "இருந்தாலும், நீங்கள் சரியான நேரத்திற்கு வந்துவிட்டீர்கள். மேடைமேல் அவர்கள் இன்னமும் பேசிக்கொண்டுதான் இருக்கிறார்கள்" என்றார்.

திருமதி. ஹட்சின்ஸன் கழுத்தை வளைத்து கூட்டத்தைத் தாண்டி தன் கணவரும் குழந்தைகளும் முன்வரிசையில் இருப்பதைப் பார்த்துவிட்டு. விடைபெறும்விதமாக திரு. டெலெக்ரோஸின் கைகளில் லேசாகத் தட்டிவிட்டு கூட்டத்தினுள் நுழைந்தாள். கூட்டத்தினர் மகிழ்வோடு அவளுக்கு வழிவிட்டனர். இரண்டு அல்லது மூன்றுபேர், கூட்டத்திற்குள் மட்டுமே கேட்கும்படியான குரலில், "இதோ உங்கள் திருமதி, ஹட்சின்ஸன்" என்றும், "பில், இதோ அவர் வந்து சேர்ந்துவிட்டார்" என்றும் கூறினர். திருமதி. ஹட்சின்ஸன், தன் கணவரை நெருங்கியதும், அவள் வருகைக்காகக் காத்திருந்த திரு. சம்மர்ஸ் சந்தோஷமாகக் கூறினார்."நீ இல்லாமலே ஆரம்பிக்க வேண்டிவரும் என்று நினைத்தேன் டெஸ்ஸி." திருமதி. ஹட்சின்ஸன் இளித்தபடி, "கழுவவேண்டிய பாத்திரங்கள் என்னை

விடவில்லை, இப்போது ஆரம்பிக்கிறீர்களா, ஜோ?" என்றாள், மெல்லிய சிரிப்பலை கூட்டத்தில் பரவியதோடு, அவளின் வருகையால் சற்றே கலைந்திருந்த கூட்டம் மீண்டும் ஒழுங்குக்கு வந்தது.

"சரி, இப்போது," திரு. சம்மர்ஸ் நிதானமான குரலில் தொடங்கினார். "ஆரம்பித்துவிடலாம் என்று நினைக்கிறேன், சீக்கிரமாக முடித்துவிட்டால், எல்லோரும் அவரவர் வேலையைப் பார்க்கப் போகலாம். இன்னும் யாராவது வரவேண்டுமா?"

"டன்பர்" என்று நிறைய குரல்கள் எழுந்தன. "டன்பர், டன்பர்..."

திரு. சம்மர்ஸ், தன் கையிலிருந்த பட்டியலைப் பார்த்துவிட்டு, "க்ளைட் டன்பர்..." என்றார்.

"ஆமாம். அவருக்குக் கால் உடைந்துவிட்டது, சரிதானே? அவருக்குப் பதிலாக சீட்டு எடுக்கப்போவது யார்?"

"நான்தான் எடுக்க வேண்டும்" என்றாள், ஒரு பெண். திரு. சம்மர்ஸ் அவள் பக்கம் பார்த்தார்.

"மனைவி, கணவனுக்காகச் சீட்டு எடுக்கப் போகிறார், சீட்டை எடுப்பதற்கு உனக்கு வளர்ந்த மகன்கள் யாரும் இல்லையா ஜெனி?" என்றார் திரு. சம்மர்ஸ். அவருக்கும் கிராமத்தில் இருக்கும் எல்லோருக்கும் அதற்கான பதில் தெரியும் என்றாலும் அலுவலக முறைமைக்காக அதைக் கேட்டாக வேண்டும். திருமதி. டன்பரின் பதில் வரும்வரை திரு. சம்மர்ஸ் அமைதியான ஆர்வத்துடன் காத்திருந்தார்.

"ஹோரேஸ்சுக்கு இன்னும் பதினாறு வயதாகவில்லை," வருந்தும் குரலில் திருமதி. டன்பர் கூறினாள். "எனவே, இந்த வருடம் அவருக்காக நான்தான் எடுக்க வேண்டும் என்று நினைக்கிறேன்."

"சரிதான்" என்றார், திரு. சம்மர்ஸ். தன்னுடைய பட்டியலில் அதைக் குறித்துக் கொண்டார். பிறகு, "வாட்சனின் பயல் இந்த வருடம் எடுக்கப்போகிறானா?"

ஓர் உயரமான பையன் கூட்டத்திலிருந்து கையை உயர்த்தி, "இங்கே" என்றான். "நான் எனக்காகவும் என் அம்மாவுக்காகவும் எடுக்கப்போகிறேன்," கூட்டத்திலிருந்து பல குரல்கள், "நல்ல விஷயம் ஜாக்" என்றும், "உன் அம்மாவுக்கென்று சீட்டு எடுக்க

ஓர் ஆண் இருப்பதில் மகிழ்ச்சி" என்றெல்லாம் குரல்கள் கேட்டதும், பதட்டமாக கண்களைச் சிமிட்டியபடி தலையைக் குனிந்துகொண்டான்.

"சரி" என்றார், திரு. சம்மர்ஸ். "எல்லோரும் வந்தாயிற்று என்று நினைக்கிறேன். முதியவர் வார்னரால் வர முடிந்ததா?"

"இதோ..." என்று குரல் வந்ததும் திரு. சம்மர்ஸ் தலையசைத்தார்.

திரு. சம்மர்ஸ், தொண்டையைக் கனைத்துக்கொண்டு பட்டியலைப் பார்க்க ஆரம்பித்ததும் திடீரென கூட்டத்தில் மௌனம் பரவியது. "எல்லோரும் தயாரா?" என்றார். "இப்போது நான் பெயர்களை வாசிப்பேன் – குடும்பத் தலைவர்களின் பெயர்கள் – அவர்கள் மேலே வந்து பெட்டியிலிருந்து ஒரு சீட்டை எடுக்கவேண்டும். சீட்டைப் பிரிக்காமல் மடித்தபடி கையில் வைத்திருக்க வேண்டும், எல்லோரும் எடுத்து முடியும்வரை பிரித்துப் பார்க்கக் கூடாது. எல்லாம் புரிந்ததா?"

எல்லோரும் இதைப் பலமுறை செய்தவர்கள் என்பதால் பாதிதான் காதில் வாங்கிக் கொண்டனர். பெரும்பாலானோர் அமைதியாக, தங்கள் உதடுகளை ஈரப்படுத்தியபடி, அக்கம்பக்கம் பார்க்காமல் இருந்தனர். திரு. சம்மர்ஸ், தன் ஒரு கையை உயர்த்தி, "ஆடம்ஸ்" என்றார். ஒரு மனிதர், கூட்டத்திலிருந்து தன்னை விடுவித்துக்கொண்டு முன்னேவந்ததும் "வணக்கம் ஸ்டீவ்" என்றார், திரு. சம்மர்ஸ். பதிலுக்கு திரு. ஆடம்ஸ், "வணக்கம் ஜோ," என்றார். இருவரும் மகிழ்ச்சியற்ற பதட்டமான புன்னகையைப் பரிமாறிக் கொண்டனர். பிறகு திரு. ஆடம்ஸ், கருப்புப் பெட்டியை அடைந்து மடிக்கப்பட்ட ஒரு தாளை எடுத்தார். அதன் ஒரு முனையை இறுக்கமாகப் பிடித்துக்கொண்டு, வேகமாகக் கூட்டத்தில் தன்னுடைய இடத்திற்குச் சென்று, தன் குடும்பத்திலிருந்து சற்றுத்தள்ளி தன் கைகளைக் குனிந்து பார்க்காமல் நின்றுகொண்டார்.

"ஆலன்," என்று அழைத்தார், திரு. சம்மர்ஸ். "ஆண்டர்சன்... பென்தம்..."

"லாட்டரிகளுக்கிடையே இடைவெளியே இல்லாததுபோல் தோன்றுகிறது" திரு. டெலக்ரோஸ், பின்வரிசையில் அமர்ந்திருந்த திரு. க்ரேவ்ஸ்சிடம் கூறினார். "கடந்த லாட்டரி ஏதோ போனவாரம்தான் முடிந்ததுபோல் இருக்கிறது."

“உண்மையில், காலம் வேகமாகத்தான் நகர்கிறது” என்றார், திரு. க்ரேவ்ஸ்.

“க்ளார்க்... டெலக்ரோஸ்...”

“அதோ, என் கணவர் போகிறார்” என்றார், திருமதி. டெலக்ரோஸ். தனது கணவன் முன்னே செல்லும்போது மூச்சை இழுத்துப் பிடித்துக்கொண்டார்.

“டன்பர்,” திரு. சம்மர்ஸ் அழைத்ததும், திருமதி. டன்பர் உறுதியோடு கருப்புப் பெட்டியை நோக்கிப் போகும்போது ஒருத்தி, “தைரியமாக ஜேனி,” என்றாள். மற்றொருத்தி, “அதோ போய்விட்டாளே,” என்றாள்.

“அடுத்து நாங்கள்தான்” என்றார், திருமதி. க்ரேவ்ஸ். பெட்டியின் பக்கவாட்டிலிருந்து திரு. க்ரேவ்ஸ் நடந்துவந்து திரு. சம்மர்ஸுக்கு முகமன் கூறிவிட்டு ஒரு தாளை எடுக்கும்வரை அவரையே பார்த்துக் கொண்டிருந்தார். இப்போது, கிட்டத்தட்ட கூட்டம் முழுவதிலும் உள்ள ஆண்கள் கையில் சீட்டு இருந்தது, அதை பதட்டத்தோடு திருப்பித் திருப்பி வைத்துக்கொண்டிருந்தனர். திரு. டன்பரும் அவரது இரு மகன்களும் ஒன்றாக நின்றிருந்தனர். திரு. டன்பரின் கையிலும் ஒரு சீட்டு இருந்தது.

“ஹார்பர்ட்... ஹட்சின்ஸன்...”

“மேலே போ பில்” என்றாள், திருமதி. ஹட்சின்ஸன். அவருக்கு அருகிலிருந்தவர்கள் சிரித்தனர்.

“ஜோன்ஸ்.”

“நான் கேள்விப்பட்டது, வடக்குப்புற கிராமங்களிலெல்லாம் லாட்டரியைக் கைவிடுவது பற்றி பேசிக்கொண்டிருக்கிறார்களாம்” திரு. ஆடம்ஸ், தனக்கருகில் நின்றுகொண்டிருந்த முதியவர் வார்னரிடம் கூறினார்.

முதியவர் வார்னர் செறுமிக் கொண்டார். “முட்டாள் இளையவர்களின் கூட்டம்,” என்றார். “இளையவர்களின் பேச்சைக் கேட்கிறார்கள், அது அவர்களுக்கு நல்லதல்ல. அடுத்தது என்ன தெரியுமா, அவர்கள் குகைகளில் சென்று வாழவேண்டும் என்று சொல்வார்கள், ஒரு பயலும் வேலை செய்வது இல்லை, அப்படி வாழ்வது யாராலும் முடியாத காரியம். பழமொழியே இருக்கிறது,

‘ஜூனில் லாட்டரி, நல்ல சோள விளைச்சலின் அறிகுறி’, ஒன்றைத் தெரிந்துகொள். இது இல்லையென்றால் நாமெல்லாம் களையையும் ஒக் விதையையும்தான் வேகவைத்துத் தின்னவேண்டும். லாட்டரி என்பது எப்போதுமே இருந்துவந்துள்ளது” என்றார், எரிச்சலுடன். “இந்த ஜோ சம்மர்ஸ் மேடைமேல் இருந்துகொண்டு எல்லோரிடமும் சிரித்துப் பேசுகிறான் என்பதே போதுமான அளவு கெடுதல் நடந்துவிட்டதன் அறிகுறி.”

“சில இடங்கள் லாட்டரியைக் கைவிட்டுவிட்டன” என்றார், திரு. ஆடம்ஸ்.

“அதில் சங்கடங்களைத் தவிர வேறெதும் வரப்போவதில்லை” முதியவர் வார்னர் உறுதிபடப் பேசினார். “முட்டாள் இளையவர்களின் கூட்டம்.”

“மார்ட்டின்,” பாபி மார்ட்டின், தன் அப்பா முன்னே செல்வதைப் பார்த்துக் கொண்டிருந்தான். “ஓவர்டைக்... பெர்சி.”

“இவர்கள் சீக்கிரம் முடித்தால் பரவாயில்லை” திருமதி. டன்பர், தன் மூத்த மகனிடம் சொன்னார். “சீக்கிரமாக முடித்தால் நல்லது.”

“அநேகமாக முடித்துவிட்டார்கள்” என்றான், அவரது மகன்.

“நீ ஓடிச்சென்று அப்பாவிடம் சொல்லத் தயாராக இரு” என்றாள், திருமதி. டன்பர். திரு. சம்மர்ஸ் தன் பெயரை அழைத்துக்கொண்டு துல்லியத்தோடு நடந்துவந்து பெட்டிக்குள்ளிருந்து ஒரு சீட்டை எடுத்துக் கொண்டார். பிறகு, “வார்னர்,” என்றழைத்தார்.

“எழுபத்து-ஏழாவது வருடம் நான் லாட்டரியில் கலந்துகொள்வது” முதியவர் வார்னர், கூட்டத்தினூடாகச் செல்லும்போது சொல்லிக்கொண்டே சென்றார். “எழுபத்தேழாவது முறை.”

“வாட்சன்,” அந்த உயரமான பையன் அசௌகரியமாக கூட்டத்தினுள் நடந்து வந்தான். யாரோ, “பதட்டமாகாதே, ஜாக்” என்றார்கள். திரு. சம்மர்ஸ், “வேண்டிய நேரத்தை எடுத்துக் கொள், மகனே,” என்றார்.

“ஸனினி.”

அதன்பிறகு, அங்கே நீண்ட அமைதி நிலவியது, மூச்சற்ற அமைதி. திரு. சம்மர்ஸ், தன் கையிலிருந்த சீட்டை உயர்த்திப் பிடித்தபடி,

“நல்லது நண்பர்களே,” என்றார். ஒரு நிமிடம், யாருமே அசையவில்லை. பிறகு அனைத்துச் சீட்டுகளும் திறக்கப்பட்டன. உடனே பெண்கள் அனைவரும் பேச ஆரம்பித்தனர், “யாரது?” “யாரது?”, “அது டன்பரா?”, “அது வாட்சனா?” பிறகு அனைத்துக் குரல்களும், “அது ஹட்சின்ஸன். அது பில்,” “பில் ஹட்சின்ஸனுக்குக் கிடைத்துள்ளது,” என்றன.

“உன் அப்பாவிடம் போய்ச் சொல்” திருமதி. டன்பர், தன் மூத்த மகனிடம் சொன்னார்.

மக்கள் திரு. ஹட்சின்ஸனைத் தேடி அங்குமிங்கும் பார்த்தனர். பில் ஹட்சின்ஸன் அமைதியாக நின்றுகொண்டு, தன் கையிலிருந்த தாளை வெறித்துப் பார்த்துக் கொண்டிருந்தார். திடீரென, டெஸ்ஸி ஹட்சின்ஸன் சத்தம்போட ஆரம்பித்தாள், “அவர் விரும்பிய தாளை எடுக்குமளவு நேரத்தை நீங்கள் அவருக்கு வழங்கவில்லை. நான் அதைக் கவனித்தேன். இது நியாயமில்லை!”

“இலகுவாக எடுத்துக்கொள் டெஸ்ஸி” என்றார், திருமதி டெலக்ரோஸ். திருமதி. க்ரேவ்ஸ், “எல்லோருக்கும் ஒரேமாதிரியான சாத்தியம்தான் இருந்தது,” என்றார்.

“வாயை மூடு டெஸ்ஸி” என்றார், பில் ஹட்சின்ஸன்.

“நல்லது நண்பர்களே,” திரு. சம்மர்ஸ் ஆரம்பித்தார். “இது சீக்கிரமாக நடந்தது. இதை முடித்துவைக்க நாம் இன்னும் சற்று விரைவாகச் செயல்படவேண்டும்” என்றார். பிறகு, தனது அடுத்த பட்டியலைப் பார்த்தார். “பில்,” என்றழைத்தார். “நீங்கள் ஹட்சின்ஸன் குடும்பத்துக்காக சீட்டை எடுத்திருக்கிறீர்கள். ஹட்சின்ஸன் குடும்பத்தில் வேறு தலைக்கட்டுகள் உண்டா?”

“டான் மற்றும் ஈவா, அவர்களுக்காவது போதுமான வாய்ப்பை வழங்குங்கள்,” திருமதி. ஹட்சின்ஸன் கத்தினாள்.

“பெண்கள், தங்கள் கணவன் குடும்பத்தாரோடு எடுப்பார்கள் டெஸ்ஸி,” திரு. சம்மர்ஸ் கனிவாகச் சொன்னார். “எல்லோரையும்போல உனக்கும் அது தெரியும்.”

“இது நியாயமில்லை” என்றாள், டெஸ்ஸி.

“நான் அப்படி நினைக்கவில்லை ஜோ” பில் ஹட்சின்ஸன், வருந்தும் குரலில் கூறினார்.

என் மகள், அவளது கணவன் குடும்பத்தாரோடுதான் எடுக்கவேண்டும்; அதுதான் நியாயமானது. என் குழந்தைகளைத் தவிர எனக்கு வேறு குடும்பம் இல்லை."

"அப்படியென்றால், குடும்பத்திற்காக என்று பார்த்தால் நீங்கள்தான்," என்று விளக்கும் விதமாகச் சொன்னார், திரு. சம்மர்ஸ். "தலைக்கட்டுக்காக என்று பார்த்தால் அது மறுபடியும் நீங்கள்தான். சரிதானே?"

"சரிதான்" என்றார், பில் ஹட்சின்ஸன்.

"எத்தனை குழந்தைகள், பில்?" திரு. சம்மர்ஸ், முறைமைக்காகக் கேட்டார்.

"மூன்று" என்றார், பில் ஹட்சின்ஸன். பில் ஜூனியர், நான்சி மற்றும் இளையவன் டேவ். அப்புறம் டெஸ்ஸியும் நானும்."

"அப்படியென்றால் சரி" என்றார், திரு. சம்மர்ஸ். "ஹேரி, அவர்களது சீட்டைத் திரும்ப வாங்கிக்கொண்டீர்களா?"

திரு. க்ரேவ்ஸ், ஆமோதிப்பதாக தலையசைத்து தாள்களை உயர்த்திக் காட்டினார். "அதை பெட்டிக்குள் போடுங்கள்" திரு. சம்மர்ஸ், வழிநடத்தினார். "பில்லின் சீட்டையும் வாங்கி உள்ளே போடுங்கள்."

"மீண்டும் முதலிலிருந்து நடத்தவேண்டும் என்று நினைக்கிறேன்" என்று எவ்வளவு நிதானமாகச் சொல்லமுடியுமோ அவ்வளவு நிதானமாகச் சொன்னார், திருமதி. ஹட்சின்ஸன்.

"இது நியாயமாக நடக்கவில்லை. அவர் சீட்டைத் தேர்ந்தெடுப்பதற்கான நேரத்தை நீங்கள் அவருக்குத் தரவில்லை. எல்லோரும் அதைப் பார்த்தார்கள்."

திரு. க்ரேவ்ஸ், ஐந்து சீட்டுகளைத் தேர்ந்தெடுத்து அவற்றைப் பெட்டியிலிட்டார். அவற்றைத் தவிர மற்ற சீட்டுகளை கீழே எறிந்தார், அவற்றை காற்று அடித்துக்கொண்டு போனது.

"எல்லோரும் கவனியுங்கள்" திருமதி. ஹட்சின்ஸன், தன்னைச் சுற்றி நின்றிருந்தவர்களிடம் பேசிக்கொண்டிருந்தாள்.

“தயாரா பில்?” திரு. சம்மர்ஸ் கேட்டதும், பில் ஹட்சின்ஸன் ஒருமுறை தன் மனைவி குழந்தைகளைப் பார்த்துவிட்டு, தலையசைத்தார்.

“ஞாபகமிருக்கட்டும், எல்லோரும் சீட்டை எடுக்கும்வரை பிரிக்காமல் கையில் வைத்திருக்க வேண்டும். ஹேரி, நீங்கள் குழந்தை டேவ்வுக்கு உதவுங்கள்” திரு. க்ரேவ்ஸ், அச்சிறுவனின் கைகளைப் பிடித்துக்கொண்டார். அவன் விருப்பமாக கருப்புப் பெட்டி இருக்குமிடத்திற்கு நடந்துவந்தான். “ஒரு சீட்டை பெட்டியிலிருந்து எடு டேவ்” என்றார், திரு. சம்மர்ஸ். டேவ், பெட்டிக்குள் கையை விட்டதும் சிரித்தான். “ஒரேயொரு தாளை மட்டும் எடு” என்றார், திரு. சம்மர்ஸ். “ஹேரி, அவனுக்காக நீங்கள் அதை வைத்திருங்கள்” திரு. க்ரேவ்ஸ், குழந்தையின் கையை வெளியே எடுத்து அவன் இறுகப் பிடித்திருந்த சீட்டை வாங்கி வைத்துக்கொண்டார். டேவ், அவருக்கு அருகில் நின்றுகொண்டு அவரை ஆச்சரியமாகப் பார்த்துக் கொண்டிருந்தான்.

“அடுத்தது நான்சி” திரு. சம்மர்ஸ் அழைத்தார். நான்சிக்கு பன்னிரண்டு வயது, பாவாடையைச் சரிசெய்தபடி பெட்டியை நோக்கிச்செல்லும் அவளை அவளது பள்ளி நண்பர்கள் வேகமாக மூச்சிரைத்தபடி பார்த்துக்கொண்டிருந்தனர். அவள் வேண்டாவெறுப்பாக பெட்டியிலிருந்து ஒரு சீட்டை எடுத்தாள்.”பில் ஜூனியர்” திரு. சம்மர்ஸ் அழைத்ததும், பில்லி வேகமாகப் பெட்டியில் மோதுவதுபோலச் சென்று சீட்டை எடுத்தான். “டெஸ்ஸி” என்றார், திரு. சம்மர்ஸ். அவள் ஒரு நிமிடம் தயங்கினாள், விரோதமாகச் சுற்றிலும் பார்த்தாள். பிறகு இறுக்கமாக உதட்டை வைத்தபடி பெட்டிக்கு அருகில் சென்று, அதிலிருந்து பிடுங்குவதுபோல ஒரு சீட்டை எடுத்துப் பின்பக்கம் கையை வைத்துக்கொண்டாள்.

“பில்” என்றார், திரு. சம்மர்ஸ். பில் ஹட்சின்ஸன் பெட்டிக்குள் கையை விட்டுத் துழாவி, கடைசியில் ஒரு சீட்டோடு கையை வெளியிலெடுத்தார்.

கூட்டம் அமைதியாக இருந்தது. ஒரு பெண், “அது நான்சி அல்ல என்று நம்புகிறேன்” என்று கிசுகிசுத்தாள். அந்த ஒலி, கூட்டத்தின் கடைசி வரை கேட்டது.

"இது இப்படி நடத்தப்படுவதே இல்லை. மக்கள் முன்பு எப்படி இருந்தார்களோ இப்போது அப்படியில்லை" முதியவர் வார்னர், உறுதிபடச் சொன்னார்.

"நல்லது, சீட்டைப் பிரித்துப் பாருங்கள். ஹேரி, நீங்கள் டேவ்வின் சீட்டைப் பிரியுங்கள்" திரு சம்மர்ஸ் கூறினார்.

திரு. க்ரேவ்ஸ், அந்தச் சீட்டைப் பிரித்து உயர்த்திக்காட்ட, அது வெறுமையாக இருப்பதைப் பார்த்து கூட்டத்தில் எல்லோரும் பெருமூச்செறிந்தனர். நான்சி மற்றும் பில் ஜூனியர் இருவரும் ஒரேநேரத்தில் தங்கள் சீட்டைப் பிரித்து, இருவரும் மகிழ்வோடு சிரித்தனர். தங்கள் சீட்டை கூட்டத்தை நோக்கித் திருப்பி தலைக்குமேல் உயர்த்திப் பிடித்தனர்.

"டெஸ்ஸி" என்றார், திரு. சம்மர்ஸ். ஒரு கணம் அமைதி நிலவியது. திரு. சம்மர்ஸ், பில் ஹட்சின்ஸனைப் பார்க்க, பில் தனது சீட்டைப் பிரித்துக் காட்டினார். அது வெறுமையாக இருந்தது.

"அது டெஸ்ஸிதான், அவளது சீட்டை எங்களுக்குக் காண்பியுங்கள் பில்" என்றார், திரு. சம்மர்ஸ். அவரது குரல் அமைதியாக இருந்தது.

பில் ஹட்சின்ஸன், தன் மனைவியை நெருங்கி அவளது கையிலிருந்த தாளை வலுக்கட்டாயமாகப் பிடுங்கினார். அதில் ஒரு கரும்புள்ளி இருந்தது. திரு. சம்மர்ஸ், தனது நிலக்கரி அலுவலகத்திலுள்ள கரிய பென்சிலால் முதல்நாள் இரவு வரைந்த கரும்புள்ளி. பில் ஹட்சின்ஸன் அதை உயர்த்திப் பிடிக்க கூட்டத்தில் சலசலப்பு எழுந்தது.

"சரி... சரி... மக்களே, சீக்கிரம் முடிக்கவேண்டும்" திரு. சம்மர்ஸ் கூறினார்.

கிராமவாசிகள் சடங்குகளை மறந்து, உண்மையான கருப்புப் பெட்டியைத் தொலைத்திருந்தாலும், இன்னமும் கற்களை உபயோகப்படுத்துவதை ஞாபகம் வைத்திருந்தார்கள். முன்பு சிறுவர்கள் குவித்துவைத்திருந்த கற்குவியல் தயாராக இருந்தது. சதுக்கம் முழுவதும் கற்களும் பெட்டியிலிருந்து எறியப்பட்ட தாள்களும் இறைந்துகிடந்தன. திருமதி. டெலக்ரோஸ் தேர்ந்தெடுத்த கல் மிகப் பெரியது. இரண்டு கைகளாலும் அதைத் தூக்கியபடி திருமதி. டென்பரைப் பார்த்து, "வேகமாக வா, சீக்கிரம்," என்றாள்.

திருமதி. டன்பர், இரண்டு கை நிறைய சிறுகற்களை வைத்துக்கொண்டு மூச்சிரைக்கக் கூறினாள்: "என்னால் ஓடமுடியாது. நீங்கள் முன்னால் போங்கள், நான் பின்னால் வருகிறேன்."

குழந்தைகள் கற்களை ஏற்கெனவே எடுத்துவைத்திருந்தனர். யாரோ டேவி ஹட்சின்ஸனின் கையில் சில கூழாங்கற்களைக் கொடுத்தனர்.

இதற்குள் டெஸ்ஸி, யாருமில்லாத இடத்தின் மையத்தில் நிற்க வைக்கப்பட்டிருந்தாள். கிராமவாசிகள் அவளை நெருங்கும்போது, தனது கைகளை நம்பிக்கையற்று விரித்தபடி, "இது நியாயமே இல்லை" என்றாள். ஒரு கல், அவளது தலையின் பக்கவாட்டில் வந்து அடித்தது.

முதியவர் வார்னர் சத்தமிட்டார்: "வேகமாக... வேகமாக மக்களே..." ஸ்டீவ் ஆடம்ஸ் மக்கள் கூட்டத்தின் முதல் வரிசையில் இருந்தான், அவனுக்குப் பின்னால் திரு. க்ரேவ்ஸ்.

"இது நியாயமே இல்லை, இது சரியானதல்ல" திருமதி ஹட்சின்ஸன் கிறீச்சிட, அவர்கள் அவளைச் சூழ்ந்தனர்.

🌳 🌳 🌳

ரை முரகாமி (ரைனோசுகி முரகாமி)

1952இல், நாகசாகியில் பிறந்தவர். சிறுகதை மற்றும் புதின எழுத்தாளர், திரைப்பட இயக்குநர், திரைக்கதை எழுத்தாளர், தயாரிப்பாளர். இவரது எழுத்துகள் ஆங்கிலம் மற்றும் ஃபிரெஞ்சில் மொழிபெயர்க்கப்பட்டுள்ளன. புதினம், சிறுகதை, நேர்காணல்கள் என வெளியிடப்பட்டுள்ள புத்தகங்கள் 18. இதுவரை 10 திரைப்படங்களில் இவரது பங்களிப்பு உள்ளது.

தி லாஸ்ட் பிக்சர் ஷோ

அமெரிக்க அரசாங்கத்தின் படைத்தளம் அமைந்திருந்த கியூஷு துறைமுகப் பகுதியிலிருந்து நான் டோக்கியோவுக்கு வந்து சில நாட்களே ஆகின்றன. இங்கே நண்பர்களோடு சிறிய மரவீட்டின் நெரிசலான ஓர் அறைக்குள் வாழ்ந்து கொண்டிருக்கிறேன். இந்த அறை, இனோகாஷிரா பூங்காவின் வடக்குப் பக்கத்தில் அமைந்துள்ளது. ஊரில் நண்பர்கள் அனைவரும் சேர்ந்து பழைய பாடல்களைப் பாடும் இசைக்குழு ஒன்றைத் தொடங்கியிருந்தோம். அக்குழு, இப் பெரிய நகரத்திலும் வெற்றிபெறும் என்ற நம்பிக்கையில் வந்திருக்கிறோம். நான் இந்தக் குழுவில் டிரம்ஸ் இசைக்கிறேன் என்றாலும் கியூஷூவின் பழமையான நிலங்களில் இருந்து வந்திருக்கக்கூடிய, பழைய பாடல்களைப் பாடும் இந்த இசைக்குழுவில் இருப்பது ஆர்வத்தினால் அல்ல. எனது முதல் நோக்கம், என்னுடைய பெற்றோரை விட்டு விலகியிருப்பது, ஆரம்பப் பள்ளியில் சேரச் சம்மதித்திருந்தால் என் பெற்றோரே பணம் கொடுத்து டோக்கியோவுக்கு அனுப்பச் சம்மதமாக இருந்தார்கள். இங்கே என் நண்பர்கள் உணவு விடுதியில் சிப்பந்திகளாக வேலை பார்த்துக்கொண்டு தங்கள் வாழ்க்கையில் நிகழப்போகும் அற்புதத்திற்காகக் காத்திருக்கின்றனர். நான் எந்த வேலைக்கும் போகாமல் அவர்களோடு தங்கியிருக்கிறேன். எனக்கு மட்டுமேயான ஒரு வசிப்பிடத்தை ஏற்படுத்திக் கொள்வதைவிட இது வசதியானதாகத் தோன்றியதே காரணம்.

நண்பர்களின் திட்டம் இவ்வாறு இருந்தது. இரவு நேரங்களில் வேலை பார்ப்பது, பகலில் இசைப் பயிற்சி, முக்கிய நபர்களுடன் பழகும் சந்தர்ப்பத்திற்காக பெரிய அளவில் நடைபெறும் இசை நிகழ்ச்சிகளுக்குப் போவது, இயன்றவரை இசைத்தட்டுகள் வெளியிடும் நிறுவனங்களின் குரல்தேர்வில் கலந்துகொள்வது. எங்கள் ஊரிலிருந்து டோக்கியோவுக்கு ரயிலில் பயணப்பட்ட இரவில், ஆறு மாதத்திற்குள்ளாக ஹிபியா பார்க் இசை நிகழ்ச்சிகளில் ஜப்பானியப் பழம் பாடல்களைப் பாடும் குழுவாக மேடையில் தோன்றுவதென அனைவரும் சபதம் எடுத்துக்கொண்டார்கள். என்னைச் சேர்த்து குழுவில் ஐந்து நபர்கள், வேறுபட்ட குடும்பப் பின்னணி கொண்டவர்கள், குழுத் தலைவனும் பாஸ் வாசிப்பவனுமான நகானோவின் அப்பா அண்மையில் ஓய்வுபெற்ற மாதச் சம்பளக்காரர், கிதார் வாசிக்கும் யமகூச்சியின் அப்பா ஏற்றுமதி-இறக்குமதி செய்பவர் மற்றும் பியானோ ஆசிரியர், ஆர்கன் வாசிக்கும் ஷிமாடாவின் அப்பா எரிபொருள் நிரப்பு நிலையம் வைத்திருப்பவர், பாடுபவனான காட்டோ தந்தை இல்லாமல் தாயால் வளர்க்கப்பட்டவன். ஒவ்வொருவரின் பொருளாதாரச் சூழ்நிலைகளும் வேறுபட்டவை. நகானோ மற்றும் காட்டோ இருவரும் கிட்டத்தட்ட வீட்டைவிட்டு ஓடி வந்தவர்கள் போலத்தான், வீட்டிலிருந்து எந்த உதவியும் கிடையாது. ஷிமாடாவின் வீட்டிலிருந்து உணவு மற்றும் ஆடைப்பொதிகள், பதிவுத் தபாலில் செலவுக்குப் பணம் ஆகியவை அநேகமாக எல்லா வாரங்களிலும் வந்துவிடும். யமகூச்சியிடம் ஒலிநாடாக்கள் மற்றும் நவீனமான ஒலிபெருக்கிப் பெட்டி உண்டு.

நான்குபேருக்குமே உணவு விடுதியில் சுத்தம் செய்யும் வேலை கிடைத்துவிட்டது. காட்டோவுக்கும் ஷிமாடாவுக்கும் ரபோஞ்சியில் உள்ள ஒரு கேளிக்கை விடுதியில், யமகூச்சிக்கு ஷிஞ்சிகுவில் இசைக்குழுவுடன் கூடிய விடுதியில், நகானோவுக்கு ஜின்சாவில் உள்ள ஒரு காபரே விடுதியில் வேலை. இதனால் அவர்களுடைய 'இரவில் வேலை பகலில் இசைப்பயிற்சி' என்ற திட்டத்தை நடைமுறைப்படுத்துவது கடினமாக இருந்தது. அவர்கள் வேலை பார்த்த இடங்கள் என்னவோ, மாலை ஆறு மணி முதல் இரவு பதினோரு மணி வரைதான் திறந்திருந்தன. ஆனாலும் சிப்பந்திகள் மற்றும் உதவியாளர்கள் இரண்டு அல்லது மூன்று மணி நேரத்துக்கு முன்பாகவே அங்கே சென்று, அந்த இடம் மூடப்படும் வரை இருந்து, அதன்பிறகு துப்புரவுப் பணிகளை மேற்கொள்ளவும் பாத்திரங்களைச் சுத்தப்படுத்தவும் இன்னபிற

வேலைகளைச் செய்யவும் வேண்டியிருந்தது. ஜின்சாவில் வேலை பார்த்த நகானோ, வீட்டைவிட்டு மதியம் இரண்டு மணிக்குப் புறப்பட்டால் கடைசி ரயிலில் நள்ளிரவு இரண்டு மணிக்குத்தான் திரும்புவான். வீட்டிற்கு அருகில் கிச்சிஜோஜியில் காபரே விடுதிகள் இருந்தாலும் தன்னுடைய இசைத்துறை சாதனைகளுக்குத் தேவையான நபர்கள் ஜின்சாவில் இருப்பதாக நம்பினான். இந்தச் சிந்தனை அவனுக்கு எப்படி ஏற்பட்டது என்பது கடவுளுக்குத்தான் தெரியும். இப்போது யோசித்தால் சிறந்த நகைச்சுவையாகத் தோன்றுகிறது.

ஷிமாடாவிடம் ஒலிபெருக்கும் சாதனங்கள் இருந்தன. என்னைத் தவிர எல்லோருமே கியூஷுவிலிருந்து வரும்போது தங்களுடைய இசைச் சாதனங்களைக் கொண்டு வந்திருந்தனர். ட்ரம்ஸ் வாத்தியம் இடத்தை அடைக்கக்கூடியது, என்னிடமிருந்தது ஏற்கெனவே இன்னொருவர் பயன்படுத்தியது, இன்னுமின்னும் சிதைந்து கொண்டிருப்பது. எனவே, இப்படியொரு இசைக்குழுவில் சேர்ந்து வாசிப்பது எனக்கு பிடித்தமானதாக இல்லாவிட்டாலும்கூட, ஏதேனுமொரு பகுதிநேர வேலையில் சேர்ந்து சம்பாதித்து ட்ரம்ஸ் வாத்தியமொன்றை புதிதாக வாங்கிவிடுவேன் என்று அவர்களுக்கு வாக்களித்திருந்தேன். இருந்தாலும் வரும்போது ட்ரம்ஸ் வாசிக்கும் குச்சிகளை மட்டும் கொண்டுவந்திருந்ததால், பயிற்சியின்போது தரை விரிப்பின்மீது தட்டி பயிற்சியில் ஈடுபட்டுக் கொண்டிருந்தேன். போகப்போக எல்லா விஷயங்களும் நம்பிக்கையிழக்கத் தொடங்கின. வேலை பார்ப்பவர்களுக்கு இரு வாரங்களுக்கு ஒருமுறை ஒருநாள் விடுமுறை கிடைத்தது, ஆனால் ஒவ்வொருவருக்கும் ஒவ்வொரு நாளில்.

அறை நண்பர்கள் விடியலில் வந்து அவர்களுக்காகத் தயாரித்து வைத்திருக்கும் துரித உணவை உண்டு, கடுமையான வேலைப்பளுவால் அயர்ந்துபோய் அதிகம் பேசாமல், ஊர்ந்துசென்று படுக்கையில் வீழ்வர். நாங்கள் அனைவரும் ஒன்றுசேர்ந்து பயிற்சியில் ஈடுபடுவதென்பது காலை பத்து மணியிலிருந்து முன்மதியம் வரை உள்ள குறைந்த நேரம் மட்டுமே என்றாலும், அப்போதும் எங்கள் ஒலிபெருக்கிச் சாதனங்கள்மூலம் இசைக்கருவிகள் மற்றும் வாய்ப்பாட்டை ஒன்றிணைக்க முடியவில்லை. ஒருமுறை அப்படி இணைத்து, ஸ்பென்சர் டேவிஸ் குழுவின் ‘கிவ் மீ சம் லவ்விங்’ என்ற பாடலைப் பாடிக் கொண்டிருந்தபோது எழுந்த பேரொலியால், மேல்தளத்தில் வசித்த ஒருவன் எங்கள் அறைக்குள் நுழைந்து

இரைய ஆரம்பித்தான். அவன் கத்தி போன்ற கூர்மையான அமைப்புகள்கொண்ட இளம் யகூசா[1]. நகானோ மற்றும் ஷிமாடா இருவரும் பள்ளியில் படிக்கும்போது முரடர்கள் என்று பெயரெடுத்தவர்கள். அவர்களால்கூட முகத்துக்கு முன்னால் இரைந்துகொண்டிருக்கும் இந்த டோக்கியோவின் யகூசாவுக்கான பதிலில்லை.

ஒரு மாதம் கழிந்தும் இசைக்குழுவின் முன்னேற்றத்துக்கான சாத்தியக்கூறுகள் எதுவும் தென்படவில்லை என்பது நண்பர்களுக்குள்ளாக சோர்வுமனப்பான்மையை உருவாக்கத் தொடங்கியது, வெகுசீக்கிரமே அது என்பக்கம் திரும்பியது: யசாகி, நீ எப்போது வேலைக்குச் சென்று உனக்கான இசைக்கருவியை வாங்கப் போகிறாய்? என்று கேட்கத் தொடங்கினர். நான் இசைக்குழுவில் நீடிக்கலாமா அல்லது கல்லூரிக்குச் செல்லலாமா என்பதை முடிவெடுக்க முயற்சி செய்துகொண்டிருப்பதாகச் சொன்னேன். எல்லோரும், இந்த அறைக்காகும் செலவுக்குப் பணம் கொடுத்துக் கொண்டிருப்பதற்கு இந்த இசைக்குழுதான் காரணம், இதிலிருந்து விலகினால் நான் அறையை விட்டும் விலகவேண்டும். ஷிமாடாவின் உறவினர் ஒருவர் ஏற்பாடு செய்த அறை இது, கிச்சிஜோஜி நிலையத்திலிருந்து இருபது நிமிட நடைதூரத்தில் அமைந்துள்ள, இரண்டு சிறிய அறைகள் மற்றும் சமையலறை, தண்ணீர் வசதியில்லாத குளியலறை மற்றும் கழிப்பறையுடன் கூடிய இந்த இடத்திற்கு வாடகை அதிகம், ஆனால் தனியாக வாடகை கொடுத்து இருப்பதைவிட மலிவானதுதான். பெற்றோர்களிடம் மீண்டும் இடம் மாறுவதற்குப் பணம் வேண்டுமென்று தொல்லை செய்ய முடியாது, மேலும் பதினெட்டு வருடங்கள் பின்னடைந்த பிரதேசத்தில் வாழ்ந்த எனக்கு, தனியாகப் போய் அறையைத் தேடிக்கொள்ளவும் தெரியாது.

இங்கு வந்ததிலிருந்து படிக்கவோ அல்லது வேலை தேடவோ நான் முயற்சி செய்யவில்லை. பெரும்பாலான நாட்கள் கான்டாவிலிருக்கும் பழைய புத்தகக் கடை வீதிகளில் திரிந்து புதினம் மற்றும் கவிதைத் தொகுப்புகளை வாங்குவதிலும் மணிக்கணக்கில் மேற்கத்திய இசையுடன் கூடிய காபி கிளப்புகளில் அமர்ந்தும் பொழுதைக் கழித்துக் கொண்டிருந்தேன்.

இதனிடையே இரண்டு மாதங்கள் கடந்துவிட்டிருந்தன. எனக்கும் நண்பர்களுக்கும் இடையேயான கருத்து வேறுபாடும் வளர்ந்துகொண்டிருந்தது. ஒருநாள் இரவு நகானோ, தான்

பார்த்துவைத்திருக்கும் சிப்பந்தி வேலைக்கு விண்ணப்பிக்குமாறு கேட்டு நான் மறுத்ததும் கிட்டத்தட்ட கைகலப்பில் முடிந்தது. யமகூச்சி இடையிட்டு, "நகானோ சொல்வது சரிதான், யசாகி தன்னுடைய வாக்கைக் காப்பாற்றவில்லை, ஆனால் அதற்காகச் சண்டைபோடுவது சரியல்ல, நாம் டோக்கியோவிற்கு வந்தது நமக்குள் சண்டையிட்டுக்கொள்வதற்காக அல்ல" என்றான். அப்போதைக்கு சூழ்நிலையின் இறுக்கம் தளர்ந்தாலும் அந்த இடம் எனக்கானதாக இல்லாமல் ஆகிவிட்டதுபோலிருந்தது. அனைவரின் கண்களும் எனக்கு வாசலைக் காண்பித்தன.

அப்போது அதிகாலை இரண்டு மணி. நான் வழக்கமாகச் செல்லும் காபி கிளப் இந்நேரம் மூடியிருக்கும். அப்பாவிடமிருந்து இன்னமும் பணம் வந்துசேரவில்லை என்பதால் அதிகமாக உடைந்துபோனேன். அது ஜூன் மாதம், காற்று மிதமான வெப்பத்துடன் ஈரமாக இருந்தது, இனோகாஷிரா பூங்கா பனிமூட்டத்தில் மங்கலாகத் தெரிந்தது. என்னை மிகத் தாழ்வாக உணர்ந்தேன். ஈரம் அடர்ந்த கனமான காற்று என்னைத் துன்புறுத்தியது. எங்கே போவது என்று தெரியாமல் மரங்களுக்கிடையே குளத்தை நோக்கிச் செல்லும் யாருமற்ற நடைபாதையில் நடந்தேன். மரங்களின் கீழமைந்த ஒதுக்குப்புறமான இருக்கையில் ஒரு ஜோடி அமர்ந்திருந்தது. நீர்ப்பறவைகளின் இறக்கை ஒலி. பறவைகளின் குரல் எனக்கு வான் மாரிசனின் சோகப்பாடலொன்றை நினைவூட்டியது. கூடவே நானும் மற்றவர்களும் ஏன் பழைய சோகப்பாடல்களைப் பாடுவதென்று தேர்ந்தெடுத்தோம் என்று வியந்துகொண்டேன்.

அமெரிக்க ராணுவ வீரர்கள், கடலோடிகள், பெரும்பாலும் கறுப்பு இனத்தவர்கள் நிறைந்த கியூஷூவின் மேற்குப் பகுதியில் அமைந்த மது விடுதியில் இப்பாடல்களை இசைப்பது வரவேற்புக்குரியது. ஜான் லெனன், மிக் ஜாகர் மற்றும் பாப் திலன் ஆகியோர் சோகஇசையால் பிரபலமானவர்கள்தான், இப்பாடல்கள் உலகத்தில் உள்ள அனைவருடனும் உரையாடக்கூடியவை, டோக்கியோவுக்கு வந்தபோது அது இன்னமும் தெளிவாக நிரூபிக்கப்படும் என்றே நம்பினோம். ஆனால் உண்மையில், இந்நகரத்தில் ஒருமுறையேனும் நாங்கள் மேடையில் சோகப்பாடல்கள் இசைக்கக் கேட்டதில்லை. ராக் கஃபேக்களில் எப்போதேனும் பழைய பாடல்கள் ஒலிப்பதுண்டு, ஆனால் தெருக்களிலும் ஷிஞ்சிகு ரயில் நிலையத்தின் எதிரிலுள்ள வணிகக் கட்டடங்களின் வாயில் பகுதியிலும் பாடப்படுவது சகிக்கமுடியாத கிராமிய போர்மறுப்புப் பாடல்கள் மட்டுமே. சோகப்பாடல்களை

டோக்கியோவில் எங்கும் கேட்கமுடியாது. ஷிமாடா மற்றும் யமகூச்சியின் இசைப்பெட்டியில் அவர்களது வியக்கத்தகுந்த பாடல் சேகரிப்புகளிலிருந்து பாடல்களை, அந்த அற்பமான அறைக்குள் குறைந்த ஒலியில் கேட்பதென்பது எங்கள் துறைமுக நகரத்தில் கேட்பதுபோல இல்லை. எனக்குத் தோன்றியதைப்போலவே மற்றவர்களுக்கும் தோன்றியிருக்கக்கூடுமென்று நினைக்கிறேன். டிஸ்கொதே, கிளப் மற்றும் காபரேக்களில் இசைக்கப்படுவது, பிலிப்பைன் அல்லது பாப் இசை அல்லது என்கா[2] பாடல்கள் மட்டுமே. காட்டோ, ஒரு சந்தர்ப்பத்தில் ஊருக்குத் திரும்புவதைப் பரிந்துரைத்தான். ஆனால் நகானோ 'இரண்டு மாதத்தில் எதையும் தீர்மானிக்க முடியாது, மேலும் எதையுமே சாதிக்காமல் வீட்டுக்குத் திரும்புவது பரிதாபகரமானது' என்று வாதிட்டான்.

குளத்தை நெருங்கிவிட்டேன், சூழ்நிலை இன்னமும் மோசமாகப்போகிறதென்று சுற்றுப்பாதையில் நடக்கும்போது தோன்றியது. ஒன்று நான் வெளியேற வேண்டும் அல்லது ட்ரம்ஸ் வாங்க வேண்டும். இரண்டுக்குமே பணம் தேவை. மறுநாள் ஏதாவது வேலை தேடவேண்டும் என்று முடிவெடுத்தபோது தெருவிளக்கின் ஒளியில், மேல்மாடியில் குடியிருக்கும் யகூசாவைப் பார்த்தேன். பாதையோரத்தில் இருந்த புதர்ச்செடியின் அருகில் நின்றுகொண்டிருந்தான், நான் அவனைக் கவனிக்காததுபோல் தலையைக் குனிந்துகொண்டு கடந்தபோது, 'ஒரு நிமிடம்...' என்றான். குப்பை சேகரிக்கும் பெரிய நீலப்பை ஒன்றை வைத்திருந்தான். கைகளில் கையுறை, தொளதொளவென சட்டை, ஒல்லியான அவன் இடுப்பில் உறுத்தும் நிறத்தில் கட்டம்போட்ட கால்சராய் தொங்கிக் கொண்டிருந்தது.

"ஒரு நிமிடம் இங்கே வா..."

நான் முகத்தில் விழப்போகும் குத்துக்காகத் தயாராகிக்கொண்டு மெதுவாக அவனருகில் சென்றேன், விபரீதமாக ஏதும் நடந்தால் தற்காத்துக்கொள்ளத் தயாரானேன்.

"நான்தான், உங்கள் அறையின் மாடியில் இருக்கிறேனே, உனக்கு என்னைத் தெரியும்தானே?"

நான் தலையசைத்தேன்.

"உன் பேர் என்ன?"

யகூசாவின் முகத்தில் வியர்வை சொட்டிக்கொண்டிருந்தது. இருபதுகளின் கடைசியில் இருப்பவன்போலிருந்தான் - குறுகிய புருவம், சரிந்த கண்கள், ஒட்டிய கன்னம், மெலிதான மூக்கு, சிறிய வாய், முகம் பேனாக்கத்திபோலிருந்தது. நான், என் பெயரைச் சொன்னேன்.

"அப்படியா? நான் டாட்சுமி, எனக்கு உதவமுடியுமா? ஒரு வேலை செய்யவேண்டுமே..." புதர்களை சுட்டிக் காட்டினான். அது ஹைட்ராஞ்சியா[3] செடி. "நான் உனக்கு முந்நூறு யென் தருவேன், இல்லை! ஐந்நூறு."

என்ன செய்வதற்காக? என்று கேட்டதும், டாட்சுமி இலைகளைப் பறிப்பதற்கு என்றான்.

"தளிர் இலைகள் நல்லது, அவற்றைப் பறித்து இந்தப் பையில் போட வேண்டும்."

அவன் சொன்னபடி செய்தேன். ஆனால் இதை வைத்துக்கொண்டு என்ன செய்யப்போகிறான் என்று வியப்பாக இருந்தது.

"இதைக் காயவைத்து விற்றுவிடுவேன்" என்றான் பெருமிதமாக. "காயவைத்து, நொறுக்கி, பொட்டலமாக்கி விற்கவேண்டியதுதான் - இதன் மணமும் சுவையும் அப்படியே மரிஜுவானாவைப்போல் இருக்கும். அப்படியென்றால் என்னவென்று உனக்குத் தெரியும்தானே. சரிதான், உன்னைப்போன்ற பொறுக்கிகளுக்குத் தெரிந்துதானிருக்கும்."

ஒரு யகூசா, என்னைப் பொறுக்கி என்பது வேடிக்கையாக இருந்தது. ஊரில் இருக்கும்போது பலமுறை மரிஜுவானாவை பயன்படுத்தியிருக்கிறேன். வெளிநாட்டவர்களுக்கான மதுவிடுதிக்கு வரும் ராணுவ வீரர்கள் அதை சாதாரண சிகரெட்போல எப்போதும் புகைத்துக் கொண்டிருப்பார்கள். எனவே, அது தவறானது என்ற சிந்தனையே எனக்கு வந்ததில்லை. நகானோவும் மற்றவர்களும் டோக்கியோவில் இது கிடைப்பதில்லை என்று அடிக்கடி குறை சொல்லிக் கொண்டிருந்தார்கள். உண்மையில், எந்த போதைப்பொருளும் எங்கு வேண்டுமானாலும் கிடைக்கும், அது கிடைக்குமிடம் உங்களுக்குத் தெரிந்திருக்க வேண்டும், அவ்வளவுதான். ஆனால் மக்கள் தொகை அடிப்படையில் பார்த்தால், இங்கு கிடைக்கும் அளவு குறைவு. இந்த விஷயத்தில் டோக்கியோ எங்கள் ஊரின் அருகில் நெருங்கக்கூட முடியாது.

“இது, நான் கண்டுபிடித்த விஷயம். இதன் சிறப்பு என்னவென்றால், இதில் எந்த சட்டச்சிக்கலும் இல்லை, யாருக்கும் இது ஹைட்ராஞ்சியா என்பது தெரியாது, அப்படியே தெரிந்தாலும் காவலர்களிடம் புகார் அளிக்க முடியுமா என்ன? சரிதானே?”

இனாகோஷிராப் பூங்காவில் நடுஇரவில் இந்த இலைகளைப் பறிப்பது, எங்கள் ஊரில் உண்மையான ‘பாட்’[4]-டைப் புகைப்பதைவிட குற்றமாகத் தோன்றியது. எதிர்பார்த்ததைவிட கடினமான வேலையாகவும் இருந்தது. செய்யவேண்டியதெல்லாம் தளிர் இலைகளாகப் பார்த்துப் பறித்து, பைக்குள் போடவேண்டியதுதான். ஆனால் அதற்கு ஊர்ந்தும் நெளிந்தும் உடலை முறுக்கியும் முதுகு வலிக்க வேலைசெய்ய வேண்டியதாயிற்று. இரவு வெப்பமாகவும் ஈரப்பதத்தோடும் இருந்ததால் என் உடைகள் வியர்வையில் நனைந்தன. முதல் பையை நிரப்பி முடியும்போது மிதிவண்டியின் ஓசை கேட்டது. டாட்சுமி, புதரின் பின்னால் ஒளிந்துகொண்டதால் நானும் அவ்வாறு செய்யவேண்டியதாயிற்று. ஆனால் வந்தது பால் விநியோகம் செய்யும் பையன். மீண்டும் வேலையைத் தொடரும்போது, ‘இதுவொன்றும் சட்ட விரோதமான செயலைச் செய்வது போன்றதல்ல’ என்று அவனிடம் சொன்னேன். வெளியில் சொல்லமுடியாத நினைவுகளில் மூழ்கியவன்போலப் புருவங்களை நெறித்த டாட்சுமி கூறினான்:

“காவலர்கள் சந்தேகத்தின் பலனை எப்போதும் உனக்களிக்க மாட்டார்கள்.”

சிறிதுநேரத்தில் இரண்டு பைகளையும் ஹைட்ராஞ்சியா இலைகளால் நிறைத்திருந்தோம், கிழக்கில் மெதுவாக வெளிச்சம் பரவத் தொடங்கியிருந்தது. வீட்டிற்குத் திரும்பும் வழியில் டாட்சுமியும் நானும் எங்களைப் பற்றிய தகவல்களைப் பரிமாறிக்கொண்டோம். நான் டோக்கியோ வந்து இரண்டு மாதங்கள் ஆனதை, கியூஷிவிலிருந்து வந்ததை, நண்பர்களின் இசைக்குழுவைப் பற்றி, நான் வேலைக்கு முயற்சி செய்துகொண்டிருப்பதைச் சொன்னேன். டாட்சுமி என்னைவிட மூன்று வயதுதான் பெரியவன் என்பது ஆச்சரியம் தருவதாக இருந்தது. ஷிஞ்சிகுவில் அலுவலகங்கள் வைத்துள்ள இக்குழுவில் இணைந்தபோது தான் பள்ளிப் படிப்பில் இருந்ததை, இப்போதெல்லாம் யகூசாவாக இருப்பதற்குக்கூட கல்வித்தகுதி தேவையாகயிருப்பதை, தன் தாயின் வயதுள்ள மதுவிடுதிப் பணிப்பெண்ணோடு இருப்பதை, அவளை நீ-சான் என்று

அழைப்பதையும் தெரிவித்தான். நீ-சான் என்ற சொல் அன்போடு 'வயது முதிர்ந்த சகோதரி' என்று அழைக்கப் பயன்படுவது.

"உன் நண்பர்கள் உன்னை ஒதுக்கியபின் ஊருக்குச் செல்வது சுலபமல்ல. நீ-சான் இன்று வரமாட்டாள், நீ சிறிதுநேரம் இங்கே இருக்கலாமே?"

டாட்சுமியின் அறை எங்கள் அறையின் அளவில் இருந்தது. ஆனால் இருந்த இரண்டு சிறிய அறைகளும் வாசனைத் திரவியங்களின் நெடியடிக்கும் பெரிய கட்டிலால் நிறைந்திருந்தது.

நேரம் தெரியாத பகல் பொழுதில் எழுந்து இலைகளைப் பதப்படுத்துவதற்கு உதவி செய்யத் தொடங்கினேன்.

டாட்சுமி இலைகளை வெயிலில் காய வைக்கவில்லை. "இதை மொட்டைமாடியில் காயவைக்க முடியும் என்று நினைக்கிறாயா?" என்று சிரித்தபடி கேட்டான். அவன் புன்னகை வித்தியாசமாக இருந்தது, இதுவரையில் நான் பார்த்திராத வகை. சகிக்கமுடியாத அல்லது சங்கடப்படுத்தும் புன்னகை அல்ல, குரூரமானதும் அல்ல. ஏதோ அவன் முகத்தசைகள் இதற்குப் பழகாததுபோலவும் ஏதோ ஒன்றைச் செய்ய முயற்சி செய்வதுபோலவும் இருந்தது. அடுப்பை பெரிதாகத் தூண்டி, பாத்திரத்தில் இலைகளைப் போட்டு வறுத்தான். 'இலைகளில் உள்ள ஈரப்பதத்தை நீக்க வேண்டும், ஆனால் தீய்ந்துவிடக்கூடாது, நிறைய அனுபவம் தேவை இதற்கு' என்றான். கூட்டிலிருந்து இலைகளை எடுக்கும் முன் சுவாசத்தை புத்துணர்வாக வைக்கும் திரவத்தின் சில துளிகளைச் சேர்த்தான். 'இதுதான் இதன் ரகசியம். இதன்மூலம் உன்னுடைய இறக்குமதி செய்யப்பட்ட சரக்கின் சுவை கிடைக்கும்' என்றான், பெருமிதம் தொனிக்கும் குரலில். நான் இலைகளைப் பொடி செய்து தாளில் மடிக்கும் பொறுப்பை எடுத்துக் கொண்டேன். டாட்சுமிக்கு என் வேலை பிடித்துவிட்டது.

"உண்மையில், உனக்கு இதெல்லாம் தெரிந்திருக்கிறது."

அன்று இரவு எங்கள் தயாரிப்பை விற்பதற்குச் சென்றோம். ஷிஞ்சிகுவில், பூங்காவிற்கும் இசையரங்கத்திற்கும் இடையில் உள்ள குறுகிய தெருவைத் தேர்ந்துகொண்டான். பொதுவாக, குடித்துவிட்டு வருபவர்களை அணுகினான், அவர்கள் அவனைச் சைகையில் துரத்தினர். ஒரு ஜோடி, இவன் அருகில் வருவதைப் பார்த்ததும் உயிருக்குப் பயந்து தெறித்தோடியது. கிட்டத்தட்ட ஆயிரம் பொட்டலங்களைத் தயாரித்து, அவற்றை பையில் திணித்து வைத்துக்கொண்டு வந்திருந்தோம். பத்துப் பத்தாகச் சேர்த்து ஒரு

பெரிய பொட்டலமாக இருந்தது, ஆனால் தனித்தனியாகவும் விற்பதற்குத் தயாராகயிருந்தோம்.

"விற்பது எப்போதும் இப்படிக் கடினமானதுதானா?" என்று கேட்டேன்.

"உண்மையைச் சொன்னால், இவ்வளவு அதிக எண்ணிக்கையில் நான் விற்க முயற்சி செய்தது இல்லை. ஓரிருமுறை ஐந்து அல்லது பத்துப் பொட்டலங்கள் தயாரித்து உன்னைப்போல் நீளமாக முடியை வளர்த்துக்கொண்டு அலையும் பயல்களுக்கு விற்றிருக்கிறேன். அப்படிப்பட்ட ஆட்கள் எங்கே இருப்பார்கள்?"

நான் வழக்கமாகச் செல்லும் கஃபே அருகில்தான் இருந்தது. ஆனால் அதை டாட்சுமியிடம் சொல்வதா, வேண்டாமா என்று யோசித்தேன். அங்கிருப்பவர்கள் சந்தோஷமாக ஒரு பொட்டலத்துக்கு ஆயிரம் யென் கொடுத்து வாங்குவார்கள். ஆனால் ஒவ்வொருவரும் இந்த விஷயத்தில் கில்லாடிகள், இது போலியானது என்று அவர்கள் கண்டுபிடித்துவிட்டால் அப்புறம் நான் அங்கே தலைகாட்ட முடியாது. யாரும் இதை இரண்டாம் முறை வாங்கப்போவதில்லை என்பதால் மொத்தமாக விற்பதே சிறந்தது. எனக்கு இதில் இருபது சதவீதம் கொடுப்பதாகச் சொல்லியிருந்தான். ஆனால் அதில் எனக்குத் திருப்தியில்லை. எனவே, நாற்பது சதவீதம் தரும்படி டாட்சுமியிடம் கேட்டேன். தந்தால் அவனை ஹிப்பிகள் இருக்கும் இடத்துக்கு அழைத்துச் சென்று அவர்களை அறிமுகப்படுத்துவதாகச் சொன்னேன். கடைசியில், முப்பத்தைந்து சதவீதம் என்று முடிவானது. இப்போது எங்களுக்குச் சில உண்மையான பொட்டலங்கள் தேவை.

"அது எதற்கு?" என்றான் டாட்சுமி, நான் குறைந்தது நானூறு பொட்டலங்களையாவது விற்க விரும்புவதாகச் சொன்னேன்.

"சிறிய அளவில் மக்களுக்கு விற்று, அவர்களுக்குப் போதை ஏறவில்லையென்றால் அனைவரிடமும் சொல்வார்கள், நம் வியாபாரம் அதோடு முடிந்துவிடும். மொத்த வியாபாரிகளுக்கு விற்கவேண்டுமென்றால் முதலில் மாதிரிக்குக் கொஞ்சம் கொடுக்க வேண்டும்."

'புத்திசாலி' என்று என் கன்னத்தைத் தட்டினான், டாட்சுமி. இருவரும் சிறிய கஃபே ஒன்றுக்குச் சென்றோம். அங்கு யொகோடா தளத்தைச் சேர்ந்த ராணுவ வீரர்களும், கிரீஸ் மற்றும் துருக்கியைச் சேர்ந்த கடலோடிகளும் வருவர். மூன்று

பொட்டலங்களை அங்கிருந்து வாங்கிக்கொண்டு நான் எப்போதும் செல்கிற ராக் கஃபேவுக்குச் சென்று மொத்த வியாபாரிகள் வரும்வரை காத்திருந்தோம். பிங்க் ஃப்ளாய்டின் இசை செவிப்பறையை துளைத்தது.

'என்னால் தாங்கமுடியவில்லை' என்று, என் காதுகளுக்குள் இரைந்தான் டாட்சுமி. "இந்த இடம் நாசமாய்ப் போக!"

இரவு ஒன்பது மணி என்பது, இந்த வியாபாரிகளைப் பொறுத்தவரை மிகவும் சீக்கிரம். எனவே, ஏதாவது திரைப்படத்திற்குச் சென்று நேரத்தைப் போக்கலாம் என்று முடிவு செய்தோம். 'The Last Picture Show' அருகில் உள்ள இரவு அரங்கில் காண்பிக்கப்படுகிறது என்றதும் முதலில் டாட்சுமி தயங்கி, வெளிநாட்டுப் படங்கள் தனக்குப் பிடிக்காதென்றான். ஆனால் கொஞ்சநேரத்தில் திரையில் ஆழ்ந்து பெருமூச்சுடன் கண்கலங்கிப் பார்த்துக் கொண்டிருந்தான்.

"இதுபோல ஒரு படம் இதுவரை பார்த்ததில்லை" என்று ராக் கஃபேவுக்குச் செல்லும் முன், நாங்கள் பியர் அருந்த அமர்ந்திருந்த இடத்தில் சொன்னான்.

"நீ இதுமாதிரிப் படங்களை அடிக்கடி பார்ப்பாயா?"

"உண்மையில், அப்படியில்லை."

"நீ அதைப்பற்றி என்ன நினைக்கிறாய்?"

"அமெரிக்காவிலும் தனிமையை உணரும் மக்கள் இருக்கிறார்கள் என்பதுதான் நான் அந்தப் படத்திலிருந்து தெரிந்துகொண்டது."

"அப்படியென்றால் என்ன அர்த்தம்?"

"நான் ஊரில் பார்த்த ராணுவ வீரர்கள் சுறுசுறுப்பானவர்கள், ஆஜானுபாகுவான ஆட்கள், எப்போதும் சிரித்துக் கொண்டிருப்பவர்கள், எப்போதும் சந்தோஷத்தை அனுபவிக்கிறவர்கள்போல் தெரிகிறவர்கள். எனவே, எல்லா அமெரிக்கர்களும் செல்வந்தர்கள், சந்தோஷமானவர்கள் என்று நினைத்திருந்தேன்.

"நீ என்ன எழவைப் பேசிக்கொண்டிருக்கிறாய் என்று எனக்குப் புரியவில்லை" என்றான் டாட்சுமி. தலைகுனிந்தவாறு அமர்ந்திருந்தான்.

“அமெரிக்காவிலும் தன்னைவிட வயது அதிகமானவர்களைக் காதலிக்கிறவர்கள் இருக்கிறார்கள் என்று நினைக்கிறேன்.”

அதற்கப்புறம் ஏதும் பேசாமல் தாடியைக் கோதிக்கொண்டு அமர்ந்திருந்தான்.

டாட்சுமி குடிகாரனில்லைபோல. மூன்று பியர்களுக்குப் பிறகு கால்கள் தள்ளாட நடந்துவந்தான். மீண்டும் ராக் கஃபேவுக்குச் சென்றோம், இப்போது அதன் கதவுகள் சுவர்மீது நடுங்கிக்கொண்டிருந்தன. நான் டாட்சுமியை யொகோசுகாவிலிருந்து வந்திருந்த வியாபாரிகளுக்கு அவன் ஒகினாவாவிலிருந்து அன்றுதான் அங்கு வந்திருக்கும் யகூசா என்று அறிமுகப்படுத்தினேன். அவர்கள் மூவருமாகச் சேர்ந்து கிட்டதட்ட முந்நூறு பொட்டலங்களை வாங்கிக் கொண்டார்கள்.

“நீ-சான், இது யசாகி, அவன் நீளமான தலைமுடியை வைத்துத் தவறாக நினைக்கவேண்டாம், பயலுக்கு நிறைய மூளையிருக்கிறது.”

வீட்டுக்குத் திரும்பும்போது வாடகை வண்டியொன்றை பிடித்துத் திரும்பினோம். என் அறையில் விளக்குகள் அணைக்கப்பட்டிருந்தன, டாட்சுமியின் அறையில் அவன் ‘நீ-சான்’ என்றழைக்கும் பெண் இருந்தாள். மெல்லிய ஆடை அணிந்து, துரித உணவை சாப்பிட்டுக் கொண்டிருந்தாள். டாட்சுமி அல்லது என் அம்மாவின் வயது எனச் சுலபமாகக் கணிக்கலாம், மார்க்கச்சை அணியவில்லை. சமீபமாக, அக்குள் மயிரை நீக்கவில்லை என்பது தெரிந்தது. அவள் எதுவும் பேசவில்லை. என் வரவைக் கண்டுகொள்ளவுமில்லை. ஆனால் முழு ஒப்பனையில் அமர்ந்து உணவை உறிஞ்சியபடி, மறுகையில் எரியும் சிகரெட்டோடு அமர்ந்திருக்கும் அவளைப் பார்த்ததும், திரைப்படத்தின்போது டாட்சுமி ஏன் விசும்பினான் என்பது புரிந்ததுபோல் இருந்தது. மத்தியமேற்கு அல்லது அதைப்போல வேறு எங்கோ உள்ள சிறுநகரத்தில் வசிக்கும் திமோதி பாட்டம்ஸ், தன் உடலுறவுத் துணையாக திருமணம் ஆன, தன்னைப்போல் இருமடங்கு வயதுள்ள, தனிமையிலிருக்கும் பெண்ணைத் தேர்கிறான். இறுதிக்காட்சியில், அவளையும் அந்த நகரத்தையும் விட்டுச்செல்வதென வண்டி ஏறியவன் மீண்டும் திரும்பி அவளின் இடத்திற்கே வந்து சேர்கிறான். அந்த தளர்ந்த அமெரிக்க மாது, அமெரிக்காவின் குறியீடு – முன்பிருந்ததை இப்போது இழந்துவிட்ட அமெரிக்கா.

“நீ-சான், இன்று எவ்வளவு சம்பாதித்தோம் பாருங்கள், இருவரும் சேர்ந்து.”

டாட்சுமி, பத்தாயிரம் யென் உள்ள பணக்கட்டை அவன் கால்சராயிலிருந்து எடுத்து அவள்முன் வைத்தான். சாப்பிட்டு முடித்திருந்த அவள், சாப்பிடும்போது இருந்ததுபோலவே எந்த உணர்ச்சியும் காட்டாத முகத்துடன் அதை எண்ண ஆரம்பித்தாள்.

நான், என் அறைக்குத் திரும்பியதும் நகானோ, "எங்கே போனாய்? நாங்கள் எல்லோரும் கவலைப்பட்டுக் கொண்டிருந்தோம்" என்றான்.

சமையலறையில் அமர்ந்தபடி, மட்டமான விஸ்கியை அருந்திக்கொண்டு அவன் மட்டுமே விழித்திருந்தான்.

"இன்று மறுபடி சில விஷயங்களை விவாதித்தோம். காட்டோவின் அம்மாவுக்கு மறுபடியும் உடல்நிலை சரியில்லை. எனவே, அவன் வீட்டுக்குப் போக விரும்புகிறான். நாம் இதைச் சந்தித்துதான் ஆகவேண்டும், இப்படி வாழ்ந்துகொண்டு நம்மால் ஒருநாளும் பிரபலமான இசைக்குழுவாக மாறமுடியாது. ஷிமாடா, அவனுக்குத் தெரிந்த ஓர் இசைக்குழுவில் உதவியாளனாகப் போகிறானாம். யமகூச்சி, ஜாஸ் கித்தார் பள்ளிக்குப் போகப்போகிறான். நான் என்னசெய்வதென்று இன்னமும் முடிவு செய்யவில்லை. உண்மையில், நான் சோர்ந்துவிட்டேன். இரண்டு மாத முயற்சிக்குப்பின் இதைக் கைவிடுவதென்பது பரிதாபகரமானதுதான். ஆனால் இதுதான் உண்மை. இன்னும் ஒரு வருடம் முயற்சி செய்தாலும் எதுவுமே நடக்காமல்கூட போகலாம். ஆக, எப்படியோ இன்றிலிருந்து மூன்று வாரம் கழித்து ஞாயிற்றுக்கிழமை பூங்காவில் சிறு இசைநிகழ்ச்சி ஒன்றில் பாடப்போகிறோம். நீ என்ன சொல்கிறாய் யசாகி? ஷிமாடா, ட்ரம்ஸ் ஒன்றை இரவல் வாங்கமுடியும் என்கிறான். நீ எங்களோடு சேர்ந்துகொள்வாய்தானே? நாம் எல்லோரும் சேர்ந்து ஒரு நிகழ்ச்சியில் பங்குபெறுவது இதுவே கடைசி முறை. இனோகாஷிரா பூங்காவின் ஒரு மூலையில் திறந்தவெளி மேடை அமைக்கப்பட்டிருக்கிறது. சிறு இசை நிகழ்ச்சிகளை நடத்துகிறார்கள், கிராமிய இசை மட்டும்தான். அனைத்து சனி மற்றும் ஞாயிற்றுக்கிழமைகளிலும் மதிய நேரத்தில் நடக்கிறது. நான் அந்த நிகழ்ச்சியின் தயாரிப்பாளரைச் சந்திக்கநேர்ந்தது. நம்மைப்பற்றி சொல்லி, வாய்ப்புக் கிடைக்குமா? என்று கேட்டதும் உடனே ஒப்புக் கொண்டுவிட்டார்."

"இல்லை, எனக்கு விருப்பமில்லை. என்னிடம் கொஞ்சம் பணம் இருக்கிறது. எனவே, நாளைக்கே தனியாக ஒரு அறை ஏற்பாடு

செய்துகொள்ளப் போகிறேன். ஆனால் உங்கள் நிகழ்ச்சிக்குக் கண்டிப்பாக வருகிறேன்" என்றேன்.

அங்கிருந்து அதிக தூரத்தில் இல்லாமல், அடுக்ககம் ஒன்றில் அறை சுலபமாகக் கிடைத்தது. எனது சொற்ப சாமான்களை வண்டியில் ஏற்றிக்கொண்டு சென்றேன். சிறிய அறைதான், நான்கரை விரிப்புகளின் அளவு இருந்தது. ஆனால் என்னிடம் ஸ்டீரியோ வாங்கும் அளவுக்கு காசு இருந்தது. என் வாழ்க்கை முறை அதிகம் மாறிவிடவில்லை: இன்னமும் பழைய புத்தகக் கடைகளிலிருந்து கவிதை மற்றும் புதினங்களை வாங்கிக்கொண்டு, மணிக்கணக்கில் ஏதேனும் ராக் அல்லது ஜாஸ் விடுதியின் ஏதோவொரு மூலையில் அமர்ந்துகொண்டு படித்தவாறு இருக்கிறேன். பணம் தீரும்போது ஹைட்ராஞ்சியா செடிகளைத் தேடுவேன், பொட்டலங்களை அகசாகா அல்லது ரபோஞ்சியில் விற்பேன், ஷிஞ்சிகுவை தவிர்த்து வந்தேன். ஆனால் ஓர் இரவு, யொகோசுகாவின் வியாபாரிகளை அகசாகாவில் வைத்துச் சந்திக்க வேண்டியதாயிற்று. ஆனால் அது போலியானது என்பது அவர்களுக்குத் தெரிந்திருக்கவில்லை. அப்படியொன்றும் நல்ல சரக்கல்ல என்று மட்டும் கருத்துத் தெரிவித்தார்கள்.

அந்த முக்கியமான ஞாயிறு வந்தது. இனோகாஷிரா பூங்காவில் சிறிய மேடை அமைக்கப்பட்டிருந்தது. அதைச் சுற்றிலும் இசைக் குழுவினர் மொய்த்துக் கொண்டிருந்தனர். தனிப்பாடகர்கள், குழுப்பாடகர்கள் என நாட்டுப்புறப் பாடல்களை இசைப்பவர்கள் அடுத்தடுத்து அலுப்பூட்டிச் சாகடிக்கும்வண்ணம் பாடினர். அதிகபட்சமாக முப்பதுபேர் சுற்றி அமர்ந்து கேட்டுக்கொண்டிருந்தனர். கைதட்டல் ஆரம்பத்தில் அளவாக ஒலித்துப் பின் இல்லாமல்போனது. நகானோ மற்றும் குழுவினர் மேடை ஏறி இசைக்கத் தொடங்கியதும் புறாவுக்கு உணவளித்துக் கொண்டிருந்த வயதான தம்பதியர், சத்தம் அதிகம் என்பதைக் குறிக்கும்விதமாக அங்கிருந்து எழுந்து சென்றனர். இரண்டே இரண்டு ஜான் மயாலின் பாடலோடு ட்ரம்ஸ் இல்லாத அந்த நான்குபேர் கொண்ட சோகஇசைக்குழு, தன் பயணத்தை முடித்துக்கொண்டது. ஆனால் நான்குபேருமே அந்த நிகழ்வை ரசித்து இசைத்தனர் என்று எனக்குத் தோன்றியது. நிகழ்ச்சி முடிந்தபின் நால்வரும் அந்தச் சிறு மேடை அமைப்பின்கீழ் அமர்ந்து கோலா அருந்தி, மற்ற நாட்டுப்புற இசை பாடியவர்களைக் கேலிபேசி மகிழ்ந்தனர். நகானோ, என்னைப் பார்த்ததும் கையை அசைத்து அவர்களோடு சேர்ந்துகொள்ளும்படி அழைத்தான். பதிலுக்கு மறுப்பாகக் கையை அசைத்துவிட்டு அங்கிருந்து நகர்ந்தேன்.

குளத்தைச் சுற்றி நடந்து, முன்பு டாட்சுமியோடு இலை பறித்த அந்த இடத்துக்கு அருகில் உள்ள நாற்காலியில் அமர்ந்துகொண்டேன். மழைக்காலம் முடிந்துவிட்டது, மலர்கள் உதிரத் தொடங்கியிருந்தன. வெளிறிய அந்தப் பூக்களைப் பார்த்தபடி, தவழ்ந்து, வியர்த்து வழிந்து இலைகளைச் சேகரித்த அந்த இரவை நினைத்துக் கொண்டிருந்தேன். அன்று நாங்கள் பார்த்த திரைப்படம்மீது திடீரென்று வெறுப்பைப் போன்ற ஓர் உணர்ச்சி தோன்றியது. டாட்சுமியைப் போன்ற மனிதனை அழவைத்த திரைப்படத்தை என்னால் மன்னிக்க முடியாது.

டாட்சுமியை பார்ப்பதென முடிவுசெய்து அவன் வீட்டிற்குச் சென்றேன்.

“நீ-சான் இருக்கிறாள், பரவாயில்லை உள்ளே வா.”

அவள் வேலைக்குச் செல்லத் தயாராகிக் கொண்டிருந்தாள். சிவப்பு நிற லேம்[5] ஒன்றை அணிந்து, மொத்த ஒப்பனையும் முடித்து இப்போது கால் விரல்களுக்கு நகப்பூச்சை பூசிக்கொண்டிருந்தாள். காற்றில் பரவிய அதன் வாசம் மூச்சை நிறுத்திவிடும்போல் இருந்தது. டாட்சுமி, ஹைட்ராஞ்சியாவை வறுத்துக்கொண்டிருந்தான். அவள் ஒருமுறை என்னை நிமிர்ந்து பார்த்துவிட்டு, வரவேற்பாக எதுவும் சொல்லாமல் தன் வேலையைத் தொடர்ந்தாள். நான் அமைதியாக அமர்ந்து அவள், தன் கால்களுக்குச் சிவப்பு நிறம் பூசுவதைப் பார்த்துக்கொண்டிருந்தேன்.

1. ஜப்பானிய மாஃபியா கும்பலைச் சேர்ந்தவர்கள்
2. பிரபலமான ஜப்பானிய பாரம்பரிய இசை
3. ஒருவகைப் புதர்ச்செடி
4. மரிஜுவானா அடைக்கப்பட்ட சிகரெட்.
5. பொன் அல்லது வெள்ளி இழைகளால் பின்னப்பட்ட ஆடை.

(இந்தக் கதை, இறுதிச்சலனம் என்ற தலைப்பில் 2013 – கல்குதிரை இதழில் வெளியிடப்பட்டது)

ஜோசே சரமாகோ (1922 – 2010)

1998இல் நோபல் பரிசு பெற்ற போர்த்துக்கீசிய எழுத்தாளர். The Gospel According to Jesus Christ, Blindness, Baltasar and Blimunda, The Year of the Death of Ricardo Reis, Land of Sin ஆகியவை இவரது குறிப்பிடத்தகுந்த படைப்புகள்.

பழிதீர்த்தல்

அந்த இளைஞன் ஆற்றிலிருந்து வந்துகொண்டிருந்தான். வெறுங்கால், முட்டி வரையிலும் சுருட்டிவிடப்பட்ட கால்சராய், கால்கள் சேற்றால் மூடப்பட்டிருந்தன. சிவப்புநிறச் சட்டையொன்றை அணிந்திருந்தான். அது, முன்பக்கம் திறந்திருக்க மார்பில் கருக்கத் தொடங்கியிருந்த பருவத்தின் முதல் ரோமங்கள். அவனுக்குக் கருநிறத் தலைமுடி, அது வியர்வையில் நனைந்து, துளிகள் மெல்லிய கழுத்துவழி இறங்கிக்கொண்டிருந்தன. நீண்ட துடுப்புகளின் எடையால் உடலைச் சற்றே முன்புறம் வளைத்திருந்தான். துடுப்புகளில் தொங்கிக்கொண்டிருந்த நீர்க்களைகளில் இருந்து இன்னமும் நீர்த்துளிகள் சொட்டிக்கொண்டிருந்தன. கருமைதோய்ந்த நீரில் படகு ஊசலாடிக்கொண்டேயிருந்தது, அருகே உளவு பார்ப்பதுபோல திடீரென தவளையொன்றின் கோளக்கண்கள் தோன்றின. பிறகு திடீரென அந்தத் தவளை நகர்ந்து மறைந்தது. ஒரு நிமிடத்திற்குப்பிறகு ஆற்று நீர்ப்பரப்பு தெளிவாக, அமைதியாக மாறி ஒளிர்ந்தது, இளைஞனின் கண்களைப் போல. ஈரமண் மெதுவாக வெளியேற்றும் மென்மையான வாயுக்குமிழ்களை நீரோட்டம் இழுத்துச் சென்றது. கொடுமையான மதியநேரத்து வெயிலின் வெப்பத்தில் நீண்டுவளர்ந்திருந்த நெட்டிலிங்க மரங்கள் மெதுவாக அசைந்துகொண்டிருந்தன. வன்காற்றில், நடுவானில் மலர் மலர்ந்ததுபோல நீலநிறப் பறவையொன்று வேகமாக நீர்ப்பரப்பை மேவிச் சென்றது. அவன்

தலையை உயர்த்தினான். ஆற்றின் மறுகரையில் ஒரு பெண் அசையாமல் நின்றபடி இவனைப் பார்த்துக் கொண்டிருந்தாள். அவன் சுமையற்றிருந்த தன்னுடைய மற்றொரு கையை உயர்த்தினான், அவனுடைய மொத்த உடலும் செவிப்புலனாகாத ஏதோவொரு சொல்லை உணர்த்தியது. ஆறு, நிதானமாக நகர்ந்து கொண்டிருந்தது.

திரும்பிப் பார்க்காமல் சரிவில் ஏறினான். புல்வெளி அதோடு முடிந்தது. அதன் மேற்புறத்திலும் அப்பரப்பைத் தாண்டியும் பண்படுத்தப்படாத நிலங்களின் புற்கரண்கள் மற்றும் சாம்பல்நிற ஆலிவ் தோப்புகள் சூரிய வெப்பத்தில் எரிந்துகொண்டிருந்தன. தொலைவில் நிலக்காட்சி நடுங்கிக்கொண்டிருந்தது.

அதுவொரு ஒற்றைத் தள வீடு, வெண்மை நிறத்தில், ஓரங்களில் அடர்மஞ்சள் நிறத்துடன் காட்சியளித்தது. சன்னல்களற்ற வெற்றுச்சுவர்கள், கதவில் திறந்தநிலையில் ஒற்றைத் துவாரம். உள்ளே மண்தரை கால்களுக்கடியில் சில்லிட்டது. அவன் துடுப்புகளை இறக்கிவைத்துவிட்டு வியர்வையை முன்னங்கையால் துடைத்துக் கொண்டான். வியர்வை மீண்டும் துளிர்க்கத் தொடங்கியது. அவன், தன் இதயத்துடிப்பைக் கேட்டபடி சற்றுநேரம் அசையாமல் இருந்தான். வீட்டின் பின்புறத்திலிருந்து வரும் ஒலிகளைக் கேட்க மறந்தவனாக, அங்கேயே பல நிமிடங்கள் இருந்தான். அவ்வொலிகள் திடீரென செவியைத் துளைக்கும் கீச்சிடல்களாக மாறின: அடைபட்ட பன்றியின் எதிர்ப்புகள். அவன் கலையத் தொடங்கியபோது காயம்பட்டதாக, கொடூரமானதாக மாறிவிட்ட அவ்விலங்கின் கதறல் காதைச் செவிடாக்கியது. துளைக்கும்விதமாக, சீற்றத்துடன் மற்ற குரல்களும் சேர்ந்துகொண்டன. நம்பிக்கையிழந்த முறையீடு, உதவியை எதிர்பாராத ஓலம்.

தாழ்வாரத்துக்கு ஓடினான். ஆனால் முகப்பைக் கடந்து செல்லவில்லை. இரண்டு ஆண்களும் ஒரு பெண்ணும் பன்றியைத் தரையில் அழுத்திக்கொண்டிருந்தனர். மற்றொருவன், ரத்தத்தில் நனைந்த கத்தியுடன் உள்ளவன், அதன் விதைப்பையை நீளவாக்கில் கிழித்தான். உலர்புல்லின்மீது திண்சிவப்பில் மினுங்கும் நசுங்கிய சூல் வித்து. கயிற்றால் இறுகக் கட்டப்பட்ட வாயிலிருந்து வெளிப்படும் கீச்சிடல்களோடு பன்றியின் உடல் முழுதும் நடுங்கிக்கொண்டிருந்தது. கீறல் பிளக்கப்பட்டதும் விதைகள் வெளித் தெரிந்தன, குருதிச் செவ்வரியோடும் பால்வெண்மை.

அந்த மற்றொருவன், தன் விரல்களை அப் பிளவுக்குள் நுழைத்து, இழுத்து, திருகி, உள்ளே பிடுங்கினான். அந்தப் பெண்ணின் முகம் வெட்டியிழுத்து, வெளுத்துப்போனது. அப்பன்றியை விடுவித்து அதன் முகவாயைக் கட்டியிருந்த கயிறை அவிழ்த்தனர். அவர்களின் ஒருவன் குனிந்து கீழே கிடந்த பருத்த, மென்மையான விதைகளைக் கையிலெடுத்தான். கலக்கமுற்று, அவ்விலங்கு வட்டவடிவில் அலைந்து, மூச்சுக்காகத் திணறி, தலைதாழ்ந்து அங்கேயே நின்றது. அவ்விதைகளை, அம்மனிதன் மீண்டும் நிலத்தில் எறிந்தான். அப்பன்றி, அதைத் தன் வாயால் கவ்வி பேராவலுடன் மென்று விழுங்கியது. அப்பெண் ஏதோ கூற, தங்களது தோளை அசைத்தனர். அவர்களில் ஒருவன் சிரிக்கத் தொடங்கினான். அந்தக் கணம் அவர்கள் வாயிலில் நின்றிருந்த இளைஞனைக் கவனித்து, தங்களை அறியாது அமைதிக்குள் மூழ்கினர். என்ன செய்வதென்று புரியாதவர்கள்போல உலர்புல்லில் கிடந்து வெகுவேகமாக மூச்சுவிட்டுக்கொண்டிருக்கும் அவ்விலங்கை கவனிக்கத் தொடங்கினர், அதன் உதடுகளில் அதனுடைய ரத்தத்தின் கறை.

அவன் மீண்டும் உள்ளே சென்று ஒரு குவளையை நிறைத்து நீர்த்துளிகள் வாயோரத்தில் வழிந்தோட அனுமதித்தபடி குடித்தான். அவை கழுத்தின்வழி இறங்கி மார்பில் கருத்திருந்த ரோமங்களை அடைந்தன. குடிக்கும்போது உலர்புல்லில் இருந்த இரு சிவப்புக் கறைகளை வெறித்துக்கொண்டிருந்தான். பிறகு சோர்வுற்றவனாக வீட்டைவிட்டு வெளியேறி, மீண்டும் ஒருமுறை சுட்டெரிக்கும் சூரியனின்கீழ் ஆலிவ் தோப்பைக் கடந்தான். காலுக்குக்கீழே புழுதி சுட்டெரித்தது, அதைக் கவனிக்காதவன்போல எரிக்கும் உணர்வைத் தவிர்ப்பதற்காக நுனிக்காலால் நடந்தான். சிள்வண்டு தணிவான குரலில் கிறீச்சிட்டது. பிறகு சரிவில் இறங்கினான், புற்களின் இதமான பச்சைய வாடை, கிளைகளுக்குக் கீழேயுள்ள போதையேற்றும் குளுமை, கால்களை மூடும்வகையில் ஈரமண் கால் விரல்களுக்கிடையே நுழைந்தது.

ஆற்றைப் பார்த்தபடி அங்கேயே இருந்தான். முளைவிடும் பாசிகளில் குடியேறியிருந்த, முன்னிருந்ததைப் போன்ற அளவுக்கே பழுப்பு நிறமுடைய தவளை ஒன்று, பிதுங்கும் வளைவுகளுக்குக்கீழுள்ள கோளக்கண்களோடு காத்திருப்பதுபோல அங்கே இருந்தது. அதனுடைய தொண்டையின் வெள்ளைத்தோலில் துடிப்புகள். மூடிய அதன் வாய் எதையோ இகழ்வதாகக் கோடிட்டது. நேரம் நகர்ந்துகொண்டேயிருக்க அவனோ, அந்தத்

தவளையோ அசையவில்லை. பிறகு சிரமப்பட்டு ஏதோவொரு மந்திரத்திலிருந்து கண்களை விடுவித்துக்கொள்பவன்போலப் பார்வையை நகர்த்தினான். ஆற்றின் மறுகரையில், வில்லோ மரங்களின் தாழ்கிளைகளுக்குக் கீழே மீண்டும் அப்பெண்ணைக் கண்டான். மீண்டும் ஒருமுறை அமைதியாக, எதிர்பாராதவிதத்தில் நீலக் கீற்றொன்று நீர்ப்பரப்பைக் கடந்தது.

மெதுவாக, தன் மேற்சட்டையைக் கழற்றினான். நிதானமாக உடைகளைக் களைந்தான். உடலில் ஆடை எதுவுமில்லை என்றநிலையில் அவனது நிர்வாணம் மெதுவாக வெளிப்பட்டது. தனது பார்வையற்ற தன்மையைத் தானே சரிசெய்து கொண்டதுபோல. அவள் தொலைவிலிருந்து பார்த்துக் கொண்டிருந்தாள். அதேபோல, மெதுவான அசைவுகளால் தனது ஆடைகளையும் அணிந்திருந்த மற்றவற்றையும் அகற்றிவிட்டு மரங்களின் பச்சைப் பின்னணியில் நிர்வாணமாக நின்றாள்.

மீண்டும் ஆற்றைப் பார்த்தான். முடிவற்ற அவ்வுடலின் நீர்மத்தோலில் அமைதி இறங்கிக்கொண்டிருந்தது. தவளை மூழ்கிய இடத்தைக் குறிக்கும்படி அமைதியான பரப்பில் வட்டங்கள் தோன்றி மறைந்தன. அவளது வெள்ளைநிற, நிர்வாண உரு கிளைகளின் நிழலுக்குள் பின்வாங்க, நீருக்குள் இறங்கி மறுகரைக்கு நீந்தத் தொடங்கினான்.